AF742240

വി.എസ്. ഗിരീശന്

INSIGHT PUBLICA ®

INSIGHT PUBLICA
Kozhikode, Kerala, India 673011
www.insightpublica.com
e-mail: insightpublica@gmail.com
Poombattakalude Poonthottathil
(Malayalam/Study)
K. Aravindakshan
First Edition: October 2020

ISBN 978-93-90404-67-4

പൂമ്പാറ്റകളുടെ പൂന്തോട്ടത്തിൽ

കെ. അരവിന്ദാക്ഷൻ

INSIGHT PUBLICA®

ഭഗൽപൂർ യൂണിവേഴ്സിറ്റിയിൽ നിന്ന് ഭഗാന്ധിയൻ ചിന്ത'യിൽ ഡോക്ടറേറ്റ്. *നിലാവിന്റെ വിരലുകൾ, അധികാരത്തിന്റെ മതങ്ങൾ: കാവി പച്ച ചുകപ്പ്, സാക്ഷിമൊഴി, അലക്കുയന്ത്രം, രാമൻ ഗാന്ധി അംബേദ്ക്കർ, അമ്മയെ മറന്നുപോകുന്ന ഉണ്ണികൾ, ഗാന്ധിയൻ കാഴ്ചകൾ, ഗാന്ധിയുടെ ജീവിതദർശനം, കുശിനാരയിലേക്കു* എന്നിവ പ്രധാന കൃതികൾ. കേരള സാഹിത്യ അക്കാദമി അവാർഡ് ലഭിച്ചിട്ടുണ്ട്.

ഭാര്യ: വിജയലക്ഷ്മി. മക്കൾ: ജയദേവൻ, മീര.

വിലാസം: ഭവാൾഡൻ', എറവ്.

കെ. അരവിന്ദാക്ഷൻ

ഉള്ളടക്കം

പൂമ്പാറ്റകളുടെ പൂന്തോട്ടത്തിൽ

സ്കൂൾ ക്ലാസ്സുകളിൽ കാശ്മീർ ഭൂമിയിലെ സ്വർഗ്ഗമായിരുന്നു. എന്റെ കോളേജ് മേറ്റായിരുന്ന പി. സി. സുധീരൻ ദേശീയോദ്ഗ്രഥനത്തിന്റെ ഭാഗമായി മെഡിസിന് സീറ്റ് കിട്ടിയത് ശ്രീനഗറിലെ ഗവ: മെഡിക്കൽ കോളേജിലായിരുന്നു. എഴുപതുകളുടെ തുടക്കത്തിലായിരുന്നു അത്. പഠനം പൂർത്തിയാക്കി നാട്ടിലെത്തിയ സമയത്തും സുധീരന്റെ വാക്കുകളിൽ കാശ്മീർ സ്വർഗ്ഗം തന്നെയായിരുന്നു. ക്രമേണ കാശ്മീർ നരകമായി മാറുന്നതാണ് കണ്ടത്. ഇന്ന് കാശ്മീർ ഭൂമിയിലെ ദുരന്ത നരകങ്ങളിലൊന്നാണ്.

കാശ്മീരിനെച്ചൊല്ലി രണ്ട് ഏകോദരസഹോദരങ്ങൾക്കിടയിലുണ്ടായ സംഘർഷം ആണവ യുദ്ധത്തിലേയ്ക്ക് നീങ്ങുമോയെന്ന ആശങ്ക വേദനയായി എന്നിൽ നീറിപ്പിടിക്കാറുണ്ട്. അത്തരം സന്ദർഭങ്ങളിൽ എനിക്ക് ശമനമാകാറുള്ളത് പറമ്പിലെ വള്ളികളും ചെടികളും മരങ്ങളും പക്ഷികളും ശലഭങ്ങളുമാണ്. ഞാൻ പറമ്പിന്റെ വടക്കുപടിഞ്ഞാറെ കോണിലെ മഞ്ചാടിമരത്തിന്റെ ചുവട്ടിലെത്തി. പ്രളയകാലം കഴിഞ്ഞിട്ടുള്ള വേനൽച്ചൂട് പ്രഭാതത്തെ ചുട്ടുപൊള്ളിക്കുന്നുണ്ട്. എങ്കിലും പ്രകൃതിയുടെ സാന്ത്വനത്തിൽ കുളിര് അനുഭവപ്പെട്ടു.

ഉണങ്ങിയ ഇലകളുടെ നേർത്ത ശരീരങ്ങൾക്കിടയിൽ ഞാൻ മഞ്ചാടിക്കുരുകൾ തേടി. മഞ്ചാടിക്കുരുവിന്റെ തിളങ്ങുന്ന ചുവപ്പിൽ വിരൽ സ്പർശിക്കുന്നത് എനിക്ക് അമ്മയുടെ നെറ്റിയിൽ ഉമ്മവെയ്ക്കലാണ്. ക്ഷേത്രത്തിലേയ്ക്കുള്ള ഇരുണ്ട ഇടവഴിയിൽ വീണുകിടക്കുന്ന മഞ്ചാടിക്കുരുകൾ നോക്കി അമ്മ പറയാറുണ്ട്. അവ രാത്രിയിൽ ഈ വഴി കടന്നുപോയ രാക്ഷസന്റെ കണ്ണുനീർ തുള്ളികളാണ്. എന്തിനാണ് രാക്ഷസൻകരഞ്ഞതെന്ന് അമ്മപറഞ്ഞില്ല. രാക്ഷസൻ കരയുമോയെന്ന് ഞാൻ ചോദിച്ചതിന് ഏഴാം ക്ലാസ് വിദ്യാഭ്യാസം

മാത്രമുണ്ടായിരുന്ന അമ്മ പറഞ്ഞത്, രാമായണത്തിൽ രാവണന്റെ കരഞ്ഞിട്ടുണ്ടെന്നാണ്.

ഉണക്കയിലകൾക്കിടയിൽ മഞ്ചാടിക്കുരുവിന്റെ ചുവപ്പിൻ തിളക്കത്തിൽ ഞാൻ തൊട്ടു. പെട്ടെന്ന് എന്നിലുണർന്നത് മേശപ്പുറത്തെ പുസ്തകങ്ങൾക്കിടയിലെ ഫയലിൽ സൂക്ഷിച്ച റോസാ ലക്സംബർഗിന്റെ രണ്ടു കത്തുകളുടെ പ്രിന്റ് ഔട്ടുകളാണ്. എന്റെ ഉള്ളറിയുന്ന ഡോ. ഇ. ദിവാകരൻ ജർമ്മനിയിലെ തന്റെ ഹ്രസ്വവാസത്തിനിടയിൽ എനിക്കയച്ച ഈ മെയിലാണത്...

ജർമ്മൻ കമ്മ്യൂണിസ്റ്റ് പാർധിയുടെ സ്ഥാപകാംഗങ്ങളും നിർഭയരായ യുദ്ധവിരുദ്ധ പ്രവർത്തകരുമായിരുന്ന റോസാലക്സംബർഗും കാൾലീബിനെറ്റും നാസികളാൽ കൊല്ലപ്പെട്ടത് 1919 ജനുവരി പതിനഞ്ചിനാണ്. അവരുടെ രാഷ്ട്രീയ - പൊതുജീവിതങ്ങൾ എല്ലാവർക്കുമറിയാം. എന്നാൽ, അവരുടെ പാരിസ്ഥിതിക - ആത്മീയ ബോധങ്ങളെപ്പറ്റി ആർക്കുമറിയില്ല. കറ കളഞ്ഞ വിപ്ലവകാരിയായ കമ്മ്യൂണിസ്റ്റിനെന്ത് ആത്മീയത എന്ന് ചോദിക്കുന്നവരുണ്ടാകാം. കാൾ ലീബനെറ്റിന്റെ ഭാര്യയായ റക്ഷ്യയിൽ ജനിച്ച സോഫിയ്ക്കുള്ള റോസയുടെ കത്തുകൾ അവരുടെ ആത്മീയ - പാരിസ്ഥിതിക ബോധത്തിന്റെ പ്രകാശങ്ങളാണ്. ഹെന്റി ഡേവിഡ് തോറോയുടെ വാർഡനിലെത്തിയ പ്രതീതിയാണ് അവരുടെ കത്തുകളിൽ. ജെന്നി ഫാരെല്ലാണ് ഈ കത്തുകൾ പ്രകാശിതമാക്കിയത്. 03/01/2019 ൽ.

ആദ്യത്തെ കത്ത് 1917 മെയ് രണ്ടിനാണ് റോസ എഴുതുന്നത്. രണ്ടുനാളത്തെ സൂര്യപ്രകാശം എന്റെ മനസ്സിനെ ആഹ്ലാദിപ്പിച്ചു. കഴിഞ്ഞ കുറച്ച് ദിവസങ്ങളായി മനസ്സിൽ നീറ്റലുണ്ടായിരുന്നു; എന്നാൽ കാര്യങ്ങൾ വീണ്ടും ഊർജ്ജസ്വലമാകുന്നതായി തോന്നുന്നു. സൂര്യൻ ഇങ്ങിനെത്തന്നെ നിന്നിരുന്നെങ്കിൽ! ഞാൻ പകലേതാണ്ടും പുറത്തുതന്നെയാണ്. കുറ്റിച്ചെടികൾക്കിടയിൽ. പൂന്തോട്ടത്തിന്റെ ഓരോ മുക്കും മൂലയും പരതി. എല്ലാ തരത്തിലുമുള്ള നിധികൾ കണ്ടെത്താൻ. നോക്ക്. ഇന്നലെ, മെയ് ഒന്നിന്, ഞാൻ കണ്ടുമുട്ടി - ആരെയെന്ന് ഊഹിക്കാമോ? തിളങ്ങുന്ന ഒരു ചിത്രശലഭം! എന്റെ ഹൃദയം ആനന്ദത്താൽ തുടിച്ചു. എന്റെ പീതനിറത്തിലുള്ള ജാക്കറ്റിന്റെ കൈ മടക്കിലേക്കത് പറന്നു. പീതവർണ്ണം അതിനെ ആകർഷിച്ചിരിക്കാം. പിന്നീടത് ഭിത്തിയുടെ മുകളിലേയ്ക്കും താഴേയ്ക്കും പറന്നു. മദ്ധ്യാഹ്നശേഷം, വ്യത്യസ്തമായ ഭംഗിയുള്ള മൂന്ന് തൂവലുകൾ ഞാൻ കണ്ടെത്തി. ഒന്ന് കടുംചാരനിറമുള്ളതിന്റെ. മറ്റൊന്ന് ഗാനപ്പറവയുടെ സ്വർണ്ണത്തൂവൽ. മൂന്നാമത്തെത് നൈറ്റിംഗലിന്റെ ചാരം കലർന്നമഞ്ഞകാന്തിയുള്ളത്. ഇവിടെ ധാരാളം നൈറ്റിംഗൽ പക്ഷികളുണ്ട്. ഈസ്റ്റർ ഞായറാഴ്ച അതിരാവിലെയാണ് അതിലാദ്യത്തേതിനെ കേട്ടത്. പിന്നീടെന്നും അത് എന്റെ കൊച്ചുപൂന്തോട്ടത്തിലെ

രജതനിറമുള്ള പോപ്ലോർ മരത്തിലെത്താറുണ്ട്. ഞാനതിന്റെ തൂവലുകൾ മനോഹരമായ കൊച്ചുപെട്ടിയിൽ സൂക്ഷിക്കുന്നു.... ഇന്ന് രാവിലെ ഭിത്തിയ്ക്കുട്ടത്തായി ഒരു പൂമ്പാറ്റ ഒളിച്ചിരിക്കുന്നത് ഞാൻ കണ്ട്പിടിച്ചു. പൂന്തോട്ടത്തിലാകെയുള്ള പൂമ്പാറ്റ! അതിനെ ഗേയ്ഥേ പാടിയെതെങ്ങിനെയെന്നോ!

A violet in the meadow stood
With humble brow, demure and good
It was the sweetest violet.

'...ഞാനെന്താണ് വായിക്കുന്നതെന്നറിയേണ്ടേ? പ്രധാനമായും ശാസ്ത്രപുസ്തകങ്ങൾ. സസ്യങ്ങളുടെയും ജന്തുക്കളുടെയും ഭൂമിശാസ്ത്രം. ഇന്നലെയാണ് ഞാൻ വായിച്ചത് ജർമ്മനിയിൽ നിന്ന് പാട്ടുംപക്ഷികൾ അപ്രത്യക്ഷമാകുന്നതിന്റെ കാരണങ്ങളെക്കുറിച്ച്. വർദ്ദീച്ചുവരുന്ന ശാസ്ത്രീയവനവൽക്കരണം, തോട്ടകൃഷി, കൃഷി പതുക്കെ പതുക്കെ അവയുടെ സ്വാഭാവിക ഭക്ഷണരീതികളും കൂട്ടുകെട്ടലും നശിപ്പിക്കുന്നു.... ഇത് എന്നെ ഏറെ വേദനിപ്പിക്കുന്നു. മനുഷ്യർക്ക് വേണ്ടി അവ ഇനി പാടില്ലയെന്നതല്ല എന്നെ അസ്വസ്ഥമാക്കുന്നത്. നിരാലംബരായ ഈ ചെറുജീവികളുടെ നിശബ്ദമായ മരണമാണ് എന്നെ വേദനിപ്പിക്കുന്നത്. നമുക്കത് തടയാനാവുന്നില്ലല്ലോ.... എന്റെ മനസ്സ് കരയുന്നു.... വടക്കനമേരിക്കയിൽ റെഡ്സ്കിന്നുകളുടെ നശീകരണത്തെപ്പറ്റി പ്രൊഫസർ സിബെർഒരു റഷ്യൻ പുസ്തകത്തിൽ പറഞ്ഞ്ങതാണ് എനിക്ക് ഓർമ്മ വരുന്നത്. പതുക്കെ പതുക്കെ പരിഷ്കൃതർഇവയെ അവയുടെ മണ്ണിൽ നിന്നുംആട്ടിപ്പായിക്കും, അവയെ നിശബ്ദവും ക്രൂരവുമായ ഉന്മൂലനത്തിന് വിധേമാക്കും'.

ജീവികളുടെ നാശത്തെപ്പറ്റിയുള്ള തന്റെ വേദന ഒരിക്കലും സോഷ്യലിസത്തെ വഞ്ചിക്കലല്ലയെന്ന് റോസാരേഖപ്പെടുത്തുന്നു. സോഷ്യലിസത്തിനുവേണ്ടി തെരുവുയുദ്ധത്തിലോ തടവറയിലോ മരിക്കാൻ അവർക്ക് മടിയില്ല. പാപ്പരായ രാഷ്ട്രീയക്കാരെപ്പോലെ പ്രകൃതിയിൽ അഭയം തേടുകയല്ല അവർ. 'എന്റെ ആന്തരിക സ്വത്വം 'സഖാക്കളേക്കാൾ' കൂടുതലായി എന്റെ അടയ്ക്കാ കുരുവികളുടേതാണ്''. ഇതിനോടൊപ്പം റോസ ഒരു ചെറിയ സംഭവം വിശദീകരിക്കുന്നത് അവരുടെ ആന്തരിക പ്രകാശം അനാവ്രതമാക്കുന്നു: 'കഴിഞ്ഞ വസന്തത്തിൽ ഞാൻ വയലുകളിൽ നിന്ന് വീട്ടിലേയ്ക്കുള്ള വഴിയിലൂടെ നടക്കുകയാണ്. ഞാൻ വിജനവും ശാന്തവുമാണ് പാത. മണ്ണിൽ ഉരുണ്ടതെന്തോ കണ്ടു. കുനിഞ്ഞുനോക്കി. ശബ്ദരഹിതമായ ഒരു ദുരന്തം. പുറമടിച്ച് മണ്ണിൽ വീണുകിടക്കുന്ന ഒരു ചാണകച്ചെല്ലി നിസ്സഹായായി വായുവിൽ കാലുകളിളക്കി യാചിക്കുന്നു. ഒരു കൂട്ടം ഉറുമ്പുകൾ അതിനെ വളഞ്ഞ് ജീവനോടെ തിന്നുന്നു! തൂവാലയെടുത്ത് ഞാൻ ഉറുമ്പുകളെ ഓടിച്ചു. പക്ഷേ അവറ്റ വിടുമോ... എനിക്കവയുമായി ഒരു

യുദ്ധം തന്നെ ചെയ്യേണ്ടിവന്നു. ഞാനാ പാവത്തിനെ സ്വതന്ത്രമാക്കി; അതിന്റെ രണ്ട് കാലുകൾ ഉറുമ്പുകൾ ഇതിനകം തിന്ന് തീർത്തിരുന്നു. ഞാനവനെ ഉവാലയെടുത്ത് പുല്ലിലേയ്ക്ക് വിട്ടു... ആത്മപീഡയാൽ ഞാനവിടെ നിന്നും ഓടി.... വളരെയേറെ സന്നിദ്ധാർത്ഥമായ ഒരു പകാരമാണ് അവന് ഞാൻ ചെയ്തുപോയതെന്ന തോന്നലോടെ...'

അതേ കത്തിൽ തന്നെ റോസ രണ്ട് കരിങ്കുയിലുകളെ മഞ്ഞുകാലത്ത് തീറ്റിയതിനെപ്പറ്റി പറയുന്നുണ്ട്. പിന്നീടവ അപ്രത്യക്ഷമായി. സന്ധ്യയിൽ തെരുവിലൂടെ നടന്നുനീങ്ങുന്ന റോസയുടെ ചിത്രമുണ്ട്. പകലിന്റെ മനോഹരമായ വയലറ്റ് രശ്മികൾ വീണു മറയുന്നുണ്ട്. തെരുവിൽ ദരിദ്രരുടെ ജീവിതങ്ങൾ ചലിക്കുന്ന ശബ്ദങ്ങളുണ്ട്. അവർ തുടരുന്നു: 'എന്റെ ചങ്ങാതിമാരായ ചെരുപ്പുകുത്തിയുടെ മക്കൾക്കൊപ്പം ഞാൻ ഇരുട്ടുവോളം തെരുവിൽ കളിക്കും. അവരെ അമ്മമാർ മൂലകളിൽ നിന്ന് വിളിക്കുന്നതുവരെ. ഈ സമയത്ത് വിശ്രമസ്ഥലം കണ്ടെത്താനാവാത്ത ചില കരങ്കലുകൾ മിക്കപ്പോഴും അവിടെയുണ്ടാകാറുണ്ട്. പെട്ടെന്ന്, ഒരു വികൃതിക്കുട്ടി തൊണ്ടകീറിക്കരയുന്നപോലുള്ള ഒച്ചയിട്ട് അവ ശബ്ദത്തോടെ മരത്തിൽ നിന്ന് മരത്തിലേയ്ക്ക് പറക്കും. തെരുവിന്റെ ഒത്തനടുവിൽ ഞാനങ്ങനെ നിന്നുപോകും. പകലും രാത്രിയും കൂടൊരുക്കുന്ന മൂവന്തിയും ശാന്തമായ അന്തരീക്ഷവുംവിട്ട് വീട്ടിലേയ്ക്ക് പോകാൻ മടിച്ച്, ആദ്യമുദിച്ച നക്ഷത്രങ്ങൾ എണ്ണി...'

1917 ഡിസംബർ മദ്ധ്യത്തിൽ വോറിലോ തവറയിൽ നിന്നുള്ള കത്തിൽ റോസ പറയുന്നത് ശ്രദ്ധിക്കുക.... യാതൊരു കാരണവുമില്ലാഞ്ഞിട്ടും റോസ സന്തോഷാവസ്ഥയിലാണ് ഇരുണ്ട മുറിയിലെ പരുപരുത്ത കിടക്കയിൽ കിടന്ന് ഉറക്കം വരാതെ സ്വപ്നങ്ങൾ കാണുകയാണവർ.സിമിത്തേരിയിലെ നിശബ്ദതയാണ് തടവറയ്ക്കുള്ളിൽ. ഒരു ശവക്കല്ലറയ്ക്കുള്ളിലെന്നപ്പോലെ. തടവറയ്ക്കുമുമ്പിൽ രാത്രി മുഴുവൻ എരിയുന്ന വിളക്കുകളുടെ പ്രകാശം ജനലിലൂടെ. അകലെ നിന്ന് തീവണ്ടികളുടെ പ്രകമ്പനം. രാത്രി കാവൽക്കാരുടെ മുറുമുറുപ്പുകൾ... അവരുടെ കാലടികൾക്ക് കീഴിൽ പ്രതീക്ഷാശൂന്യമായ അസ്തിത്വത്തിന്റെ പാഴ്നിലമമരുന്നത് തണുത്തിരുണ്ട രാത്രിയിലൂടെ കേൾക്കാം.

'ഇരുട്ടിന്റെയും വിരസതയുടെയും അസ്വാതന്ത്ര്യത്തിന്റെയും ശിശിരത്തിന്റെയും അനേകം ഞൊറികളുള്ള കറുത്ത മൂടുപടങ്ങൾ മൂടി ഞാൻ ഒറ്റയ്ക്ക് നിശബ്ദതയായി കിടക്കുന്നു. അതേ സമയം പ്രകാശം പരക്കുന്ന പൂത്തുലഞ്ഞ ഒരു പുൽകിടിയിലൂടെ പറഞ്ഞറിയിക്കാനാകാത്ത, അപരിചിതമായ ആന്തരികാനന്ദത്തിൽ ഞാൻ നടക്കുകയാണ്. ഇരുട്ടിൽ ഞാൻ ജീവിതത്തിനെ നോക്കി മന്ദഹസിക്കുന്നു. അതിന്റെ മാന്ത്രികമായ രഹസ്യം എനിക്കറിയാമെന്ന മട്ടിൽ. അത്

സകലമാന തിന്മയെയും ദു:ഖത്തെയുംവെളിച്ചത്തിലെയ്ക്കും സന്തോഷത്തിലേയ്ക്കും പരിവർത്തിക്കുന്നു. ഒപ്പം ഈ ആനന്ദത്തിനുള്ള കാരണം ഞാൻ എന്റെയുള്ളിൽ തിരയുന്നു. ഒന്നും കണ്ടെത്താനാവുന്നില്ല. ഞാൻ വീണ്ടും സ്വയം മന്ദഹസിക്കുന്നു. എന്നെ നോക്കി ചിരിക്കുന്നു. ആ രഹസ്യം ജീവിതമല്ലാതെ മറ്റൊന്നുമല്ലെന്ന് ഞാൻ അറിയുന്നു. രാത്രിയുടെ ആഴമേറിയ ഇരുട്ട് അത്രയ്ക്കും മനോഹരമാണ്; ചിത്രശലഭം പോലെ മൃദുലമാണ്. നാം ശരിയായ വിധത്തിൽ അതിനെ കാണുന്നുവെങ്കിൽ. കാവൽക്കാരുടെ കനത്ത ബൂട്ടുകൾ നനഞ്ഞ മണലിനുമേലുള്ള മഞ്ഞിലമർന്ന് ഞെരിയുമ്പോൾ ജീവിന്റെ മനോഹരമായ ശബ്ദമുയരുന്നു; നമുക്ക് ശരിയായി ശ്രദ്ധിക്കാനായാൽ അത് കേൾക്കാനാവും...'

ഏതൊരു വിപ്ലവകാരിയും ജീവിതത്തിന്റെ അർത്ഥം കണ്ടെത്തുന്നത് പ്രകൃതിയിൽ ലീനമായിരിക്കുന്ന ആത്മീയതയിലാണ്. മനുഷ്യവംശം ഒടുങ്ങാത്ത ആസക്തിക്കൊണ്ട് ആത്മഹത്യ മുനമ്പിലേയ്ക്ക് നീങ്ങിക്കൊണ്ടിരിക്കുന്ന പാരിസ്ഥിതിക ദുരന്തത്തിന്റെ പുതിയ കാലത്ത് റോസാ ലക്സംബർഗിന്റെ കത്തുകൾക്ക് ഏറെ പ്രസക്തിയുണ്ട്. അതിന്റെ ആത്മീയ പ്രകാശനം മാർക്സിസത്തെ പുതിയ രീതിയിൽ വായിക്കാൻ പ്രേരിപ്പിക്കുന്നു. 'MARX AT THE MARGINS : ON NATIONALISM, ETHNICITY and NON- WESTERN SOCIETIES' എന്ന ഗ്രന്ഥത്തിൽകെവിൻ ആൻഡേഴ്സൺ മാർക്സിനെ 'പാരിസ്ഥിതിക ആധുനികതയുടെ സൈദ്ധാന്തിക'നായി വിലയിരുത്തുന്നതായി മഴ്സ്ബൽ രേഖപ്പെടുത്തുന്നു: (ഇക്ണോമിക് ആന്റ് പൊളിറ്റിക്കൽ വീക്കിലി: 26/1/19) റോസാ ലക്സംബർഗിന്റെ കത്തുകൾ അത് ശരിവെയ്ക്കുന്നു. 'എന്നാൽ ലോകം പ്രകൃതി ശാസ്ത്രത്തിനനുസരണമായ മാനവീകതയ്ക്ക് (Naturalistic-humanism) സജ്ജമാണോ? അതോ താൽക്കാലികമായ കിരാതാവസ്ഥയിൽ നിന്ന് ശാശ്വതമായ കിരാതാവസ്ഥയിലേയ്ക്ക് സ്വയം മാറുവാനാണോ നാം ആഗ്രഹിക്കുന്നത്?'

(8/3/19)

ഏക-മാന മനുഷ്യന്റെ മഹാതിരസ്കാരങ്ങൾ

ചുറ്റിനും ചീറിയടിക്കുന്ന ഹിംസയുടെയും വെറുപ്പിന്റെയും തീക്കാറ്റ് ശരീരവും ഹൃദയവും ചുട്ടുപൊള്ളിക്കുന്ന ദിവസങ്ങളിൽ എന്തുചെയ്യണമെന്നറിയാതെ ഞാനുഴലാറുണ്ട്. അങ്ങിനെയൊരു ദിവസം ഉച്ചതിരിഞ്ഞ് നാലുമണിയോടെയാണ്, വാൾഡനെന്ന് പേരിട്ടിട്ടുള്ള പറമ്പിന്റെ തണുപ്പ് നിഴലിക്കുന്ന ഇടങ്ങളിലെത്തിയത്. വേറെയേതോ ലോകത്തിൽ എത്തിപ്പെട്ടപോലെ. പുല്ലിൻതലകൾ കാൽപാദങ്ങളിൽ സ്പർശിക്കുന്നുണ്ട്. ഏകാന്തത എന്നെ പൊതിഞ്ഞു. ഉള്ളിൽ ഊറിക്കൂടി. ചെറിയ തണുപ്പനുഭവപ്പെട്ടു. ഞാനിപ്പോൾ നിൽക്കുന്നത് ഒരു പുളിമരത്തിന്റെ ചുവട്ടിലാണ്. ഞാൻ ജനിക്കുന്നതിനു മുമ്പേ അതവിടെ ഉണ്ടായിരിക്കണം. ഞാൻ ശ്രദ്ധിച്ചിട്ടുണ്ട്. ഒരു പുളിമരമായി. അതിന്റെ കൊമ്പുകളിൽ പലജാതി പക്ഷികളെ കണ്ടിട്ടുണ്ട്.

ഒരിക്കൽ, അതിന്റെ ഉച്ചിയിൽ, കാക്കകളുടെ ശബ്ദമുയരുന്നത് കേട്ട് ഞാൻ ഓടിയെത്തി. ഒരു മൂങ്ങയെ കാക്കകൾ കൊത്തിയോടിക്കുവാനുള്ള ശ്രമത്തിലാണ്. അതിന്റെ കണ്ണുകൾ എന്നെ നോക്കി. കണ്ണടച്ചു. വീണ്ടും മൂങ്ങ മൗനത്തിലായി. പക്ഷേ, കാക്കകൾ മൂങ്ങയുടെ മൗനം അനുവദിച്ചില്ല. നീ മാത്രമങ്ങിനെ മൗനത്തിലിരിക്കുന്നത് ഞങ്ങൾക്കിഷ്ടമല്ല, കാക്കകൾ ശബ്ദിക്കുകയാണ്.

കുറച്ച് നേരത്തിന് ശേഷം കാക്കകൾക്ക് മടുത്തിരിക്കണം. അവ പറന്നകന്നു. മൂങ്ങ വീണ്ടും എന്നെത്തന്നെ നോക്കുകയാണ്. ഇത്തവണ കണ്ണടച്ചത് ഞാനാണ്. അത് മൂങ്ങയ്ക്ക് വല്ലാതെ ഇഷ്ടപ്പെട്ടു. മൂങ്ങ, പുളിമരച്ചില്ലകൾക്കിടയിലൂടെ കോൾപാടങ്ങളുടെ ഭാഗത്തേയ്ക്ക് പറന്നു.

ശേഷം ഇന്നാണ് ഞാൻ പുളിമരം ശ്രദ്ധിക്കുന്നത്. എന്നാൽ, പുളിമരത്തിന് ഒട്ടുമേ പരിഭവമില്ല. ഞാനിവിടെത്തന്നെയുണ്ടായിരുന്നു സ്നേഹിതാ. നിങ്ങൾ ജനിക്കുന്നതിനും മുമ്പ്. എത്രനാൾ

ഇവിടെയുണ്ടാകും എന്ന് പറയാനറിയില്ല. അത് ഒരു വിഷയമല്ല. അതിൽ സന്ദേഹവുമില്ല. ഭീതിയും.

മരണ ഭയം ഒട്ടുമേയില്ല.

പിന്നീട് പുളിമരം എന്നോടുള്ള സ്നേഹത്തിലാകാം ഇലകൾ പൊഴിച്ചു. അല്പാല്പം മഞ്ഞപ്പുള്ള ഇലകൾ, എന്റെ മുടിയിലും താടിയിലും തോളുകളിലും കൈകളിലും കാലുകളിലും വീണു. വരണ്ട് കട്ട വണ്ട ശരീരത്തിൽ തണുത്ത നീർത്തുള്ളികൾ പതിച്ചു. അവ രോമകൂപങ്ങളിലൂടെ രക്തധമനികളിലേയ്ക്കിറങ്ങി.

ഞാൻ പുളിമരത്തെ നോക്കി. ഒരു വൃക്ഷമെന്നാണ് പറയേണ്ടത്. മെല്ലെ നടന്നുചെന്നു. മണ്ണിന് മേലുള്ള വേരുകളിൽ നിന്നു. ഞാനാവൃക്ഷത്തെ കെട്ടിപ്പിടിച്ചു. എന്റെ രണ്ടാം വയസ്സിൽ മരിച്ചുപോയ അനാസക്തനായ മുത്തച്ഛനാണിത്; ഞാൻ പറഞ്ഞു. മുത്തച്ഛന്റെ തൊലി വിണ്ടിട്ടുണ്ട്. വിണ്ടതൊലികൾക്കിടയിലൂടെ ഉറുമ്പുകൾ നദികളായി ഒഴുകുന്നുണ്ട്.

മുത്തച്ഛന്റെ പ്രാകൃതമായ ശ്വാസം എന്റെമേൽ താളത്തിലായി. മുത്തച്ഛന്റെ ഉള്ളിലൂടെയുള്ള ഒഴുക്കിന്റെ ആദിമമായ നേർത്ത ശബ്ദം എന്റെ ശരീരത്തിന്റെ എല്ലാ കാതുകളിലും എത്തി. കോശങ്ങളിൽ നിറഞ്ഞു.

ഇത്രകാലമായിട്ടും ഞാനിവിടെ എത്തിയില്ലല്ലോയെന്നത് എന്നെ ഖിന്നനാക്കുന്നു.

ഞാനെന്നോ നിന്നു!

പ്രേതനഗരത്തിന്റെ വീഥിയിലൂടെ, ഹേ സന്യാസി നിങ്ങൾ എന്താണ് നിൽക്കാത്തത്, ഞാനെത്ര നേരമായി നിങ്ങളുടെ പിന്നാലെ ഓടുന്നു എന്ന് അടുത്ത കൊലയ്ക്ക് കത്തിയുയർത്തിയ അംഗുലീമാലയോട് ഗോതമബുദ്ധൻ സൗമ്യമായി പറഞ്ഞത് ഞാനോർത്തു. സ്നേഹിതാ, ഞാനെത്ര നേരമായി നിൽക്കുന്നു. നിങ്ങളല്ലേ ഓടുന്നത്! വൃക്ഷം എന്നോട് മന്ദഹസിക്കുന്നു.

മുത്തച്ഛനായ വൃക്ഷം പറഞ്ഞു: മകനേ, ഭൂമിയിൽ വൃക്ഷങ്ങളെപ്പോലെ ഏകാന്തതയുടെ ആത്മീയ കുളിർമ്മ അനുഭവിക്കുന്നവരില്ല. ഞങ്ങളുടെ വേരുകൾ മണ്ണിന്റെ അന്തർവനത്തിലുള്ള ചതുപ്പിലെ നീർത്തുള്ളികളിലെത്തുന്നു. അവിടെ മൗനത്തിന്റെ ഭീകര രൂപികളെന്ന് തോന്നിപ്പിക്കുന്ന നിർദ്ദോഷികളായ കാട്ടുപോത്തുകളുണ്ട്. സൂക്ഷ്മരൂപികളായ പ്രാണികളുണ്ട്. നീർത്തുള്ളികൾ ഭൂമിയുടെ ഞരമ്പുകളിലൂടെ കടലിലെത്തുന്നു. കടലാഴങ്ങളിൽ എന്നേക്കാൾ നിശബ്ദരായ പാറകളുണ്ട്. അവയവങ്ങളില്ലാത്ത ഘനീഭവിച്ച മൗനങ്ങൾ. ആ മൗനങ്ങളുടെ ആനന്ദം പറഞ്ഞാൽ പോലും നിനക്ക് മനസ്സിലാവില്ല. നിന്റെ വാക്കുകൾക്ക് ആവാഹിക്കാനാവില്ലത്. നിന്നിലെ ഏഴാം ഇന്ദ്രിയത്തിനേ അത് അനുഭവിക്കാനാവൂ!

ആകാശത്തേയ്ക്കുയർത്തിയ ഈ കൈകളിലൂടെയും ഇലകളെന്ന വിരലുകളിലൂടെയും ഞാൻ പ്രപഞ്ചത്തെ നിത്യവും സ്പർശിക്കുന്നത് നിനക്കറിയാമോ? നക്ഷത്രങ്ങളെയും മേഘങ്ങളെയും മഴവില്ലുകളെയും സ്പർശിക്കുന്ന വിരലുകളുടെ സ്നിഗ്ദ്ധത? പ്രപഞ്ചത്തിന്റെ ആയുസ്സുമായിട്ടാണ് എന്റെ നിരന്തര സംവാദം. ഇക്കഥകൾ ഭൂമിയിലെ ആർക്കെങ്കിലും എഴുതാനാവുമോ? അത്രയ്ക്ക് ബൃഹത്തും സൂക്ഷ്മവുമാണത്. അത് സമയത്തെ അതിലംഘിക്കുന്നു. സ്ഥലങ്ങളുടെ പരിമിതികളെ ഇല്ലാതാക്കുന്നു.

ഭൂമിയിൽ ഞങ്ങളോടൊപ്പം ജലത്തിലും മണ്ണിലുമായി സസ്യങ്ങളുണ്ട്, വള്ളികളുണ്ട്. പുല്ലുകളുണ്ട്. എല്ലാം ഒന്നിനൊന്ന് നിശബ്ദമാണ്. അവയുടെ ഭാഷ മൗനമാണ്.

അവയുമായി നാളീബന്ധമുള്ള പുഴുക്കളും ശലഭങ്ങളും പറവകളും പാമ്പുകളും മൃഗങ്ങളും മൗനത്തെ അവരോളം അറിയുന്നുണ്ടോയെന്ന് സംശയമാണ്. എങ്കിലും അവയുമായി സാമ്യപ്പെടുന്നുണ്ട്.

അതാ, അങ്ങോട്ട് നോക്ക്! വാഴക്കയ്യിന്നടിയിലൂടെ ഇലക്കുടയ്ക്ക് കീഴിലൂടെ നടക്കുന്ന ആ കുറ്റൻ വവ്വാലിനെ കണ്ടോ! ആ വാഴക്കുടപ്പനാണ് അവളുടെ ലക്ഷ്യം.

അവൾ മൗനം അറിയുന്നുണ്ടെങ്കിലും, ചിലപ്പോഴെങ്കിലും, മൗനം മുറിക്കുന്നുണ്ട്. പക്ഷേ, മുറിവുകൾ അടുത്ത നിമിഷം കൂടിച്ചേരുന്നു. ഏതോ മന്ത്രവിദ്യയാൽ. മൗനത്തിന്റെത്തന്നെ മന്ത്രമാവാം.

ഛേദിക്കപ്പെട്ട മൗനം:

മനുഷ്യത്തിലെത്തുമ്പോഴാണ് ഭീകരമായി മൗനം ഛേദിക്കപ്പെടുന്നത്. മാംസക്കഷ്ണങ്ങളായി വെട്ടിമുറിക്കപ്പെടുന്നത്. ചോരയൊഴുക്കപ്പെടുന്നത്. ഇവിടേയ്ക്കാണ് കുമാരനാശാൻ ഏതാണ്ട് ഒരു നൂറ്റാണ്ട് മുമ്പ് നമ്മെ കൊണ്ടുപോയത്. യമുനയിൽ നിന്ന് അല്പം മാറിയുള്ള ഒരു ചുടുകാട്ടിലേയ്ക്ക്.

‘നെടിയശാഖകൾ വിണ്ണിൽ നിവർന്നു മുട്ടിയിലയും
വിടപങ്ങളും ചുരുങ്ങി വികൃതമായി,
നടുവിലങ്ങു നിൽക്കുന്ന വലിയോരശ്വത്ഥം, മൂത്തു
തടികൾ തേഞ്ഞും തൊലികൾ പൊതിഞ്ഞുവീർത്തും
ചടുലദലങ്ങളിലും ശൃംഗഭാഗത്തിലും വെയിൽ
തടവിച്ചുവന്നു കാറ്റിലലി മെല്ലെ,
തടിയനരയാലതു തലയിൽത്തീകാളും നെടും -
ചുടലബ്ഭൂതം കണക്കേ ചലിച്ചു നില്പൂ...’

അതിന്നടിയിൽ അവയവങ്ങൾ ഛേദിക്കപ്പെട്ട് നരകവേദനയനുഭവിക്കുന്ന പിണ്ഡത്തിലേയ്ക്കാണ് നമ്മുടെ കണ്ണുകളെത്തുന്നത്.

‘തുണിത്തുണ്ടിൽ മറയാതെ കാണുന്നു വെളിക്കൊട്ടുവി -
ലണിഞ്ഞ കോലരക്കിൻ ചാറുണങ്ങിപ്പറ്റി

പാടല കോമളമായ പാദതാരും പരം നൃത്ത-
മാടിയയവാർന്ന ചാരു നരിയാണിയും,
കാഞ്ചന കിങ്കിണിയണിത്തളകൾതൻ മൃദുകിന്ന -
ലാഞ്ചനരമ്യമാം പുറവടിയും പൂണ്ട,
താഴമ്പൂമൊട്ടൊത്ത കണങ്കാൽ മുറികളിതാ മുട്ടിൻ
താഴെച്ചോരയൊലിച്ചാർന്ന വേട്ടകളോടും.
അട്ടുത്തു താനതാഹന്ത! മയിലാഞ്ചിയണിഞ്ഞല്പം
ത്തുട്ടുത്തും തന്ത്രികൾ മീട്ടും തഴമ്പുപൂണ്ടും,
മൃദുമിനുസമാം നഖം മിന്നി നന്മണി മോതിര -
മതിചിരമണിഞ്ഞെഴും പാട്ടകൾ തങ്ങി,
കോമളമായ്ത്തുമ്പു കൂർത്ത വിരലേലും കരം കാണ്മൂ
ഹേമപുഷ്പം പോലെ രക്തകുങ്കുമാക്തമായ്
കോൾമയിർക്കൊള്ളുമോർക്കുമ്പോൾ കഠിനമയ്യോ! മുറിച്ചു
ഭൂമിയിലെറിഞ്ഞതാരിപ്പൂവലംഗങ്ങൾ!
....
ഇലയും കുലയുമരിഞ്ഞിടവെട്ടി മുറിച്ചിട്ട
മലവാഴത്തടി പോലെ മലർന്നടിഞ്ഞൂ!' (കരുണ)

ആസക്തിയുടെ ചുടലപ്പറമ്പ്:

വാസവദത്തയുടെ അരിഞ്ഞിട്ട, ചോര വാർന്നൊഴുകുന്ന അവയവങ്ങൾ ജീർണിക്കുന്ന ഒരു വലിയ ചുടലക്കളമാണ് ഇന്ന് നമ്മുടെ കേരളം. അത്യാർത്തിയും ആസക്തിയും അന്ധവിശ്വാസവും അനാചാരങ്ങളും ചതിയും വഞ്ചനയും ഒററുംഹിംസയും ആണ് ചോരയൊഴുകുന്ന നമ്മുടെത്തന്നെ മാംസപിണ്ഡങ്ങൾക്ക് പിന്നിലുള്ളത്. നമ്മുടെ പ്രകൃതിയെ നോക്കിയാലും ഇതേ അവസ്ഥയാണ്. കുന്നും മലയും തോടും കാടും പുഴയും വയലും ഛേദിക്കപ്പെട്ടും മാന്തിപ്പൊളിച്ചും രക്തം വാർന്നൊഴുകുകയാണ്. ബാഹ്യപ്രകൃതി ആന്തരികപ്രകൃതിയുടെ പരിഛേദം തന്നെ! ഈ ദയനീയാവസ്ഥ ഇന്ത്യൻ ഉപഭൂഖണ്ഡത്തിലേയ്ക്ക് വ്യാപിപ്പിക്കുമ്പോൾ, ഇതിനേക്കാൾ ഒട്ടും ആശ്വാസകരമല്ല അവിടമാകെയും.

ക്രൂരകാലത്തിലൂടെയാണ് നാം കടന്നുപോകുന്നത്; ഭൂമിയിൽ മനുഷ്യന്റെ അതിജീവനം പോലും അസാധ്യമാകുമോയെന്ന ആശങ്ക കാലാവസ്ഥ വ്യതിയാനത്തിന്റെ അനന്തരഫലങ്ങൾ അന്വേഷിക്കുന്ന മനുഷ്യസ്നേഹികളായ ശാസ്ത്രജ്ഞർ പങ്ക് വെയ്ക്കുന്നുണ്ട്. ഈ കടുത്ത ആശങ്കയും പിടച്ചിലുമാണ് ഇരുപത്തിനാലുകാരനായ ചൈനീസ് തൊഴിലാളി (ഷെൽസണിലെ ഫോക്സ് കോൺ ഫാക്ടറി) സു ലൂഷി (Xu LIZHI) 'തന്റെ മരണക്കിടക്ക'യിൽ ('ON MY DEATH BED' - 2014) നമ്മോട് പറഞ്ഞത്.

'കടലിനുനേരെ ഒരിക്കൽക്കൂടി നോക്കുവാൻ

ജീവിതപ്പാതിയിൽ നിന്നുള്ള കണ്ണീരിന്റെ വൈപുല്യം കാണുവാൻ
ഞാനാഗ്രഹിക്കുന്നു.
മറ്റൊരു പർവ്വതം കയറുവാൻ
നഷ്ടപ്പെട്ട എന്റെ ആത്മാവ് തിരിച്ചുവിളിക്കാൻ
ഞാനാഗ്രഹിക്കുന്നു.
ആകാശം സ്പർശിക്കുവാൻ
അതിലോലമായ അതിന്റെ നീലാഭ അനുഭവിക്കുവാൻ
ഞാനാഗ്രഹിക്കുന്നു.
പക്ഷേ, ഇവയൊന്നും ചെയ്യാൻ എനിക്ക് കഴിയുന്നില്ല,
അതിനാൽ ഞാനീലോകത്തു നിന്നും വിടവാങ്ങുന്നു.
എന്നെ പരിചയമുള്ളവരാരും
എന്റെ വിടവാങ്ങലിൽ അത്ഭുതപ്പെടരുത്.
നിങ്ങൾ ദുഃഖിക്കുകയോ, നെടുവീർപ്പിടുകയോ പോലും അരുത്...
വന്നപ്പോൾ എനിക്ക് സുഖം,
വിടവാങ്ങുമ്പോഴും സുഖംതന്നെ'.

ജീവിതത്തിന്റെ ഈ പരിപൂർണ്ണ തിരസ്കാരം, ആന്തരികമായ തന്റെ അന്യവൽക്കരണത്തിനുനേരെയുള്ള ഉത്തരാധുനിക മനുഷ്യന്റെ പ്രതിഷേധമാണ്.

ഏകമാന മനുഷ്യൻ:

ഹെർബർട്ട് മാർക്കൂസിന്റെ ക്ലാസിക് കൃതിയായ 'ഏകമാന മനുഷ്യനി'ൽ (ONE - DIMENSIONAL MAN) (1964) അദ്ദേഹം വ്യവസായവൽക്കരണത്തിന്റെ മുൻപന്തിയിലുള്ള സമൂഹങ്ങളിൽ (1950 - 60) പ്രതിഫലിച്ചിരുന്ന മനുഷ്യാവസ്ഥയെപ്പറ്റിയാണ് വ്യാകുലപ്പെട്ടത്. അന്യവൽക്കരണം വ്യക്തികളിൽ അതിന്റെ ഭയാനകമായ നിലയിലെത്തിയിരുന്നു. ആയിരത്തിതൊള്ളായിരത്തി തൊണ്ണൂറിന് ശേഷമുള്ള നവലിബറലിസത്തിന്റെയും സാമ്പത്തിക ഉദാരവൽക്കരണത്തിന്റെയും കാലം മനുഷ്യന്റെ ബോധത്തിലുണ്ടാക്കിയ മാറ്റം മനുഷ്യന്റെ രാഷ്ട്രീയത്തിലും, സംസ്കാരത്തിലും, സാമ്പത്തിക വിനിമയത്തിലും ആത്മീയതയിലും ഭൂകമ്പങ്ങൾ ഉണ്ടാക്കിയിട്ടുണ്ട്. സാങ്കേതികവിദ്യയിലെ നവീനതകൾ, ഡിജിറ്റൽ വിപ്ലവം, നമ്മുടെ നിത്യജീവിതത്തിന്റെ ഓരോ വിനാഴികയിലും ഉണ്ടാക്കിയിട്ടുള്ള വ്യത്യാസങ്ങൾ നമുക്കറിയാം. അമ്പതിനായിരം കോടി രൂപയുടെ ചൈനീസ് മൊബൈലുകളാണ് ഇന്ത്യയിൽ ഇക്കഴിഞ്ഞ വർഷം വിറ്റഴിഞ്ഞത്.

വ്യാജമായ ആവശ്യങ്ങൾ നമ്മുടെ തലച്ചോറിനെയും ഇന്ദ്രിയങ്ങളെയും വളരെ ലാഘവമായി അധിനിവേശപ്പെടുത്തിയിരിക്കുന്നത് നാമറിയുന്നതേയില്ല. ആസക്തികളും, ആഗ്രഹങ്ങളും, രുചികളും, കേൾവികളും,സ്പർശസുഖങ്ങളും, നമ്മിൽ നിറഞ്ഞ് കവിയുന്നു.

വ്യാജമായ ആസക്തികളുടെ പെരുക്കം വൈവിധ്യമായി നാം ആഘോഷിക്കുന്നു. നമ്മുടെ സ്വാതന്ത്ര്യം അതാണെന്ന് ഉദ്ഘോഷിക്കുന്നു. അമ്മാതിരിയുള്ള 'സ്വാതന്ത്ര്യം' നിലനിർത്താൻ ആരുമായും, എന്തുമായും രാജിയാവാൻ നാം ഒരുക്കമാണ്.

ആഗോള മുതലാളിത്ത വ്യവസ്ഥിതിയിലെ മികച്ച സി. ഇ. ഒ. (ചീഫ് എക്സിക്യൂട്ടീവ് ഓഫീസർ) മാരായി മത്സരിക്കാനാണ് ഏത് രാഷ്ട്രീയ വ്യവസ്ഥിതിയുടെയും പ്രസിഡന്റുമാരും പ്രധാനമന്ത്രിമാരും ഇഷ്ടപ്പെടുന്നത്. മാതാധിപത്യമായാലും ഒളിഗാർക്കിയായാലും കമ്മ്യൂണിസമായാലും ജനാധിപത്യമായാലും, പേരുകളിലേ മാറ്റമുള്ളൂ. മാർഗ്ഗവും ലക്ഷ്യവുമെല്ലാം ഒന്നുതന്നെയാണ്. ആസക്തിയുടെ നിർമ്മിതി. കൂടുതൽ കൂടുതൽ ആസക്തികളും ആഗ്രഹങ്ങളും അത്യാർത്തികളും ആവശ്യപ്പെട്ടുകൊണ്ടിരിക്കുന്ന ഒരു യന്ത്രമായി മനുഷ്യൻ മാറുകയാണ്. അതിനായി പ്രകൃതിയുടെ സമ്പത്തെല്ലാം കൊള്ളയടിക്കാം. ആ മത്സരത്തിൽ ഒരു പ്രധാനമന്ത്രിയ്ക്ക് അദ്വാനിയ്ക്കും അംബാനിക്കും വേണ്ടി ഇന്ത്യയിലെ ആദിവാസികൾക്കും ദളിതർക്കും ദരിദ്രനും അവകാശപ്പെട്ട പ്രകൃതി വിഭവങ്ങളെല്ലാം തീറെഴുതി കൊടുക്കാം; അമേരിക്കൻ പ്രസിഡന്റിന് തന്റെ നാട്ടിലെ ധനികർക്കായി തദ്ദേശീയരെയും കറുത്തവരെയും ചൂഷണം ചെയ്യാം. തന്റെ നാട്ടിലേയ്ക്ക് ഒരൊറ്റ അഭയാർത്ഥിയെയും കടത്തിവിടില്ലെന്ന് ശപഥം ചെയ്യാം. അഭയാർത്ഥികളിൽ മുസ്ളീമുണ്ടെങ്കിൽ വിശേഷിച്ചും. അമേരിക്കയുടെ ആസക്തി നിറഞ്ഞ ജീവിത നിലവാരം ഉയർത്താനും, നിലനിർത്താനും, അമേരിക്കയ്ക്ക് പുറത്തുള്ള ഏത് രാജ്യത്തുള്ള മനുഷ്യരെയും പ്രകൃതിയെയും കൊള്ളയടിക്കാൻ വിരോധമില്ല. അതിന് ഏത് തരം നശീകരണായുധങ്ങളും ഉപയോഗിക്കാം.

ആഗോളവൽക്കരണം വളരെ ആസൂത്രിതമായ, സംഘടിതമായ മുതലാളിത്ത നയമാണ്. അതാണ് സാമൂഹ്യ - സാമ്പത്തിക അജണ്ടകൾ രൂപപ്പെടുത്തുന്നത്. ദേശാന്തരകോർപ്പറേറ്റുകളിലൂടെ, ദേശീയ ഭരണകൂടങ്ങളിലൂടെ നടപ്പാക്കുന്നത്. ആഗോള ഭീകരവാദം, കാലാവസ്ഥ വ്യതിയാനം, ആണവായുധങ്ങളുടെ പെരുക്കം, വൻസുരക്ഷിതാ ക്രമീകരണങ്ങൾ, പോലീസ്, പട്ടാളം, ആന്തരിക വികസന ഘടനകൾ, അവയ്ക്കുവേണ്ടി പുതുപുത്തൻ ആശയ രൂപീകരണങ്ങൾ, അവ ഉപഭോക്താക്കളിലെത്തിയ്ക്കാനുള്ള നവീന സാങ്കേതിക ശൃംഖലകൾ, ആവശ്യമായ രാഷ്ട്രീയ ഘടനകൾ, എല്ലാം ഇതിന്റെ ഭാഗങ്ങളാണ്. മത്സരാധിഷ്ഠിതമായ ആസക്തി ജീവിതത്തിനുവേണ്ട 'സ്വാതന്ത്ര്യ'ബോധവും 'ആത്മീയത'യും സൃഷ്ടിക്കപ്പെടുന്നു. 'ആവശ്യമുണ്ടെന്ന് നമ്മെ ബോധ്യപ്പെടുത്തുന്ന അനാവശ്യ വസ്തുക്കൾ കയ്യടക്കാനുള്ള വ്യക്തിയുടെ സ്വാതന്ത്ര്യമാണ്, സ്വാതന്ത്ര്യമായി ആഘോഷിക്കപ്പെടുന്നത്''. വ്യക്തിയുടെ യഥാർത്ഥമായ സ്വത്വപ്രകാശനത്തിനുള്ള

സ്വാതന്ത്ര്യം എപ്പോഴും അടിച്ചമർത്തപ്പെടുന്നു.സർഗ്ഗാത്മക മേഖല യിലായാലും. ഭൗതിക മേഖലയിലായാലും. പ്രധാനമന്ത്രിയെന്ന സി.ഇ.ഒ.യുടെ ലോകത്തിന് വിരുദ്ധമായ, ഒരാശയവും, സിനിമയും വാക്കും, അനുവദിക്കപ്പെടില്ല. മറിച്ചുള്ളവയെല്ലാം രാജ്യദ്രോഹമാണ്. സി.ഇ.ഒ കല്പിക്കുന്ന വികസനത്തിനെതിരായവരെല്ലാം, ആദിവാസികളും ദളിതരും ദരിദ്രരും, വികസന വിരോധികളുമാണ്; രാജ്യദ്രോഹികളാണ്.

ആഗോള മുതലാളിത്ത കാലത്തെ ആത്മീയത:

ആത്മീയതയുടെയും ദൈവവിശ്വാസത്തിന്റെയും മേഖലകളിലും ഈ കടന്നുകയറ്റം കാണാനാവും. ഒരു പുതിയ ആത്മീയത നിർമ്മിക്കപ്പെടുകയാണ്. പുതിയ വിശ്വാസങ്ങൾ. ആചാരങ്ങൾ. അനുഷ്ഠാനങ്ങൾ.അവ നൂറോ നൂറ്റമ്പതോ കൊല്ലം മുമ്പ് സമൂഹം തള്ളിക്കളഞ്ഞതാകാം. അവ പുനരുദ്ധരിക്കപ്പെടുകയാണ്.

ഇന്ന് ആത്മീയത വൻ ആൾക്കൂട്ടങ്ങൾ വാഴ്ത്തിപ്പെടുന്ന ആൾദൈവങ്ങളോടുള്ള ആസക്തി നിറഞ്ഞ ഭക്തിയോ, ആസക്തിയുടെയും അത്യാർത്തിയുടെയും ഫലമായുണ്ടായ നിരാശയും ഭയവും ഉണ്ടാക്കിയ മനോസംഘർഷത്തിൽ നിന്ന് രക്ഷപ്പെടാനുള്ള എസ്കേപ്പിസമോ ആണ്. ആൾ ദൈവങ്ങൾ വൻ പ്രസ്ഥാനങ്ങളായി രാഷ്ട്രീയക്കാരുടെയും അവരുടെ രക്ഷകരായ മുതലാളിത്ത വ്യവസ്ഥതിയുടെയും തണലിൽ കഴിയുന്നവരാണ്. ഇവരെല്ലാം പരസ്പരം പറ്റിത്തിന്ന് ആത്മീയ വ്യവസായവും രാഷ്ട്രീയ വ്യവസായവും നടത്തിപ്പോരുന്നവരാണ്. ആഡംബരവും ആസക്തിയും ആർത്തിയും നിഷേധിച്ച് ജീവിതം വ്യക്തിയുടെയും സമൂഹത്തിന്റെയും യഥാർത്ഥ സ്വാതന്ത്ര്യത്തിനായി സമർപ്പിച്ചവരുടെ പിൻഗാമികളല്ല ഇവർ. ഇവരിൽ നിന്ന് ഒരു രാമാനുജനെയോ മീരയെയോ. സൂർദാസിനെയോ കബീറിനെയോ രാമകൃഷ്ണപരമഹ്സരെയോ രൈദാസിനെയോ ആണ്ടാളിനെയോ അക്കമഹാദേവിയേയോ തുക്കാറാമിനെയോ ബസവേശ്വരയെയോ സൂഫിമാരെയോ വിശുദ്ധ ഫ്രാൻസീസുമാരെയോ കണ്ടെത്തുകയെന്നത് സൂചിക്കുഴയിലൂടെ ഒട്ടകത്തെ കടത്താൻ ശ്രമിക്കുന്നതുപോലെയായിരിക്കും.

ഭക്തിയും വിശ്വാസവും:

നമുക്ക് വിശ്വാസത്തിന്റെയും ഭക്തിയുടെയും വിഷയങ്ങളിലെത്താം. അവയ്ക്ക് ആഗോള മുതലാളിത്തവും അതിന്റെ ശാസ്ത്ര - സാങ്കേതിക (TECHNOLOGY) രൂപങ്ങളും തമ്മിലുള്ള ബന്ധമെന്താണ്? വിശ്വാസത്തിന്റെയും ഭക്തിയുടെയും യഥാർത്ഥ ഭാവങ്ങളെ തമസ്കരിക്കാനാണ് ഭരണകൂടങ്ങൾ ശ്രമിക്കുന്നത്. ഇന്ത്യയുടെ പരമോന്നത നീതി പീഠം ഏത് പ്രായത്തിലുള്ള സ്ത്രീകൾക്കും

ശബരിമലയിൽ ദർശനം നടത്താൻ സ്വാതന്ത്ര്യമുണ്ടെന്ന വിധി പ്രസ്താവിക്കുന്നു. തൊട്ടുപിന്നാലെ ഇന്ത്യയുടെ രാഷ്ട്രീയ കക്ഷികൾ അതിനെതിരെ തെരുവിലിറങ്ങുന്നു. സ്ത്രീകളെ തടയുന്നു. മർദ്ദിക്കുന്നു. ക്ഷേത്രപരിസരങ്ങൾ രക്തക്കളമാക്കാൻ ശ്രമിക്കുന്നു. ഇതെല്ലാം ചെയ്യുന്നത് വിശ്വാസിയുടെ പേരിലാണ്, ഭക്തിയുടെ നാമത്തിലാണ്, ആചാരത്തിനുവേണ്ടിയാണ്.

ആരാണ് സ്ത്രീ? ഏത് പ്രായത്തിലുള്ള പുരുഷനും ശബരിമല ക്ഷേത്രത്തിൽ പ്രവേശിക്കാൻ സ്വാതന്ത്ര്യമുള്ളപ്പോൾ സ്ത്രീയ്ക്കത് അവളുടെ ശരീരത്തിന്റെ വെറും ജൈവീകമായ രാസപ്രക്രിയകളുടെ പേരിൽ നിഷേധിക്കപ്പെടുന്നു. ഭൂമിയിൽ സ്ത്രീയും പുരുഷനും സൃഷ്ടിക്കപ്പെട്ടിട്ടുള്ളത് ഒരേ ജീനുകളും ഡി.എൻ.എയുമൊക്കെക്കൊണ്ടാണ്. പിന്നെയെന്തുകൊണ്ട് സ്ത്രീയ്ക്ക് ഒരു നീതിയും പുരുഷന് മറ്റൊന്നും? ആചാരങ്ങൾ കല്ലുപോലെ ഉറച്ചതാണോ?

ഇതിനുകാരണം, ആഗോള മുതലാളിത്തമെന്ന ആൺകരുത്താണ്. പൗരുഷമാണ്, അതിന്റെ മസിൽ പവർ. ആ മസിൽ പവർ ഉപയോഗിച്ചുള്ള ശാസ്ത്ര - സാങ്കേതിക മാധ്യമങ്ങളിലൂടെ പുരുഷൻ തന്റെ കോയ്മ തുടർന്നും നിലനിർത്താനായി വിശ്വാസത്തിന്റെയും ഭക്തിയുടെയും ആചാരത്തിന്റെയും പേരിൽ, സ്ത്രീകളുടെ സ്വാതന്ത്ര്യത്തെ നിഷേധിക്കുന്നു. ആഗോള മുതലാളിത്തത്തിൽ സ്ത്രീ എന്നും അധിനിവേശപ്പെടേണ്ടതാണ്, അവഹേളിക്കപ്പെടേണ്ടതാണ്, അപമാനിക്കപ്പെടേണ്ടതാണ്. അടിമപ്പെടേണ്ടതാണ്. സ്ത്രീയ്ക്കൊപ്പം അതാത് രാജ്യങ്ങളിലെ അപരർ വേറെയുമുണ്ട്. ഇന്ത്യയിൽ അവർ മുസ്ളീമുകളും ക്രിസ്ത്യാനികളും ആദിവാസികളും ദളിതരും ട്രാൻസ്ജെന്റേഴ്സും എഴുത്തുകാരും ബുദ്ധിജീവികളുമാണ്. ഇസ്ളാം രാജ്യങ്ങളിൽ അവർ അമുസ്ളീമുകളാണ്. ആഗോള മുതലാളിത്തത്തെയും അതിന്റെ ദല്ലാളുമാരായ ഭരണകൂടത്തെയും ചോദ്യം ചെയ്യുന്ന ആരുമാകാം. ആഗോളമുതലാളിത്തത്തിന്റെ സുഘമമായ ചൂഷണമാണ് നമുക്കിടയിൽ വികസനമായി നടപ്പാക്കിക്കൊണ്ടിരിക്കുന്നത്. വൻകിട അണക്കെട്ടുകൾ, നാല്പത്തിയെട്ട് മീറ്റർ പാതകൾ, ആണവനിലയങ്ങൾ, ബുള്ളറ്റ് ട്രെയിനുകൾ, മലിനീകരണം വൻതോതിലുണ്ടാക്കുന്ന വ്യവസായശാലകൾ, ആയുധശേഖരണം, ശത്രുസംഹാരങ്ങൾ തുടങ്ങി എന്തുമാകാം. അതിനെ ചോദ്യം ചെയ്യുന്നവർ വികസനവിരോധികളാണ്, രാജ്യദ്രോഹികളാണ്.

നമ്മുടെ ജനാധിപത്യം, ജനാധിപത്യം നിലനിർത്തുന്ന പാർലിമെന്റ്, അസംബ്ളി, ഗ്രാമസഭകൾ, നീതിന്യായവ്യവസ്ഥ, നിയമവ്യവസ്ഥ, സർവ്വകലാശാലകൾ, മാധ്യമങ്ങൾ, സംസ്കാരിക സ്ഥാപനങ്ങൾ എല്ലാം ആഗോള മുതലാളിത്തം നടപ്പാക്കാൻ പ്രത്യക്ഷമായും പരോക്ഷമായും ഉപയോഗിക്കപ്പെടുന്നു. ചോദ്യങ്ങളില്ല. എല്ലാം 'മൻ കി ബാത്ത്'' ആണ്.

മധു എന്ന ആദിവാസി യുവാവും അനിൽ അംബാനിയും:

മധു എന്ന ആദിവാസി യുവാവിനെ നിങ്ങളും ഞാനുമടങ്ങുന്ന ആൾക്കൂട്ടം തല്ലിക്കൊന്നതെന്തിനെന്ന് നാം ചോദിച്ചിട്ടുണ്ടോ? കറുത്ത് മെലിഞ്ഞ് വിശന്ന് പരവശനായ ആ യുവാവിന്റെ കയ്യിലെ ഒരു പഴയപ്ലാസ്റ്റിക് ബാഗിൽ ഒരു പിടി അരിയുണ്ടായിരുന്നു! അതയാൾ മോഷ്ടിച്ചതാണത്രെ! വിക്ടർ യൂഗോവിന്റെ 'പാവ'ങ്ങളിലോ, ചാൾസ് ഡിക്കൻസിന്റെ 'ടെയിൽ ഓഫ് ടൂ സിറ്റീസി'ലോ മാത്രമേ നമുക്കീ ദാരുണമായ അന്തരീക്ഷം കാണാനാവൂ. വ്യവസായവൽകൃത ലണ്ടൻ നഗരത്തിന്റെ ഇരുണ്ടമുഖമാണ് ഡിക്കൻസ് വരച്ച് കാട്ടുന്നത്. നാം കേരളീയരും ഇന്ത്യക്കാരും എത്തി നിൽക്കുന്നത് സത്യാനന്തര കാലത്തും. വിശപ്പും വിശക്കുന്നവനോടുള്ള വെറുപ്പും വിശക്കുന്നവനെ കാണുമ്പോഴുള്ള ഭീതിയും മാറിയിട്ടില്ല.

പുതിയ ആൾക്കൂട്ടം കോർപ്പറേറ്റ് മുതലാളിത്തത്തിന്റെ സന്തതികളും അതിന്റെ പങ്ക് പറ്റുന്നവരുമാണ്. അവരുടെ മത്സരത്തിൽ ഒരു കാരണവശാലും ഓടിയെത്താൻ കഴിയാത്തവനാണ് മധു. അവന് അങ്ങിനെയൊരു മത്സരം തന്നെ അറിയില്ലായിരുന്നു. മത്സരക്കാരാണ് അവനടങ്ങുന്ന ആദിവാസി സമൂഹത്തിന്റെ മണ്ണും കൃഷിയും ദൈവങ്ങളും തട്ടിയെടുത്തത്. അവനൊന്നുമില്ലാതായപ്പോൾ, ബഹിഷ്കൃതനായപ്പോൾ, വല്ലപ്പോഴുമേ ആകസ്മികമായി മത്സരക്കാരുടെ ഇടയിലേയ്ക്ക് അവൻ വന്നുള്ളൂ. വേട്ടമൃഗങ്ങൾക്കിടയിലേയ്ക്ക് പശിയടക്കാൻ എന്തെങ്കിലും തേടിയെത്തുന്ന ഒരു സാധു. അവരവനെ വളഞ്ഞിട്ട് തല്ലി. നിയമവ്യവസ്ഥയുടെ ആളുകൾ നോക്കി നിന്നു. അവരവനെ തല്ലുക മാത്രമല്ല, അതിന്റെ ദൃശ്യങ്ങൾ ആഗോള മുതലാളിത്തത്തിന്റെ സാങ്കേതിക വിദ്യയിലൂടെ അവരുടെ മത്സരക്കളങ്ങളിലേയ്ക്ക് അയച്ചു. വൈറലാക്കി.

മധു ഒരു ഇന്ത്യൻ പൗരനാണ്. ഡോ. ബി. ആർ. അംബേദ്കറും മറ്റ് സാമൂഹ്യ-നിയമ വിദഗ്ധരും ചേർന്ന് നിർമ്മിച്ച ഇന്ത്യൻ റിപ്പബ്ളിക്കിന്റെ ഭരണഘടന ഒരു പൗരനായി ജീവിക്കാനുള്ള എല്ലാ അവകാശങ്ങളും മധുവിന് നൽകുന്നുണ്ട്. അവൻ അടങ്ങുന്ന ആദിവാസി ഊരുകൾക്ക് സ്വയംഭരണാവകാശവും. പക്ഷേ, അവനെ തല്ലിക്കൊല്ലുന്നവർ ഒരു പൗരനായിട്ടോ, മനുഷ്യനായിട്ടോ, ഇങ്ങേയറ്റം, വളർത്തുമൃഗമായിട്ടോ പരിഗണിച്ചില്ല അവനെ. അവർ ഇന്ത്യൻ ഭരണഘടനയുടെ നേരെ കാർക്കിച്ച് തുപ്പി. ഭരണഘടന ഞങ്ങൾക്ക് ഒരു പ്രശ്നമേയല്ലെന്ന് അവർ അലറുകയായിരുന്നു. ഇതേ അലർച്ചകൾ, ഭരണഘടന അനുശാസിക്കുന്ന ഓരോ നിയമവും, ഭരണഘടന ഉയർത്തിപ്പിടിക്കുന്ന സുപ്രീം കോടതിയുടെ ഓരോ വിധിയും വെല്ലുവിളിച്ചുകൊണ്ട് തെരുവിലൂടെ നീങ്ങുന്നവരിൽ നിന്ന് നാം കേൾക്കാറുണ്ട്. അവരിൽ ഭരിക്കുന്നവരുണ്ട്, ഇന്നലെ ഭരിച്ചവരുണ്ട്, അധികാരം

തേടുന്ന എല്ലാവരുമുണ്ട്. 1992-1993 ൽ (ജനുവരി) ബാബറി മസ്ജിദ് തകർക്കപ്പെട്ട ശേഷമുണ്ടായ ബോംബെ കലാപങ്ങളിൽ, ശിവസേന യുടെ ബാൽതാക്കറെയെ വർഗീയ സംഘർഷങ്ങൾക്ക് ആഹ്വാനം നൽകിയതിന്റെ പേരിൽ ശ്രീകൃഷ്ണ കമ്മീഷൻ കുറ്റാരോപിതനാക്കു കയുണ്ടായി. അന്ന് കോൺഗ്രസ്സാണ് മഹാരാഷ്ട്ര ഭരിച്ചിരുന്നത്. ബാൽതാക്കരയെ അറസ്റ്റ് ചെയ്യാനുള്ള രാഷ്ട്രീയ ശക്തി ഭരണഘടന ശക്തമായി ഉണച്ചിട്ടും കോൺഗ്രസ്സിനുണ്ടായിരുന്നില്ല. താക്കരെയാ കട്ടെ ഭരണഘടനയെ പുച്ഛിച്ച് തള്ളുകയാണുണ്ടായത്. അദ്ദേഹം ഇന്ത്യൻ ഭരണഘടനയെ വില വെച്ചതേയില്ല. നമുക്കറിയാം കേരളം ഭരിക്കുന്ന മാർകിസ്റ്റുപാർട്ടിയും തങ്ങളെ അലോസരപ്പെടുത്തുന്ന സന്ദർഭങ്ങളിൽ കോടതിയെയും ഭരണഘടനയെയും ഉപേക്ഷിക്കും; ആവശ്യമുള്ളപ്പോൾ കോടതിയെയും ഭരണഘടനയെയും ഉയർത്തി പ്പിടിക്കും. ഇന്ത്യയിലെ ഒരു രാഷ്ട്രീയ കക്ഷിയും ഇതിനപവാദമല്ല.

സാധാരണക്കാരായ നമ്മളും കോടതി നിയമങ്ങളോ ഭരണഘ ടനയുടെ അനുഛേദങ്ങളോ അനുസരിക്കാറില്ല. ബസ്സിൽ മുതിർന്ന പൗരന്മാർക്കും സ്ത്രീകൾക്കും അവർക്കർഹമായ സീറ്റുകൾ നൽകാ നുള്ള പൗരധർമ്മം നാം കാണിക്കാറില്ല. യുവാക്കൾ ചെവികളിൽ ബട്ടണുകൾ തിരുകി പാട്ടുകേൾക്കുകയോ മൊബൈലിൽ തോണ്ടി അയഥാർത്ഥ ലോകത്തോട് സംസാരിക്കുകയോ ചെയ്യും. യഥാർത്ഥ ലോകത്തിലെ പൗരധർമ്മം അവർക്കന്യമാണ്. നഗരങ്ങളിൽ സീബ്ര വരകളിൽ വാഹനങ്ങൾ നിർത്തില്ല. ട്രാഫിക് നിയമങ്ങൾ പാലിക്കാറില്ല. നേരെചൊവ്വെ നടക്കാവുന്ന കാര്യങ്ങൾക്കുപോലും ശുപാർശയും കൈക്കോഴയുമായി നടക്കും. ആസ്പത്രികളിൽ പോലും ക്യൂ പാലിക്കില്ല. കയ്യൂക്കാണ് അവിടെ നിയമം. തെരുവുകളിലേയ്ക്ക് സ്വന്തം മാലിന്യം വലിച്ചെറിയും. ജലസ്രോതസ്സുകൾ മലിനമാക്കും. മറ്റുള്ളവരുടെ കണ്ണിൽ പെടില്ലെന്നു കണ്ടാൽ ഏത് നിയമവും തെറ്റി ക്കാൻ നമുക്ക് മടിയില്ല.

മധുവിനെ തല്ലിക്കൊന്നവരും കൂട്ടുനിന്ന വ്യവസ്ഥിതിയും ഓർത്തിട്ടുണ്ടാകുമോ അനിൽ അംബാനിയെപ്പോലെ ഒരു ഇന്ത്യൻ പൗരനാണ് മധുവെന്ന്. മധുവിന് ജീവിക്കാനുള്ള അവകാശത്തെ നമ്മൾ നിഷേധിച്ചു. വിമാന നിർമ്മാണത്തിൽ യാതൊരു മുൻപ രിചയവുമില്ലാത്ത അനിൽ അംബാനിയെ 51000 കോടി രൂപയുടെ റഫേൽ വിമാനക്കരാറിൽ ഇന്ത്യൻ ഇടനിലക്കാരനാക്കാൻ നമ്മുടെ ഭരണക്കൂടത്തിന് യാതൊരു ലജ്ജയുമുണ്ടായില്ല. അനിൽ അംബാ നിയെപ്പോലെ ഇ ന്ത്യൻ പൗരത്വമുള്ള മധുവിന് ഒരു പിടി അരി നൽകാൻ നമുക്കായില്ല. നാമയാളെ അതിന്റെ പേരിൽ മർദ്ദിച്ച് കൊന്നു. അനിൽ അംബാനിമാരും മുകേഷ് അംബാനിമാരും ചേർന്ന് മധുവിനടക്കമുള്ള ജീവിക്കാനുള്ള സ്വത്തും അവകാശങ്ങളും കവർച്ച

ചെയ്യുമ്പോൾ, നാം അവർക്കുവേണ്ടി ഭരണഘടനയുടെ നിയമങ്ങൾ കാറ്റിൽ പറത്തി. നമ്മുടെ പ്രധാനമന്ത്രിമാർ അവർക്കു ചൂഷണത്തിനായി എന്തും ചെയ്യുമെന്നറിഞ്ഞിട്ടും നമ്മൾ അതേ ആളുകളെത്തന്നെ നമ്മുടെ പ്രധാനമന്ത്രിമാരാക്കി! ഒരു നിമിഷമെങ്കിലും നാം ഓർത്തിട്ടുണ്ടോ, മധുവും അനിൽ അംബാനിയും ഇന്ത്യയിലെ പൗരന്മാരാണ്. ഭരണഘടന രണ്ടുപേർക്കും തുല്യമാണ്. മധുവിന്റെ ആസ്തിയെത്ര? അനിൽ അംബാനിയുടെ ആസ്തിയെത്ര? ഈ അന്തരം എത്രകോടി പൂജ്യങ്ങളിട്ടാണ് നമുക്ക് പരിഹരിക്കാനാവുക?

സ്ഥലകാലങ്ങളറിയാത്ത ഭരണാധികാരികൾ:

നമ്മുടെ ഭരണാധികാരികൾ കാലത്തെയും സ്ഥലത്തെയും സങ്കോചിപ്പിക്കുന്നു. എന്നിട്ട് അതിനുള്ളിൽ കുടുങ്ങിക്കിടക്കുന്നു. അതുകൊണ്ടാണവർക്ക് ഒരു തെരഞ്ഞെടുപ്പിനപ്പുറം ചിന്തിക്കാനാവാത്തത്. ഒരു ചെറിയ ദേശത്തിനപ്പുറം സ്വപ്നം കാണാനാവാത്തത്. സങ്കുചിതമായ ദേശസ്നേഹത്തിലും മതവീര്യത്തിലും ജാത്യാചാരത്തിലും കുരുങ്ങിപ്പോകുന്നവരുടെ ചക്രവാളങ്ങൾ അവരുടെ ഉയരത്തോളമേയുള്ളൂ. അവരുടെ നെഞ്ചളവോളമേ അവരുടെ സ്ഥലക്കാഴ്ചയുള്ളൂ. വരാനിരിക്കുന്ന തലമുറകളും ഭൂമിയുടെ ആരോഗ്യവും അതിജീവനവും അവരുടെ തലച്ചോറിലേയ്ക്ക് കടന്നുവരുന്നതേയില്ല. പ്രപഞ്ചസത്യത്തെപ്പറ്റി അവർക്ക് അറിയുകയേയില്ല. രബീന്ദ്രനാഥ ടാഗോറും ഗാന്ധിയും നെഹ്റുവും സഞ്ചരിച്ച വഴികൾ ഇവർ തിരിഞ്ഞു നോക്കാറില്ല. അടിച്ചമർത്തപ്പെട്ടവർക്കുവേണ്ടി അംബേദ്കർ അനുഭവിച്ച നീറ്റൽ ഇവരെ അലട്ടുന്നുപോലുമില്ല. അറുന്നൂറടി ഉയരത്തിൽ മൂവായിരം കോടി രൂപ ചെലവ് ചെയ്ത് സർദാർ സരോവർ അണക്കെട്ടിൽ സർദാർ വല്ലഭായ് പട്ടേലിന്റെ ഉരുക്ക് പ്രതിമ സ്ഥാപിക്കുന്നത് അദ്ദേഹത്തോടുള്ള ആദരവായി ഇവർ സ്വയം അഹങ്കരിക്കുന്നു. അതിലൂടെ എന്നെന്നേയ്ക്കുമായി നഷ്ടപ്പെടുന്ന ആദിവാസി ഗ്രാമങ്ങളെപ്പറ്റിയോ അവരുടെ ജീവിതത്തെപ്പറ്റിയോ ചിന്തിക്കാൻ പോലും ഇവർക്കാവുന്നില്ല. 550 നാട്ടുരാജ്യങ്ങളെ ഒന്നിപ്പിച്ച ഒരു മനുഷ്യനെ വാഴ്ത്തിപ്പാടാനായി ഇന്ത്യക്കാരെ ആദിവാസിയും നഗരവാസിയും, ദരിദ്രനും ധനികനും മധുവും അംബാനിയും, ഹിന്ദുവും മുസ്ലീമും ഒക്കെയായി ആ വലിയ മനുഷ്യൻ ഉയർത്തിപ്പിടിച്ച ജനാധിപത്യ സ്ഥാപനങ്ങളെ അപമാനിക്കുന്നു. സ്ഥലകാലങ്ങളെ അറിഞ്ഞ പ്രപഞ്ചസത്യം അറിയാൻ ശ്രമിക്കുന്ന ഒരു ഭരണാധികാരിക്കും അറുന്നൂറടി ഉരുക്ക് പ്രതിമയിൽ ഒരു രാജ്യത്തിനും ജനതയ്ക്കും വേണ്ടി അഭിമാനം കൊള്ളാനാവില്ല. നാമീ അഹങ്കാരം കാണിക്കുന്നത് പട്ടിണിയിൽ സബ് സഹാറൻ രാജ്യങ്ങളേക്കാൾ നാം പിന്നിൽ നിൽക്കുമ്പോഴാണ്. അത്താഴപ്പട്ടിണിയുമായി രാത്രി ഉറങ്ങേണ്ടി വരുന്ന ഏറ്റവും കൂടുതൽ കുഞ്ഞുങ്ങൾ നമ്മുടെ നാട്ടിലാണ്. പോഷകാഹാരക്കുറവ് കൊണ്ട് ഏറ്റവുമധികം

കുഞ്ഞുങ്ങൾക്ക് വളർച്ച മുരടിക്കുന്നത് ഇന്ത്യയിലാണ്. തെക്കേഷ്യയിലെ മറ്റേതൊരു രാജ്യത്തേക്കാളും അമ്മമാർ പ്രസവത്തിൽ മരിക്കുന്നതിവിടെയാണ്. ലോകത്ത് ഏറ്റവും കൂടുതൽ കുട്ടികൾ ചെറിയ ക്ലാസ്സുകളിൽ തന്നെ പഠനമുപേക്ഷിക്കാൻ നിർബ്ബന്ധിതമാകുന്നത് ഇന്ത്യയിലാണ്. ബാലവേലയിൽ ഇന്ത്യയാണ് മുന്നിൽ. രണ്ടുലക്ഷത്തോളം ദളിതർ ഇന്നും അന്യന്റെ മലം ചുമന്ന് ജീവിതം ഹോമിക്കുന്നു. 182 മീറ്റർ ഉരുക്ക് പ്രതിമയ്ക്കുള്ളിൽ ശ്വാസം മുട്ടുന്ന സർദാർ വല്ലഭായ് പട്ടേലെന്ന ചെറിയ 'വലിയ' മനുഷ്യന്റെ ആത്മാവ് ഇതിന് മാപ്പ് നൽകുമോ? ഗാന്ധിയൻ ലാളിത്യവും വിനയവുമായിരുന്നു ഈ മനുഷ്യന്റെ മുഖമുദ്ര. വലിയവനാകാനല്ല കർഷകർക്കൊപ്പം ചെറിയവനാകാനായിരുന്നു അദ്ദേഹം ആഗ്രഹിച്ചിരുന്നത്. പ്രതിമയ്ക്ക് ചെലവിട്ട മൂവ്വായിരം കോടി രൂപ നർമ്മ അണക്കെട്ടിനാൽ നിഷ്ക്കാസിതരായ ആദിവാസികളെ പുനരധിവസിപ്പിക്കാനോ ഗുജറാത്തിലും ഒറീസ്സയിലും സാധാരണക്കാർക്കുവേണ്ടി പ്രാഥമികാരോഗ്യ കേന്ദ്രങ്ങൾ നിർമ്മിക്കുന്നതിനോ ആത്മഹത്യ ചെയ്യുന്ന കർഷകന് ആശ്വാസം നൽകാനോ വിനിയോഗിച്ചിരുന്നെങ്കിൽ, അദ്ദേഹം സന്തോഷിക്കുമായിരുന്നു. എന്ത് ചെയ്യാം, ആഗോള മുതലാളിത്തം ആവശ്യപ്പെടുന്നത് ആസക്തിയുടെ കെട്ടിയുയർത്തുന്ന ഉയരങ്ങളാണ്. മനുഷ്യന്റെ ചോരയ്ക്കും മാംസത്തിനും നഷ്ടപ്പെടുന്ന ആത്മാവിനും ഒരു വിലയുമില്ല.

ഇപ്പോഴത്തെ നമ്മുടെ ഭരണാധികാരികൾ മാന്ത്രികരെപ്പോലെയാണ്. ആൾക്കൂട്ടങ്ങൾക്ക് മുമ്പിലെ ഉയർന്ന സ്റ്റെയിജിൽ നിന്നവർ തങ്ങളുടെ തൊപ്പികളിൽ നിന്ന് മന്ത്രവടി കൊണ്ട് അൽഭുതങ്ങൾ കാട്ടുന്നു. ആസക്തികളിൽ കണ്ണ് മഞ്ഞളിച്ച ജനം അത് സത്യമാണെന്ന് കരുതി തിരിച്ച് പോകുന്നു. മന്ത്രവടിയാൽ സൃഷ്ടിച്ചവയെല്ലാം വ്യാജമാണെന്ന്, നുണകളാണെന്ന്, അവർ മനസ്സിലാക്കുന്നതേയില്ല.

ഉപഗുപ്തന്റെ മൊഴി:

വാസവദത്തയുടെ ചോരയൊലിക്കുന്ന കബന്ധങ്ങൾ ചുടുകാട്ടിൽത്തന്നെയാണ്. വാസവദത്തയെന്ന മാംസപിണ്ഡം മരണശ്വാസം വലിയ്ക്കുകയാണ്. അത് നിങ്ങളും ഞാനുമാണ്. നമ്മുടെ ഈ ദേശമാണ്. ഈ ഭൂമിയാണ്. നമ്മുടെ കാലവുമാണ്.

'ഭാനുമാനിൽ നിന്ന് കാറ്റിൽ കടപൊട്ടിപ്പറന്നെത്തും കതിരുപോലെ' ഒരു ഉപഗുപ്തൻ നമ്മുടെ ഈ ചുടുകാട്ടിലേയ്ക്ക് സ്ഥലകാലങ്ങളുടെ പരിമിതികൾ അധഃകരിച്ച് വന്നെത്തുമെന്ന പ്രതീക്ഷ നമുക്ക് കൈവിടാനാവില്ല.

ആഗോള മുതലാളിത്തം അതിന്റെ ബഹുദാഖ്യാനങ്ങൾ ക്രൂരമായി നടത്തിക്കൊണ്ടിരിക്കുമ്പോൾ, അതിനെ ക്രിയാത്മകമായി പ്രതിരോധിക്കുന്ന വ്യക്തികളും മുന്നേറ്റങ്ങളും ലോകത്തിന്റെ അനേകം പ്രദേശങ്ങളിൽ സജീവമാണ്. സു ലിഷി എന്ന ചൈനീസ് തൊഴിലാളിയുടെ

'മരണക്കിടക്ക'യിലെ വിടവാങ്ങലിൽ, തിരസ്കാരത്തിന്റെ ഋണാത്മ കതയ്ക്കൊപ്പം തന്നെ സചേതനമായ ക്രിയയുടെ ഊർജ്ജമുണ്ട്. നഷ്ടപ്പെട്ട ആത്മാവ് വീണ്ടെടുക്കാനുള്ള ധ്വനിയുണ്ട്. വാസവദത്ത അത് കൃത്യമായും, സ്ഥലകാലങ്ങൾക്കപ്പുറെ ചുടുകാട്ടിൽ മരണാസന്ന യായി കിടന്നുകൊണ്ട് വർത്തമാനകാലത്തെ നമ്മളോടും, ഭാവിയിൽ ഭൂമിയിലധിവസിക്കാനുള്ള മനുഷ്യനടക്കമുള്ള ജീവജാലങ്ങളോടും നിറഞ്ഞ മൗനത്തിലൂടെ സൂചിപ്പിക്കുന്നുണ്ട്.

കുമാരനാശാൻ പാടുന്നിതങ്ങനെയാണ്:

'രക്തമെല്ലാം ഒഴികിപ്പോയ്, ക്ഷയിച്ച ശക്തി; സിരകൾ
രിക്തമായി; പ്രാണപാശമറുമാറായി;
അക്കിടപ്പിലുമവളാ യുവമുനിയെ വീക്ഷിപ്പാൻ
പൊക്കിടുന്നു തല, രാഗവൈഭവം കണ്ടോ!'

ആസക്തിയൊഴിഞ്ഞ് നിർമ്മലമായ അവളുടെ ഹൃദയത്തിലേയ്ക്ക് നോക്കി അനുകമ്പയോടെ ഉപഗുപ്തൻ മൊഴിയുകയാണ്:

'ഇല്ല, ഞാൻ താമസിച്ചുപോയില്ലെടോ സരളശിലേ -
യല്ലൽ നീയിന്നെന്നെച്ചൊല്ലിയാർന്നിടായ്കെടോ,
ശോഭനകാലങ്ങളിൽ നീ ഗമ്യയായില്ലെനിക്കു, നിൻ
സൗഭഗത്തിൽ മോഹമാർന്ന സുഹൃത്തല്ല ഞാൻ.
....
ദയനീയം, നീയിയന്ന ധനദാഹവും സൗന്ദര്യ -
സ്മയവും ഹാ! മുഗ്ദ്ധേ, നിന്നെ വഞ്ചിച്ചായല്ലോ!
അതിചപലമീയന്തഃകരണം ലോകഭോഗങ്ങൾ
പ്രതിനവരസങ്ങളാൽ ഭൂരിശക്തികൾ,
ഗതിയെന്തു ജന്തുക്കൾക്ക് - രതിരോഷമോഹങ്ങളാൽ
ജിതലോകമാമവിദ്യ ജയിച്ചീടുന്നു.
....
ചോരനപഹരിക്കാത്ത ശാശ്വതശാന്തിധനവും
മാരനെയ്താൽ മുറിയാത്ത മനശ്ശോഭയും.
കരയായ്ക ഭഗിനീ, നീ കളക ഭീരുത, ശാന്തി
വരും, നിന്റെ വാർ നെറുക ഞാൻ തലോടുവൻ'...

ഭീരുത്വം വെടിഞ്ഞ് അഹിംസയിലൂടെ വ്യക്തിയുടെയും സമൂ ഹത്തിന്റെയും ഭൂമിയുടെയും ശാശ്വത ശാന്തിയ്ക്കായി മുന്നേറാനുള്ള ക്രിയാമന്ത്രമാണ് തഥാഗതന്റെ ശിഷ്യൻ അടുത്തനിമിഷം മരണ ത്തിലേയ്ക്ക് നീങ്ങുമെന്നുറപ്പുള്ള വാസവദത്തയോട് മൊഴിയുന്നത്. ആ മൊഴി നമുക്കും കൂടിയാണ്. വരാനിരിക്കുന്ന മനുഷ്യനും. കാലത്തിനും. തൃഷ്ണയാണ് ദുഃഖം. ആസക്തിയും അധികാരവും ആർത്തിയും തൃഷ്ണയാണ്. തൃഷ്ണയാണ് മനുഷ്യനെയും ഭൂമിയെയും കബന്ധങ്ങളാ ക്കി ഛേദിക്കുന്നത്.

സർഗ്ഗാത്മക പ്രതിരോധങ്ങൾ:

ുത്തുക്കുടിയിൽ സ്റ്റാർലൈറ്റ് ചെമ്പ് സംസ്കരണശാലയുടെ വിഷക്കാറ്റിനെതിരെ അഹിംസാത്മകമായി പ്രതിരോധിച്ച് കൊല്ലപ്പെട്ട സഹോദരീസഹോദരന്മാർ കാലത്തിലൂടെ തുടർന്നുവരുന്ന മുന്നേറ്റത്തിന്റെ ഭാഗമാണ്. പ്ലാച്ചിമടയിൽ കൊക്കോ കോള കമ്പനിയ്ക്കെതിരെ നാമിത് കണ്ടതാണ്. കാസർഗോഡ് എൻഡോസൾഫാൻ വിഷത്തിനെതിരെ അമ്മമാരും കുഞ്ഞുങ്ങളും നടത്തുന്ന ജീവന്മരണസമരം; പശ്ചിമഘട്ടത്തിലെ പാറകൾ പൊട്ടിയ്ക്കുന്നതിനെതിരെ; കീഴാറ്റൂരിൽ നെൽവയലുകൾ അന്യാധീനപ്പെടുത്തുന്നതിനെതിരെ; ജീവിക്കാനായി അട്ടപ്പാടിയിലും വയനാട്ടിലും ആദിവാസികൾ ഏർപ്പെട്ടിരിക്കുന്ന അതിജീവനത്തിന്റെ ബദ്ധപ്പാടുകൾ, നർമദയിൽ, നിയാമഗിരിക്കുന്നുകളിൽ, ...കേരളത്തിലും ഇന്ത്യയുടെ വിവിധഭാഗങ്ങളിലും ആഗോളമുതലാളിത്തത്തിന്റെ കൊടിയ ആർത്തിക്കെതിരെ പ്രതിരോധങ്ങൾ ഉയർന്നുവരുന്നുണ്ട്. ചിലപ്പോഴത് മതാധിഷ്ഠിത ഭരണക്കൂടങ്ങൾക്കെതിരായിട്ടാവാം. ജനാധിപത്യ ധ്വംസനങ്ങളുടെ നേരെയാവാം. ജനിച്ച മണ്ണിൽ നിന്ന് കടപുഴക്കിയെറിയപ്പെട്ടവരുടെ രോദനങ്ങളിൽ നിന്നുള്ള അഗ്നിയാവാം. വംശീയ ഹത്യകളിൽ കൊല്ലപ്പെട്ടവരുടെ നിലവിളിയാവാം. ആത്മാവിഷ്ക്കാര സ്വാതന്ത്ര്യനായുള്ള എഴുത്തുകാരന്റെ പേനയിൽ നിന്നുള്ള വാക്കുകളാവാം.... ഹെർബർട്ട് മാർക്ക്യൂസ് രേഖപ്പെടുത്തിയതുപോലെ 'The Great Refusal takes a Variety of Forms (പുറം 17,18,19 - Economic & Political Weekly- 07-01-2017)

ആത്മീയ വിപ്ലവം:

ഇത് വ്യക്തിതലത്തിലും സംഭവിച്ചുകൊണ്ടിരിക്കുകയാണ്. രക്തരൂക്ഷിത വിപ്ലവങ്ങളായിട്ടല്ല. (REVOLUTIONS) ചോര, ഇനിയും ചോര, കുറെക്കൂടി ചോര എന്നാണ് വിപ്ലവത്തിന്റെ ആവർത്തന ഗണിതങ്ങൾ. ക്രൂരതയാണ് അതിന്റെ വയറ്റാട്ടി. ഭൂമിയിലെ എല്ലാ രക്തരൂക്ഷിതവിപ്ലവങ്ങളുടെയും ബാക്കി പത്രങ്ങളിൽ നമുക്കിത് വായിക്കാം.

ആത്മീയ വിപ്ലവത്തിൽ (REBELLION) രക്തച്ചൊരിച്ചിലില്ല. അത് സമൂഹത്തിനെതിരല്ല. സമൂഹം മരിച്ചു. പുതിയൊരു മനുഷ്യന് ജന്മം നൽകാൻ അതിനു കഴിയില്ല എന്ന ധിഷണയിൽ നിന്നാണ് അത് ഉയിരെടുക്കുന്നത്. ആഗോള ആത്മഹത്യയുടെ വക്കിലെത്തിയ സമൂഹത്തിനിനി ഒന്നും ചെയ്യാനാവില്ലയെന്ന തിരിച്ചറിവിലാണത് രൂപം കൊള്ളുന്നത്. കോപമല്ല അതാവശ്യപ്പെടുന്നത്. കരുണയാണ്. (പുറം:9,10,11: OSHO: LIVING ON YOUR OWN TERMS) മനുഷ്യബോധത്തിലാണ് ആ വിപ്ലവം നാമ്പിടുന്നത്.

ഈ വിപ്ലവത്തിൽ ക്രിയ മാത്രമേയുള്ളൂ. പ്രതിക്രിയ ഇല്ല. ഇവർക്കൊന്നിച്ച് കൂടാം. ഒരു സംഘടനയുമില്ലാതെ. അധികാര ശ്രേണികളില്ലാതെ. ബുദ്ധമണ്ഡലത്തിലേയ്ക്ക് ഉണരാം. സൂര്യോദയത്തിന്റെ അന്വേഷകരാണവർ.

വൃക്ഷച്ചുവട്ടിൽ ഞാൻ:

പുളിമരച്ചുവട്ടിൽ തിരിച്ചെത്തി ഞാൻ. അങ്ങിനെയല്ല പറയേണ്ടത്. കാരണം, ഇന്നേരമത്രയും പുളിമരച്ചുവട്ടിൽ തന്നെയായിരുന്നു. എവിടേയ്ക്കും പോയിരുന്നില്ല. എന്റെ മനസ്സാണ് വ്യാപരിച്ചിരുന്നത്, പല ദേശങ്ങളിലേയ്ക്കും, കാലങ്ങളിലേയ്ക്കും. വ്യക്തികളിലേയ്ക്കും. സംഭവങ്ങളിലേയ്ക്കും.

മുത്തച്ഛന്റെ കുളിർമ്മയിൽ ഞാൻ ആണ്ടിരിയ്ക്കേ, മുത്തച്ഛന്റെ വ്യക്തമായ ശബ്ദം കേട്ടു.

'കുഞ്ഞേ, നീയെന്നെ ഇതുവരെയായും മുത്തച്ഛൻ എന്നാണ് സംബോധന ചെയ്തു കൊണ്ടിരുന്നത്. എനിക്കതിൽ സന്തോഷമില്ലാതില്ല. നീയെന്നെ പുരുഷലിംഗത്തിൽ സംബോധന ചെയ്തത് അത്ര ശരിയല്ല. നാളിതുവരെ നിന്നിൽ അടിഞ്ഞുകൂടിയ അറിവിന്റെ മലം നിമിത്തമാണത്. ഞാൻ നിന്റെ മുത്തശ്ശിയാണ്. ഇനിയെങ്കിലും നിന്നിൽ അറിവ് പോയി വാഴ്വ് തെളിയട്ടെ. ഭൂമിയുടെ സ്ത്രൈണതയിലേ അത് വിരിയൂ'.

'വാസവദത്തയെ' എന്നിലേയ്ക്ക് സന്ധിപ്പിച്ച
സുഹൃത്ത് എ. രാധാകൃഷ്ണന് നന്ദി.

(14/2/19)

തോമസ് മന്റെ 'മാജിക് മൗണ്ടൻ'

ഞങ്ങളുടെ (നോവലിസ്റ്റും കാർട്ടൂണിസ്റ്റുമായ പി. മോഹനന്റെയും എന്റെയും) ജീവിതത്തിലേയ്ക്ക് തോമസ് മന്റെ 'മാജിക് മൗണ്ടൻ' കടന്നുവരുന്നത് ഇരുപത്തി മൂന്നാം വയസ്സിലാണ്. പനമ്പിള്ളി ഗോവിന്ദ മേനോന്റെ പുസ്തകശേഖരത്തിൽ നിന്നാണ് മോഹനന് 'മാജിക് മൗണ്ടൻ' കിട്ടുന്നത്. മോഹനനെ മരണം കാർന്നുതിന്ന 2014 വരെയുള്ള നാല് പതിറ്റാണ്ടുകളിൽ ആഴ്ചയിൽ ഒരിക്കലെങ്കിലും ഞങ്ങളുടെ സംഭാഷണങ്ങളിൽ 'മാജിക് മൗണ്ടനും' തോമസ് മനും കടന്നുവരാതിരുന്നിട്ടില്ല. അത് 'ഡെത്ത് ഇൻ വെനീസ്', 'ഡോക്ടർ ഫോസ്റ്റസ്', ബ്രൂഡൻ ബ്രൂക്സ്, 'ജോസഫ് ബ്രദേഴ്സ ', 'കൺഫെഷൻസ് ഓഫ് ഫെലിക്സ് ക്രൂൾ', ഹെർമൻ ഹെസ്സെയുമായുള്ള സംഭാഷണം, മാനവികതയെപ്പറ്റിയുള്ള മന്റെ മാനിഫെസ്റ്റോ, തുടങ്ങി ഏതിലൂടെയും കടന്നുപോയിട്ടുണ്ട്. കൊട്ടാരക്കരയിലും, മദിരാശിയിലും, കട്ടപ്പനയ്ക്കും കുമിളിയ്ക്കുമിടയിലുള്ള പുറ്റടിയിലും ഞാൻ ജോലി ചെയ്യുന്ന കാലം കത്തിടപാടുകളുടേതായിരുന്നു. നീണ്ട കത്തുകളിൽ ഒരിക്കൽ പോലും മാജിക് മൗണ്ടനോ തോമസ് മനോ വാക്കുകളാകാതിരുന്നിട്ടില്ല. മോഹൻ കാൻസർ ബാധിച്ച് മരിക്കുന്നതിന് തൊട്ടുമുമ്പുള്ള മാസങ്ങളിൽ തിരുവനന്തപുരത്തെ റീജ്യണൽ കാൻസർ സെന്റർ വാർഡിലെ അനുഭവങ്ങൾ 'മാജിക് മൗണ്ടനി'ലെ ബെർഗോഫ് സാനട്ടോറിയവുമായി ബന്ധപ്പെടുത്തി സംസാരിക്കാറുണ്ട്; ഫോണിലൂടെ.

ആത്മബന്ധത്തിന്റെ മൊഴിമാറ്റം

'മാജിക് മൗണ്ടനു'മായുള്ള ആത്മബന്ധമാണ് 1996 ജൂലായ് പതിമൂന്നിന് ആ കൃതി മലയാളത്തിലാക്കാനുള്ള ശ്രമത്തിലെത്തിച്ചത്. മോഹനനും കവി കെ.ജി. ശങ്കരപ്പിള്ളയും എന്നെ പ്രോത്സാഹിപ്പിച്ചുകൊണ്ടിരുന്നു. ആ വിവർത്തനം ആരംഭിക്കുന്നതിങ്ങനെയാണ്:

'യാതൊരു ഭാവവുമില്ലാത്ത ഒരു ചെറുപ്പക്കാരൻ, വേനൽ മദ്ധ്യത്തിൽ തന്റെ ജന്മനഗരമായ ഹാംബർഗിൽ നിന്ന് ഒരു മൂന്നാഴ്ച സന്ദർശനത്തിന് ഗ്രിൻസ് പ്രവിശ്യയിലെ ഡാവോസ് പ്ലാറ്റ്സയിലേയ്ക്ക് യാത്ര ചെയ്യുകയായിരുന്നു'. വിവർത്തനം നിലച്ചു പോയത് 1997 ഫെബ്രുവരി പതിമൂന്നിനാണ്: 'മാജിക് മൗണ്ട'ന്റെ നൂറ്റിനാല്പതാം പേജിൽ: 'എവിടെയോ എപ്പോഴോ ഒരു ചാരിറ്റി സംഗീത വേളയിലോ മറ്റോ ആരോ പാടിയ പാട്ട് മൂളി. അതവന്റെ (ഹാൻസ് കാസ്ട്രോപ്പിന്റെ) ഓർമ്മയിൽ ഇപ്പോഴെത്തി. വളരെ മൃദുലമായ ഒന്ന്:

താങ്കളുടെ മധുരമുള്ള ചുണ്ടുകളിൽ നിന്നുള്ള ഒരു വാക്കിന്
എന്നെ അത്ഭുതകരമായി ഉന്മേഷവാനാക്കാനാകും
അവനിങ്ങനെ തുടരാൻ വെമ്പി:
എന്റെ ഹൃദയത്തിനുള്ളിൽ അത് തെന്നുന്നു,
മധുരമായ ഓർമ്മകൾ എന്നിൽ നിറയുന്നു

പക്ഷേ, വെറുപ്പ് കലർന്നൊരു ചുമൽ കുലുക്കലോടെ പെട്ടെന്ന് നിർത്തി: 'വങ്കത്തം'! തന്റെ ഈരടികൾ തീർത്തും അരസികവും അഴകൊഴമ്പനും കാല്പനികവുമാണെന്ന് പൊടുന്നനെ മനസ്സിലാക്കിക്കൊണ്ട്''.

നിലച്ചുപോയ ഘടികാരം:

വിവർത്തനത്തിന്റെ ഘടികാര സൂചി ഇവിടെ വെച്ച് നിലച്ച് പോയത് എന്തുകൊണ്ടാണെന്ന് ആലോചിച്ചിട്ടുണ്ട്. വിവർത്തനത്തിൽ തീക്ഷ്ണമായ നഗ്നമാക്കപ്പെടലുണ്ട്. 'മാജിക് മൗണ്ടനി'ൽ അതെനിക്ക് സാധിക്കില്ല. അത്രമാത്രം ഞാനതുമായി ജൈവികമായും ആത്മീയമായും ബന്ധിതമായിരിക്കുന്നു.

പിന്നീടാണ്, തൃശ്ശൂരിലെ ഇന്ത്യൻ കോഫീ ഹൗസിൽ മദ്ധ്യാഹ്നത്തിനുമുമ്പുള്ള ശബ്ദകോലാഹലങ്ങൾക്കിടയിൽ ഞാൻ സ്നേഹിതൻ മൂസാക്കുട്ടിയുമായി, സംസാരിക്കുന്നത്. 'മാജിക് മൗണ്ടനി'ലെ മഹാമൗനത്തിന്റെ അർത്ഥതലങ്ങളെപ്പറ്റി. മനുഷ്യന്റെ ബോധതലങ്ങളെ കശക്കിയെറിയുന്ന 'ജെയിംസ് ജോയ്സി'ന്റെ 'യുലിസിസ്സ്' വിവർത്തനം ചെയ്യാനുള്ള ഒരുക്കത്തിലായിരുന്നു അന്നയാൾ. മോഹനന്റെയും എന്റെയും പ്രേരണയിൽ. 'മാജിക് മൗണ്ട'ന്റെ വിവർത്തനവും അയാൾ ഏറ്റെടുത്തു. അച്ചടക്കത്തോടെയും അർപ്പണത്തോടെയും പൂർത്തീകരിക്കുകയും ചെയ്തു. മൂസക്കുട്ടിയോട് മലയാളം കടപ്പെട്ടിരിക്കുന്നു.

1924 ൽ ജർമ്മൻ ഭാഷയിൽ പ്രസിദ്ധീകരിച്ച 'മാജിക് മൗണ്ട'ന്റെ ഇംഗ്ളീഷ് പരിഭാഷ 1928 ലാണ് പുറത്ത് വന്നത്. വിവർത്തകനായ ലോ പോർട്ടർ ഇങ്ങിനെയെഴുതി, പരിഭാഷയുടെ ആമുഖക്കുറിപ്പിൽ: '.... സർഗ്ഗാത്മക ക്രിയയിൽ വാക്കും ചിന്തയും അവിഭാജ്യമാണ്. ഈയൊരു തലം മനസ്സിലാക്കുന്നത് ഏതൊരു വിവർത്തകനെയും

വിവർത്തനത്തിൽ നിന്നും പിന്തിരിപ്പിക്കും. സ്വയം ഉൾവലിയും.

ഈ ഗ്രന്ഥം ഏവരും വായിച്ചിരിക്കണം, ഭാഷകൾക്കതീതമായി. കാരണം, സകല സ്ഥലകാലങ്ങളെയും ഈ ഗ്രന്ഥം ഉൾക്കൊള്ളുന്നു. അഥവാ ഇത് സർവവ്യാപിയാണ്. എന്തുകൊണ്ടെന്നാൽ തോമസ് മൻ കാലത്തിന്റെ വിത്തുകൾക്കുള്ളിലേയ്ക്കാണ് നോക്കുന്നത്...'

ഏഴുകളുടെ ബൃഹദ്ദാഖ്യാനം:

ഏഴ് നീണ്ട അദ്ധ്യായങ്ങൾ ഉൾച്ചേർന്ന ബൃഹദ് ഗ്രന്ഥമാണ് 'മാജിക് മൗണ്ടൻ' ഉപരിതലത്തിൽ. ഇത് ഹാൻസ് കാസ്ട്രോപ്പ് എന്ന ഇരുപത്തി മൂന്നുകാരനായ യുവാവിന്റെ കഥയാണ്. എന്നാൽ അതങ്ങിനെയല്ല, ഇത് നിങ്ങളുടെയും എന്റെയുമാണ്. നാളെ, ഭൂമിയിൽ പിറക്കാനിരിക്കുന്നവരുടെയും, ഇന്നലെ ഭൂമിയിൽ നിന്ന് തിരോധാനം ചെയ്തവരുടെയുമാണ്. ഇക്കഥ പറയേണ്ടത് കാലത്തിന്റെ അനിവാര്യതയാണ്. ഭൂതകാലത്തിന്റെ ആഴത്തിലേയ്ക്കുള്ള അന്വേഷണമാണിത്. വർത്തമാനത്തിൽ നിന്നുകൊണ്ട് ഭാവിയുടെ ചക്രവാളങ്ങൾ അനാവൃതമാക്കുന്നു.

സ്ഥകാലങ്ങളുടെ കഥയാകുമ്പോൾ അതിന്റെ ദൈർഘ്യം നമ്മുടെ മനോനിലയിൽ അളക്കാനാവില്ല. അത് സ്വയം അഴിയുകയാണ്. എഴുത്തുകാരൻ കാഴ്ചക്കാരനായി, ക്രോണിക്കളറായി, മാറി നിൽക്കുന്നു. ഇവിടെ ഏഴ് മിനിട്ടുകളിലോ, ഏഴ് മണിക്കൂറുകളിലോ ഏഴ് മാസങ്ങളിലോ ഏഴ് വർഷങ്ങളിലോ ഏഴ് നൂറ്റാണ്ടുകളിലോ ഹാൻസ് കാസ്ട്രോപ്പിന്റെ കഥ മുഴുവനാക്കാനാകില്ല. നശ്വരമായ (MORTAL) കാലമല്ല ഹാൻസ് കാസ്ട്രോപ്പിൽ ചുഴറ്റുന്നത്. അല്ലെങ്കിൽ അയാളെ കാലച്ചുഴിയിലാക്കുന്നത്. വെറും നശ്വരനായ അയാളിൽ കാലാതീതമായ കാലം ചുറ്റിയടിക്കുമ്പോൾ അയാൾ കാലത്തിനുള്ളിൽ ചുറ്റിത്തിരിയുന്നു. സാധാരണ മനുഷ്യരുടെ സമയത്തിന്റേതായ എല്ലാ അളവുകോലുകളും അങ്കനങ്ങളും സൂചികളും - വിനാഴിക,, മിനിട്ട്, മണിക്കൂർ, ദിവസം, ആഴ്ച, മാസം, വർഷം... എല്ലാമിവിടെ കാലത്തിന്റെ അനന്തമായ ചുഴിയിൽ പെട്ട് അവയുടേതായ എല്ലാ അർത്ഥഭാവങ്ങളും അഴിഞ്ഞ് വാക്കുകൾക്കും ഭാഷയ്ക്കും സംവേദനങ്ങൾക്കുമതീതമായി പരിണമിക്കുന്നു. സാനട്ടോറിയത്തിലെത്തുന്ന രോഗാതുരരായ മനുഷ്യർക്കുള്ളിലെ ആന്തരാവയവങ്ങളുടെ അഴിയൽ പോലെ.

ആരംഭം:

തോമസ് മൻ മാജിക് മൗണ്ടൻ ആരംഭിക്കുന്നു....

ഹാംബർഗിൽ നിന്ന് ഡാവോസിലേയ്ക്ക് ഏറെ ദൂരമുണ്ട്. ഹ്രസ്വമായൊരു താമസത്തിന് ഒട്ടേറെ ദൈർഘ്യമേറിയത്; സമയത്തെ ദൂരത്താൽ അളക്കുകയാണെങ്കിൽ. നാട്ടിൻ പുറങ്ങൾ താണ്ടി കുന്ന്

കേറി താഴ്വരയിലേക്കിറങ്ങി തെക്കൻ ജർമ്മനിയുടെ സമതലത്തിലൂടെ തടാകക്കരയിലൂടെ 'അടിത്തട്ടില്ലാത്ത' ചതുപ്പിന് മുകളിലൂടെയാണ് യാത്ര. അടിത്തട്ടില്ലാത്ത ചതുപ്പ് ഭൂമി കാസ്ട്രോപ്പ് എത്തിപ്പെടാൻ പോകുന്ന കാലത്തിന്റെ സൂചനയാണ്.

മറ്റൊരു കാലത്തിലേയ്ക്കും സ്ഥലത്തിലേയ്ക്കും കാസ്ട്രോപ്പ് ചുഴറ്റിയെറിയപ്പെടുന്നു. വായനക്കാരനും. തന്റെ ജന്മദേശത്തിനും തനിക്കുമിടയിൽ തിരിയുകയും ചുറ്റുകയും ചെയ്യുന്ന സ്ഥലബോധം കാലബോധമായി അയാളെ പിടികൂടുന്നു. ഓരോ മണിക്കൂറിലും (കാലത്തിന്റെ ഏറ്റവും ചെറിയൊരു ഗുണിതത്തിൽ) അയാളിൽ അത് മാറ്റങ്ങളുണ്ടാക്കി. ഉയരങ്ങളിലേയ്ക്ക് പോകുംതോറും ജീവിതത്തിന്റെ വ്യർത്ഥത അയാളറിഞ്ഞു. ചെറുതായി തലചുറ്റുന്നതായും ഛർദ്ദിക്കാൻ വരുന്നതായും തോന്നി. കാലത്തെ അന്വേഷിച്ച സാർത്രിൽ നമുക്കീ 'NAUSE' പിന്നീട് കാണാനായിട്ടുണ്ട്. അയാളുടെ കസിൻ (ബന്ധു) ജോച്ചിംസിംസന്റെ ശബ്ദമാണ്. മഞ്ഞുമൂടിയ പാറകളുടെ ദൃശ്യത്തിൽ നിന്ന് അയാളെ ഉണർത്തുന്നത്. 'ഹല്ലോ! നിങ്ങളെത്തിക്കഴിഞ്ഞു! ഇവിടെയാണിറങ്ങേണ്ടത്'.

സ്റ്റേഷനിലിറങ്ങി ആദ്യത്തെ നാലഞ്ച് നിമിഷങ്ങൾ പിന്നിട്ടിട്ടുണ്ടാവില്ല. കാസ്ട്രോപ്പ് സ്വതസിദ്ധമായി ചോദിച്ചു: 'നിങ്ങളും എന്റെ കൂടെ മടങ്ങുകയല്ലേ? 'മാജിക് മൗണ്ട'ന്റെ ലോകങ്ങളെ അറിയാൻ തുടങ്ങിയിരുന്ന സാനട്ടോറിയത്തിലെ അന്തേവാസികളായ ജോച്ചിം പ്രതിവചിച്ചു: 'എപ്പോൾ?' കാസ്ട്രോപ്പ് നിഷ്ക്കളങ്കത വിശദമാക്കി: 'മൂന്നാഴ്ച!' ജോച്ചിം തിരുത്തി: 'ഇവിടം മൂന്നാഴ്ച ഞങ്ങൾക്ക് ഒന്നുമല്ല. നിങ്ങൾക്കത് വലിയ കാലമായി തോന്നിയേയ്ക്കാം. ഇവിടവുമായും ഇഴുകിച്ചേരൂ. അപ്പോഴറിയാം കാര്യങ്ങളുടെ ഗതി. കാലാവസ്ഥ മാത്രമല്ല ഇവിടത്തെ പ്രത്യേകത. നിങ്ങൾക്കത് ഭാവനയിൽ പോലും കാണാൻ കഴിയില്ല. മൂന്നാഴ്ച നിങ്ങളെപ്പോലുള്ള സമതല ജീവികൾക്കാണ്.'

ബർഗോഫ് സാനട്ടോറിയം:

സ്പോഞ്ചിന്റേതുപോലുള്ള സുഷിരങ്ങൾ ഉള്ള ഒരു നീണ്ട കെട്ടിടമാണ് ബർഗോഫ് സാനട്ടോറിയം. സ്പോഞ്ചിലേതുപോലെ സുഷിരങ്ങൾ എന്ന പ്രയോഗം തന്നെ സാനട്ടോറിയത്തിലെ അന്തേവാസികളുടെ ദ്രവിച്ച ശ്വാസകോശങ്ങളെ ദ്യോതിപ്പിക്കുന്നു.

കടലിൽ നിന്ന് അയ്യായിരം അടി ഉയരെയാണ് താൻ എത്തപ്പെട്ടിരിക്കുന്നതെന്ന് കാസ്ട്രോപ്പ് മനസ്സിലാക്കുന്നു. നിതാന്തമായ മഞ്ഞിന്റെ ലോകം. ആറാമദ്ധ്യായത്തിൽ, ആറാം ഇന്ദ്രിയമെന്നു മാവാം,, SNOW എന്നൊരു ഉപദ്ധ്യായം തന്നെയുണ്ട് നോവലിൽ. മുപ്പതോളം പുറങ്ങളിൽ നോവലിന്റെ ഓരോ ഏടിലും വ്യാപിച്ചിരിക്കുന്ന മഞ്ഞിനെ സ്ഥൂടീകരിക്കുയും സ്ഥൂലികരിക്കുകയുമാണിവിടെ.

ഈ സീസണിലെ മഞ്ഞുമായി താരതമ്യപ്പെടുത്തുമ്പോൾ കഴിഞ്ഞ വർഷത്തേത് ഒന്നുമല്ല. മഞ്ഞുവീഴ്ച പൈശാചികവും അനന്തവുമാണ്. വിചിത്രവും അസാമാന്യവുമായ ബർഗോഫിന്റെ സ്ഥലപ്രകൃതിയെപ്പറ്റി വ്യക്തത നൽകുന്നു. 'രാപ്പകലില്ലാതെ മഞ്ഞ് പൊഴിഞ്ഞു. തുറന്നുകിടന്നിരുന്ന കുറച്ച് വഴികൾ പോലും, തുരങ്കങ്ങളായി. ഇരുവശങ്ങളിലും അത്യുന്നതമായ മഞ്ഞ് മതിലുകൾ. വെണ്മയെഴുന്ന സുതാര്യമായ പ്രതലങ്ങൾ കാണാൻ ഭംഗിയുണ്ട്. അതിന്മേൽ സന്ദർശകർ എല്ലാതരത്തിലുമുള്ള തമാശകളും സന്ദേശങ്ങളും പേരുകളുമെഴുതി.... മഞ്ഞ് നിശബ്ദമായി പെയ്തുകൊണ്ടിരുന്നു....' (പുറം 471) പുറംലോകം കാണാനേയില്ല. ശൂന്യം . ശിശിരത്തിൽ മൃതദേഹങ്ങൾ ബോബ് സ്ളെഡ് വഴി താഴേയ്ക്ക് വരുന്നതിന്റെ വിവരണം കേട്ട കാസ്ട്രോപ്പ് ജോച്ചിമിന്റെ നേരെ പൊട്ടിച്ചിരിച്ചു. അയാളുടെ ചിരിയിൽ ആത്മരോഗത്തിൻ വിത്തുകളുണ്ട്.

നമ്പർ 34:

കാസ്ട്രോപ്പിന്റെ താമസമുറി മ്പർ 34. ജോച്ചിമിന്റെ വലത് ഭാഗത്ത്. മറുഭാഗത്ത് റഷ്യൻ ദമ്പതികളാണ്. ഉറക്കെ അലോസരപ്പെടുത്തും വിധം സംസാരിക്കുന്നവർ.

എന്തൊരു മനോഹരമായ മുറി, തനിക്കിവിടെ രണ്ടാഴ്ച ആനന്ദത്തോടെ കഴിയാം എന്ന് കാസ്ട്രോപ്പ് അത്ഭുതം കൂറിയതിന് മറുപടിയായി ഇതേ മുറിയിൽ താമസിച്ചിരുന്ന ഒരമേരിക്കൻ സ്ത്രീ മിനിഞ്ഞാന്നാണ് മരിച്ചതെന്ന് ജോച്ചിം തുറന്നടിക്കുന്നു. മരണഗന്ധമകറ്റാനും മരണവിത്തുകൾ നശിപ്പിക്കാനും മുറി ഫോർമലിൻ കൊണ്ട് പുകച്ച കാര്യം ജോച്ചിം പറഞ്ഞു. ബർഗോഫ് സാനട്ടോറിയത്തിലെ മുറികളിലും ഫർണീച്ചറുകളിലും പൂശിയിരുന്ന വെളുപ്പ് മരണത്തിന്റെ നിറമായി കലരുന്നു. വെള്ള ചുവരുകൾ, വെള്ള ഫർണീച്ചർ, വെള്ള കർട്ടൻ...

ഇടനാഴിയിൽ അവനെത്തന്നെ ശ്രദ്ധിക്കുന്ന ഒരു നഴ്സിനെ കണ്ടു. ഒന്നാം നിലയിലെത്തിയ കാസ്ട്രോപ്പ് വേരാഴ്ത്തിയ പോലെ സ്തംഭിച്ച് നിന്നു. ഇടനാഴിയുടെ വളവിൽ നിന്ന് ഭയാനകമായ ശബ്ദം. അതുറക്കെയല്ല. തീർത്തും ഭയാനകമായത്. താനിതുവരെ ഒരിക്കലും കേട്ടിട്ടില്ലാത്ത മനുഷ്യശബ്ദം. ശരീരത്തിനുള്ളിലെ അവയവങ്ങളെല്ലാം തകർന്ന് പൊടിഞ്ഞ് ജൈവദ്രാവകമായി പുറത്തേയ്ക്ക് തള്ളുമ്പോഴത്തെ ദുർബ്ബലമായ നീണ്ട ചുമ... ക്ഷയരോഗബാധയാൽ ആസന്നമരണനായ ഒരു മനുഷ്യന്റെയുള്ളിൽ നിന്ന് പുറന്തള്ളുന്ന ശബ്ദം കേട്ടിട്ടുള്ള ആർക്കും തോമസ് മന്റെ വിവരണം എത്രമാത്രം സത്യസന്ധമാണെന്നറിയാം. അതൊരിക്കലും മനുഷ്യന്റെ ചുമയല്ല. ജീവിതത്തിന്റെ ശബ്ദമല്ല. മരണത്തിന്റെ നിലയ്ക്കാത്ത ഓർമ്മപ്പെടുത്തലാണ്. അയാൾ ചുമയ്ക്കുമ്പോൾ അയാളുടെ ശരീരത്തിനുൾവശം

മുഴുവൻ നമുക്ക് പുറത്ത് കാണാം. ജീവിതത്തെ അതിന്റെ അത്യന്ത ജീർണ്ണതയിൽ നാം കാണുന്നു. മറ്റൊരർത്ഥത്തിൽ എന്താണ് മനുഷ്യൻ? അയാൾ, ആ ചുമയ്ക്കുന്ന മനുഷ്യൻ ആയ കാലത്ത് ഒരു കുതിര സവാരിക്കാരനായിരുന്നു. അത്രയും അരോഗദൃഢഗാത്രനായിരുന്ന മനുഷ്യന്റെ അറപ്പിക്കുന്ന ജൈവദ്രാവകമായിത്തീരുന്ന ശരീരമാണ് നമുക്ക് മുന്നിൽ.

ആത്മബന്ധത്തിന്റെ അടയാളം:

ഹാൻസ് കാസ്ട്രോപ്പിനെപ്പറ്റി നാല് പതിറ്റാണ്ടുകൾ സംവദിച്ച എന്റെ ആത്മമിത്രം തന്റെ ശ്വാസകോശങ്ങളും കരളും ആന്തരാവയവങ്ങളും അർബുദത്തിന്റെ നീറിപ്പിടിക്കുന്ന കനലുകളിൽ വെന്തുരുകി ദ്രവമായിത്തീർന്നിരുന്ന മാസങ്ങൾ. അയാൾ ആർ.സി.സി.യിലും തിരുവനന്തപുരത്തെ വാടക വീട്ടിലുമായി കഴിയുന്നു. ഒരു സാക്ഷിയായി ഞാൻ തൃശ്ശൂരിലെ സാന്ത്വനപരിചരണ കേന്ദ്രത്തിൽ ബർഗോഫിലെന്നപോലെ ജൈവദ്രാവകമായി പുറത്തേയ്ക്ക് തള്ളുന്ന മരണം നിതേ്യനയെന്നോണം കാണുന്നു. ഉള്ളിലഴുകിത്തീർന്ന മനുഷ്യജീവൻ എന്റെ കൈകൾക്കുള്ളിലൂടെ ഊർന്ന് പോകുമ്പോഴുള്ള തണുപ്പറിയുന്നു. മോഹൻ അവന്റെ ഏറ്റവും അടുത്ത എഴുത്തുകാരനായ തോമസ് മൻ ബെർഗോഫിൽ വിവരിച്ച മരണത്തിന്റെ ഇരയായിത്തീർന്നപ്പോൾ, ഞാനിപ്പുറെ സാക്ഷിയായി അവശേഷിക്കുന്നു. 'മാജിക് മൗണ്ടനു'മായുള്ള രണ്ടു സ്നേഹിതരുടെ ആത്മബന്ധത്തിന്റെ അടയാളമായി ഈ ലേഖനം മാറുന്നു.

ബർഗോഫിന്റെ തീൻശാല:

നോവലിന് ഏഴ് അദ്ധ്യായങ്ങളുണ്ടെങ്കിൽ ബർഗോഫിന്റെ സാംസ്കാരിക വിനിമയ കേന്ദ്രമായ തീൻശാലയിൽ ഏഴ് മേശകളാണുള്ളതെന്ന് ആകസ്മികമല്ല. ആദ്യമായി ജോച്ചിമിനൊപ്പം തീൻശാലയിലെത്തുന്ന കാസ്ട്രോപ്പും ജോച്ചിമും വീണ്ടുമെത്തുന്നത് 'സമയ'ത്തിൽ തന്നെയാണ്. ഏഴാമദ്ധ്യായത്തിലെ പത്ത് ഉപാദ്ധ്യായങ്ങളിൽ ആദ്യത്തെത് BY THE OCEAN OF TIME ആണ്. (പുറം 541) അതിലെ ആദ്യവാചകം വായനക്കാരനോടുള്ള ചോദ്യമാണ്: 'നിങ്ങൾക്ക് സമയത്തെ വിവരിക്കാനാവുമോ?' കാലം കടന്നുപോയി, കാലം ഒഴുകി... എന്നൊക്കെപ്പറയാം. അതിന്നപ്പുറം? നോവലിന്റെ മൂന്നാം അദ്ധ്യായത്തിൽ കടന്നുവരുന്ന സെറ്റംബ്രിനി ചെകുത്താന് കാവ്യം രചിച്ച ഗുരുവിന്റെ ശിഷ്യനാണ്. കണ്ടാൽ ആകെ അവലക്ഷണം തോന്നുന്ന അയാളെ തോമസ് മൻ പരിചയപ്പെടുത്തുന്നത് മാന്യനായിട്ടാണ്.അയാൾ അയാളെ വിശേഷിപ്പിക്കുന്നത് ഹ്യൂമാനിസ്റ്റായിട്ടാണ്. Homo humanus. സെഹംബ്രിനി പറയുന്നുണ്ട്. നിങ്ങൾ ഉയരത്തിലാണെന്നത് വെറും അനുമാനം മാത്രമാണ്. നിങ്ങൾ

ശരിക്കും പാതാളത്തിലാണ്. നാം വെറും നിഴലുകൾ മാത്രം. നിഴലുകളുടെ രാജ്യത്തെ ഒഡീസിയസിനെപ്പോലെയാണ് കാസ്ട്രോപ്പ് എന്ന് സെറ്റംബ്രിനി. കാരണം, കാസ്ട്രോപ്പ് സ്വയം പരിചയപ്പെടുത്തിയത് അരോഗദൃഢഗാത്രനായിട്ടാണ്. മരണത്തിന്റെ പാതാളത്തിലേയ്ക്ക് വന്നെത്താൻ ധീരത കാണിച്ച യുവാവ്, അദ്ധ്വാനത്തിന്റെയും പ്രായോഗികജ്ഞാനത്തിന്റെയും ലോകത്തെ ജീനിയസ് എന്നാണ് അതിന് ഹ്യൂമനിസ്റ്റ് ഉത്തരം നൽകിയത്. കടുത്ത പരിഹാസത്തിൽ, സെറ്റംബ്രിനി തന്നോടുള്ള ആത്മനിന്ദയും, മരണത്തോടുള്ള കറുത്ത ഹാസ്യവും ഉൾക്കൊള്ളിച്ചു.

സമയം സ്പേസിലെ ചലനമാണ്:

സെറ്റംബ്രിനി തുടരുകയാണ്, ഇവിടെ സമയത്തിന്റെ ഏറ്റവും ചെറിയ യൂണിറ്റ് മാസമാണ്. അങ്ങിനെയാണ് ഞങ്ങൾ, നിഴലുകൾ സമയത്തെ കാണുന്നത്. ഉൽക്കണ്ഠ നിഴലുകളുടെ അവകാശമാണ്.

തെർമോമീറ്ററിൽ നോക്കുമ്പോൾ സമയം നീങ്ങുന്നത് സാവകാശമാണ്, കാസ്ട്രോപ്പ് പറഞ്ഞു. ഇവിടെ നിങ്ങൾക്ക് എങ്ങിനെ തോന്നുന്നുവോ അങ്ങിനെയാണ് സമയം. ഹ്രസ്വമെന്ന് തോന്നിയാൽ ഹ്രസ്വം. ദീർഘമെന്ന് തോന്നിയാൽ ദീർഘം. എത്ര ഹ്രസ്വം, ആർക്കറിയാം.

കാസ്ട്രോപ്പിന്റെ അഭിപ്രായത്തോട് അച്ചടക്കക്കാരനായ ജോച്ചിം യോജിച്ചില്ല: വാച്ചുകളും കലണ്ടറുകളും നമുക്കെല്ലാവർക്കും ഒന്നുപോലെയാണ്. നിങ്ങൾക്കും എനിക്കും. എന്റെ വാച്ചിൽ ഒരു സെക്കന്റ് സൂചി ഒരു വട്ടം ചുറ്റുന്നതാണ് മിനിട്ട്.

കാസ്ട്രോപ്പ്: അത് (സമയം) നമ്മുടെ ഇന്ദ്രിയങ്ങളിലാണ്. അത് ചലനമാണ്. സ്പേസിലെ ചലനം. കാലത്തെ (TIME) space കൊണ്ടളന്ന് നോക്കൂ. ഹാംബർഗിൽ നിന്ന് ഡാവോസിലേയ്ക്ക് ഇരുപത്തിനാല് മണിക്കൂർ ട്രെയിനിൽ. നടന്നാലോ. ഇനി ഭാവനയിലോ? അപ്പോൾ എന്താണ് സമയം? സമയത്തെക്കുറിച്ചുള്ള നമ്മുടെ ഗണിതങ്ങളെല്ലാം മാദ്ധ്യസ്ഥമാണ്.

നിങ്ങൾക്കെത്ര വയസ്സായെന്ന സെറ്റംബ്രിനിയുടെ ചോദ്യത്തിന് കാസ്ട്രോപ്പിന് ശരിയായ ഉത്തരം നൽകാനായില്ല. ബോധാബോധങ്ങളുടെ ഊഞ്ഞാലിൽ അയാൾ ആടിക്കൊണ്ടിരുന്നു. ജീവിതത്തിന്റെയും മരണത്തിന്റെയും. കാലത്തിന്റെയും സ്പെസിന്റെയും.

രോഗം, പീഡനം....

ബെർഗോപിൽ നിർണ്ണീതമായ കാലങ്ങളില്ല (SEASONS) മഞ്ഞും വേനലും വസന്തവും ശരത്തും എപ്പോഴെന്ന് പ്രവചിക്കാനാവില്ല. പരസ്പരം കലരുകയാണ്. മനുഷ്യവാസ്ഥയിലേതുപോലെ. രോഗവും സ്വാസ്ഥ്യവും സുഖവും ദുഃഖവും മരണവും കൂടിക്കുഴയുകയാണ്. എല്ലാം

വേറിട്ടതായി തോന്നാം. എന്നാൽ ആകെ ഒരു കുഴമറിയലാണ്. ഈ അവസ്ഥ കാരുണ്യരഹിതമെന്ന് ഒരു കഥാപാത്രം ഓർമ്മപ്പെടുത്തുന്നുണ്ട്. കടുത്ത വേനലിൽ ശരീരം തണുപ്പിൽ കോച്ചി വിറയ്ക്കുന്നു. ആത്മാവ് കഠിനമായി പീഡിപ്പിക്കപ്പെടുന്നു. മുമ്പിലുള്ള ദൃശ്യങ്ങളാൽ അവമതിക്കപ്പെടുന്നു. മനുഷ്യന്റെ രോഗാവസ്ഥയ്ക്ക് ഇന്നും അതിൽ നിന്നും മാറ്റമില്ല. രോഗം പീഡനവും അവമതിയുമായി ഈ സത്യാനന്തര കാലത്തും അത് തുടർന്ന് കൊണ്ടിരിക്കുന്നത് നാം കാണുന്നു. സാന്ത്വന പരിചരണത്തിന്റെ ഹോസ്പീസ് കേന്ദ്രത്തിൽ, ഞാനിതിന് സാക്ഷിയാണ്. രോഗം, പീഡനം, അവമതി, ചതി, നാട്യങ്ങൾ, നുണകൾ, മരണം, കാമം ഒരേ സമയം ജീവന്റെ വ്യത്യസ്ത അടരുകളായി ഒന്നിൽ നിന്ന് മറ്റൊന്നിനെ വേർതിരിക്കാനാവാത്ത വണ്ണം കൂടിക്കലർന്നിരിയ്ക്കുന്നു.

കാസ്ട്രോപ്പിനെപ്പോലെയല്ലേ ഞാനും എന്ന് പാലിയേറ്റീവ് ക്ലിനിക്കിന്റെ കിടത്തിചികിത്സാവിഭാഗത്തിന്റെ ചൂടിലൂടെ ഓരോ ക്യൂബിക്കിളിന് മുന്നിലും നിൽക്കുമ്പോൾ തോന്നാറുണ്ട്. മരണാസന്നരായ രോഗികൾക്കായി ഓരോ മുറിയിലും ഘടിപ്പിച്ചിട്ടുള്ള ചെറിയ കഴുത്തും വലിയ വയറുമുള്ള ഓക്സിജൻ ഭരണികൾക്ക് പകരം ഓരോ ക്യൂബിക്കിളിലും ശ്വാസമെടുക്കുന്ന മരണാസന്ന രോഗികളുടെ മുഖത്ത് ഘടിപ്പിച്ചിട്ടുള്ള ഓക്സിജൻ മാസ്കുകളാണ്. താഴെവച്ചിട്ടുള്ള ഓക്സിജൻ കോൺസെൻട്രേറ്റുകളിൽ നിന്നും പ്രാണവായു അദൃശ്യകുമിളകളായി പൊങ്ങി രോഗിയുടെ അന്തർകോശങ്ങളിൽ അപ്രത്യക്ഷമാവുന്നു.

മരണത്തിന്റെ മെഴുക് രൂപം:

ഡോക്ടർ അകത്ത് കടക്കാൻ തുറന്ന വാതിലിലൂടെ ചെറുതാടിയുള്ള അവശനായ ഒരു യുവാവ് കിടക്കുന്നത് കാസ്ട്രോപ്പ് കാണുകയാണ്. മരണത്തിന്റെ മെഴുക് രൂപം. തന്റെ തുറിച്ച കണ്ണുകൾ പ്രതീക്ഷയോടെ തുറന്ന വാതിലിലൂടെ ചലിപ്പിക്കുന്നു. രോഗത്തിന്റെ ആന്തരികമായ ജൈവദ്രാവകത്തിൽ നിന്നും മരണത്തിന്റെ നൂൽപ്പാലത്തിലൂടെ അയാൾ സ്വാതന്ത്ര്യത്തിന്റെ ലോകത്തേയ്ക്ക് പ്രതീക്ഷയോടെ നോക്കുകയാണ്. കാസ്ട്രോപ്പ് ജീവിതത്തിൽ ആദ്യമായിട്ടാണ് മരണം മുഖാമുഖം കാണുന്നത്. ശരിയാണ് അവന്റെ അച്ഛനും അമ്മയും മുത്തച്ഛനും നേരത്തെ മരിച്ചിരുന്നു. പക്ഷേ, ആ മരണങ്ങളെല്ലാം നടന്നത് അവന്റെ പിന്നിലായിട്ടാണ്. പൈതൃകമായി, നീരുവീണ് മൃതമായ അവരുടെ ശ്വാസങ്ങൾ അവന് കിട്ടിയിരുന്നു, ഒപ്പം ബാല്യത്തിന്റെ അനാഥത്വവും. ആ ഒസ്യത്തുമായിട്ടാണ് കാസ്ട്രോപ്പ് ബർഗോഫിലെത്തുന്നത്.

മരണാസന്നമായ ആ യുവാവിന്റെ കണ്ണുകൾ കാസ്ട്രോപ്പ് തിരിച്ചറിഞ്ഞു. അയാൾ അതിൽ നിന്ന് ഒന്ന് കുതറാനാവാം ഒറ്റയ്ക്ക് ബർഗോഫിൽ നിന്ന് പുറത്ത് കടക്കുന്നത്. ഒറ്റയ്ക്കുള്ള നടത്തം

അയാളെ എത്തിച്ചത് മുത്തച്ഛന്റെ താടിവിറയലിലേയ്ക്കും മൂക്കിൽ നിന്ന് രക്തം വാർന്നൊഴുകുന്നതിലുമാണ്. രക്തവാർച്ച ശക്തമായിരുന്നു. അത് നിയന്ത്രിക്കാൻ അയാൾ ആവതും പണിപ്പെട്ടു. നരച്ച തുണി മൂക്കിൽ ചുറ്റി അരുവിയുടെ വക്കിലെ ബെഞ്ചിൽ കിടന്നു. പെട്ടെന്ന് കാലവും സ്ഥലവും സംഹരിക്കപ്പെട്ട് അയാൾ എവിടേയ്ക്കോ വലിച്ചെറിയപ്പെട്ടു. ബെഞ്ചിൽ കിടക്കുന്നത് അയാളുടെ ജീവനില്ലാത്ത ശരീരം മാത്രമാണ്. യഥാർത്ഥ കാസ്ട്രോപ്പ് മറ്റേതോ കാലത്തിലോ ദേശത്തിലോ ആണ്. അയാൾ അവിടെ തന്റെ സ്കൂൾ സഹപാഠിയായിരുന്ന പ്രിബിസ്ളാവ് ഹിപ്പിയെ കാണുകയാണ്. പ്രാക്തനമായ ഒരു വംശത്തിന്റെ ശേഷിപ്പാണ് ഹിപ്പി. അവന്റെ കണ്ണുകൾക്ക് അകലങ്ങളിലെ പർവ്വതനിരകളുടെ ഭാവവും നിറവുമായിരുന്നു. അത് കാസ്ട്രോപ്പിന്റെ നീലക്കണ്ണുകളിൽ നിന്ന് വ്യത്യസ്തമായിരുന്നു. കാസ്ട്രോപ്പ് ഹിപ്പിയെ പിന്തുടർന്നു. അവന്റെ അസാന്നിധ്യം കാസ്ട്രോപ്പിനെ അസ്വസ്ഥനാക്കി. അവനോട് പെൻസിൽ കടം വാങ്ങിയതും പെൻസിൽ ചെത്തിയ ലോലമായ ചീളുകൾ (shavings) അമ്മാവൻ ടിനാപ്പാളിന്റെ മേശവലിപ്പിൽ രഹസ്യമായി സൂക്ഷിച്ചതും അയാളോർത്തു. തന്റെ സ്വത്വം തന്നെയാണ് പ്രിബിസ്ളാവിൻ ഹിപ്പി. ആദിമ മനുഷ്യനിൽ നിന്ന് ആധുനികനിലേയ്ക്കുള്ള പ്രയാണത്തിലെ ഒരു കണ്ണിയായി ഹിപ്പിയെ വിശേഷിപ്പിക്കുന്നതിൽ തെറ്റില്ല. ഹിപ്പിയോടുള്ള സ്വവർഗ്ഗാനുരാഗം നോവലിസ്റ്റായ തോമസ് മനും പങ്കിടുന്നുണ്ട്. പേരുകേട്ട സ്വവർഗ്ഗാനുരാഗിയായിരുന്നു അദ്ദേഹം. സ്വവർഗ്ഗാനുരാഗത്തിന്റെ മഴവില്ലുകളിൽ ക്രിസ്തുവിനെയും ജോണിനെയും, കൃഷ്ണനെയും, അർജ്ജുനനെയും, രാമകൃഷ്ണപരമഹംസരെയും, വിവേകാനന്ദനെയും, സിദ്ധാർത്ഥ ഗോതമനെയും ആനന്ദനെയും, ഗാന്ധിയെയും കല്ലൻബാക്കിനെയും നമുക്ക് കാണാനാവും. പ്രിബിസ്ളാവ് ഹിപ്പിയിലുള്ള കാസ്ട്രോപ്പിന്റെ സവർഗ്ഗാനുരാഗം സാനട്ടോറിയത്തിൽ രോഗ ശമനത്തിനായെത്തിയ ചൗചാറ്റ് യുവതിയിലേയ്ക്കുള്ള അനുരാഗമായി പരിണമിക്കുന്നുണ്ട്. പ്രിബിസ്ളാവിന്റെ അതേ കണ്ണുകളോടെയാണ് അവൾ അവനെ നോക്കുന്നത്. അവളുടെ നോട്ടത്തിന് ഒരു മയവുമില്ല. പ്രിബിസ്ളാവിനെപ്പോലെ തല മുന്നോട്ടാക്കിയാണ് അവളും ഇരുന്നത്. അവളുടെ ഒടിഞ്ഞ ചുമലുകളും ഉരുണ്ട പിൻഭാഗവും അവനെ ആകർഷിച്ചു.

തന്റെ തൊട്ടപ്പുറെയുള്ള മുറിയിലെ റഷ്യൻ ദമ്പതികൾ തലേന്ന് സന്ധ്യയ്ക്ക് നടത്തിയിരുന്ന ലൈംഗിക കേളികളുടെ കിതപ്പും പിടിവലിയും കിണുങ്ങലും ഉറക്കെയുള്ള ചുംബനങ്ങളും കാസ്ട്രോപ്പ് തിരിച്ചറിയുന്നു. രോഗത്തിന്റെ ശാരീരിക ജീർണതയിലും മനുഷ്യനിൽ ആദിമ വികാരങ്ങളിലൊന്നായ കാമത്തിന്റെ 'ആഭാസകര'മെന്ന് തോന്നിപ്പിക്കുന്ന ബഹിർസ്ഫുരണമുണ്ട്. മരണവും

സ്ഥലകാലങ്ങളും അരാജകമായ ഋതുക്കളും വ്യത്യസ്ത സംസ്കാരങ്ങളും ഭാഷകളും മാത്രമല്ല, കാമവും ബർഗോഫ് സാനട്ടോറിയത്തിന്റെ ആത്മാംശങ്ങളിലൊന്നാണെന്ന് തോമസ് മൻ സൂചിപ്പിക്കുന്നു. ലിംഗത്തിൽ കാൻസർ ബാധിച്ച് ലിംഗച്ഛേദം നടത്തേണ്ടി വന്ന അമ്പത്തിരണ്ടുകാരൻ തനിക്കിനിയും ലൈംഗികബന്ധത്തിലേർപ്പെടാനാവില്ലേയെന്ന് ആത്മവേദനയോടെ ചോദിക്കുന്നത്, ഞാൻ കേട്ടിട്ടുണ്ട്. രോഗം കാമത്തെ ശമിപ്പിക്കുന്നില്ല.

പൂർണ്ണാരോഗ്യവാനായ ഒരാൾ!

സാനട്ടോറിയത്തിൽ അതിഥിയായെത്തിയ കാസ്ട്രോപ്പ് താൻ ആരോഗ്യവാനാണെന്നും ഒരാഴ്ചയ്ക്കുശേഷം മടങ്ങിപ്പോകുമെന്നുമറിയിക്കുമ്പോൾ സാനട്ടോറിയത്തിലെ ഡോക്ടർ ക്രോക്കോസ്കി അത്ഭുതം കൂറുന്നുണ്ട്. പൂർണ്ണാരോഗ്യവാനായ ഒരാൾ ഒരു പ്രതിഭാസമാണ്! പഠിക്കേണ്ട പ്രതിഭാസം! ലോകം, മനുഷ്യൻ എത്ര രോഗാതുരമാണെന്ന്, കറുത്ത യുക്തിയിൽ ഡോക്ടർ ആരോപിക്കുകയാണ്. അതിൽ യുദ്ധങ്ങൾ ബാധിച്ച യൂറോപ്യൻ നാഗരികതയുടെ രോഗാവസ്ഥയുണ്ട്. ഒരു മനുഷ്യൻ വ്യക്തിയെന്ന നിലയിൽ അവന്റെ വ്യക്തി ജീവിതം മാത്രമല്ല ജീവിക്കുന്നത്; ബോധപൂർവമോ അബോധപൂർവമോ തന്റെ കാലത്തിന്റെയും (life of his epoch) തന്റെ സമകാലികരുടെയും കൂടി ജീവിതം ജീവിക്കുന്നുണ്ട്: തോമസ് മൻ ഓർമ്മിപ്പിക്കുന്നു.

ബർഗോഫ് സാനട്ടോറിയം മനുഷ്യനാഗരികതയുടെ ഒരു പരിച്ഛേദമാണ്, മൈക്രോ കോസമാണ്. അതിലെ മനുഷ്യരുടെ രോഗഗ്രസ്തമായ കോശങ്ങൾ ആ നാഗരികതയുടെ പ്രതിഫലനങ്ങളാണ്. ആ കോശങ്ങളിലെ ഡിഎൻഎയാണ് മാജിക് മൗണ്ടന്റെ ഘടനയിലുള്ളത്. പലഭാഷകൾ സംസാരിക്കുന്ന, വ്യത്യസ്ത ആശയങ്ങൾ പുലർത്തുന്ന, വിശ്വാസങ്ങളുള്ള, ഭാവങ്ങളുള്ള ഒരു ലോകമായി അത് നമ്മുടെ മുന്നിൽ അനാവൃതമാവുന്നു. സാനട്ടോറിയത്തിലെ വ്യത്യസ്ത മനുഷ്യരെ ഒന്നിപ്പിക്കുന്ന അടിസ്ഥാന ഘടകം രോഗമാണ്. ഈ രോഗമാകട്ടെ അവരുടെ ശരീരത്തിനെയും മനസ്സിനെയും കാർന്നുതിന്നുന്നതാണ്. അതിനുമുമ്പിൽ അവരുടെ ഭാഷയ്ക്കോ ആശയത്തിനോ സംസ്കാരത്തിനോ വിലയില്ല. മറ്റൊരു തലത്തിൽ രോഗം, ജീവിതവും മരണവുമാണ്. കാലവും സ്ഥലവും രോഗവും (മരണവും) പരസ്പരം ഉരസുന്നതിന്റെയും ഇടറുന്നതിന്റെയും സമരസപ്പെടുന്നതിന്റെയും വീണ്ടും വിഘടിക്കുന്നതിന്റെയും ശബ്ദങ്ങളും ഗന്ധങ്ങളും നാം കാണുന്നു.

ഇവിടെ മനുഷ്യർ സ്വതന്ത്രരാണ്. കാലം അവർക്കൊന്നുമല്ല. ഇവിടെ ജീവിതത്തിന് പ്രത്യേകിച്ച് വിലയൊന്നുമില്ല. ഓരോ നിമിഷത്തിലും ജീവിതം ജീർണിക്കുകയാണ്. നോക്കൂ, താഴ്വരയിലേയ്ക്ക്, സമതലങ്ങളിലേയ്ക്ക്. അവിടെയാണ് ജീവിതത്തിന് ഗൗരവമുള്ളത്.

കുറച്ച്നാൾ ഈ സാനട്ടോറിയത്തിൽ ജീവിച്ചാൽ നിങ്ങൾക്കത് ബോധ്യമാവും. ഇവിടെ ജീവിതവുമായി പൊരുത്തപ്പെടുക അത്ര എളുപ്പമല്ല. മരണം അതീവ നിഗൂഢമാണ്. ആരും തൊട്ടടുത്ത മുറിയിലെ ആൾ പോലുമറിയില്ല. ശവപ്പെട്ടി എത്തുന്നത് നിങ്ങൾ അടുത്ത മുറിയിൽ ഉറങ്ങിക്കൊണ്ടിരിക്കുമ്പോഴാകാം. അന്ത്യകൂദാശ കൊടുക്കാൻ പുരോഹിതൻ മരണമുറിയിൽ കടക്കുന്ന നിമിഷം വല്ലാത്തൊരു ഭയാനകത നമ്മെ ചൂഴുന്നതായി കേൾക്കാം. എല്ലാം ഭൂമിക്കടിയിലേയ്ക്ക് താഴ്ന്നുപോകുന്നപോലെ. രോഗബാധിതയായ ഒരു പെൺകുട്ടിയുടെ അവസാന നിമിഷങ്ങൾ നോവലിസ്റ്റ് വിവരിക്കുക യാണ് ജോച്ചിമിലൂടെ. പിന്നെയും പിന്നെയും നാം മരണത്തിലൂടെ സഞ്ചരിക്കുന്നു. പതിനാറുകാരനായ ആന്റൺ സ്റ്റീർമാൻ കാറ്റുകളുടെ ചിറകുകളിൽ പറന്നകന്നതായി സെറ്റംബ്രിനിയെന്ന Homo humanus അറിയിക്കുന്നു. അവന്റെ ഒഴിഞ്ഞുകിടക്കുന്ന കസേരയിൽ മറ്റൊരാൾ.

കസേര ഒഴിയുന്നില്ല

ആന്റൺ സ്റ്റീർമാന്റെ ആ ഒഴിഞ്ഞ കസേര വായിച്ചപ്പോൾ, ഞങ്ങളുടെ പാലിയേറ്റീവ് ക്ലിനിക്കിന്റെ കിടത്തി ചികിത്സാവിഭാഗ ത്തിലെ ചൂരൽ കസേരയാണ് ഓർത്തത്. അതിൽ ചാരിക്കിടക്കാം. ഒരിക്കൽ ഒരു പതിനാറുവയസ്സുള്ള പെൺകുട്ടിയ്ക്കുവേണ്ടി ഞാൻ തന്നെയാണ് അതവിടെ എത്തിച്ചത്. ഞാൻ ചാരിക്കിടന്ന് വായി ച്ചിരുന്ന കസേരയാണ്. ആ കസേരയിൽ കിടന്ന് ഞാൻ മാജിക് മൗണ്ടൻ വായിച്ചിട്ടുണ്ട്. അവൾക്ക് വേദനയിൽ നിന്ന് അല്പനേരം ആശ്വസിക്കാൻ ഈ കസേരയുടെ ആകൃതിയിലും പ്രകൃതിയിലും ഒരു ചൂരൽ കസേര വേണമെന്ന് പറഞ്ഞു. അവൾ ആ കസേരയിൽ കിടന്നാണ് മരിച്ചത്. നാല് വർഷങ്ങൾക്ക് മുമ്പ്. ഒരിക്കൽ ഞാനത് അവിടെ നിന്നും വീട്ടിലേയ്ക്ക് കൊണ്ടുപോയാലോ എന്നാലോചിച്ചു. പക്ഷേ, മനസ്സ് വന്നില്ല. മരണത്തിന് ഇവിടെ കസേര വേണമെന്ന് തോന്നി. ഇപ്പോഴും അതവിടെ, ചിലപ്പോൾ ഒഴിഞ്ഞും, മറ്റ് ചിലപ്പോൾ മരണത്തെ കാത്തിരുന്നും കിടപ്പുണ്ട്.

ആ കസേര കിടക്കുന്ന വരാന്തയിലൂടെ കടന്ന് പോകുമ്പോൾ അവലക്ഷണം ബാധിച്ച ആ ഹ്യൂമനിസ്റ്റിനെ ഞാൻ ഓർക്കാറുണ്ട്. അയാളെപ്പോലെ ഞാനും അവലക്ഷണം കെട്ടവൻ. ദൈവമില്ലാത്ത ആത്മീയതയെപ്പറ്റിയും മാനവീകതയെപ്പറ്റിയും ക്ലിനിക്കിലെ കുട്ടി കളോട് സംസാരിക്കാറുണ്ട്. അധികാരം നീതി; നിഷ്ഠുരാധിപത്യം സ്വാതന്ത്ര്യം; അന്ധവിശ്വാസം അറിവ്, അനശ്വരതയുടെ നിയമം മാറ്റത്തിന്റെ നിയമം; ജ്ഞാനോദയത്തിന്റെ ശക്തി, പ്രാപഞ്ചിക സാഹോദര്യം, നീതി, ശാസ്ത്രം, യുക്തി, ലോക റിപ്പബ്ളിക്, നാഗരീകത, യുക്തി സ്നേഹം....

തെർമോമീറ്റർ 99.6

ഒരു ദിവസം ഡോക്ടർ ഫ്രോലിൻ വോൺ മൈലൻ ഡോങ്ക് കാസ്ട്രോപ്പിന്റെ വാതിലിൽ മുട്ടി. തന്റെ ദൗത്യ നിർവ്വഹണത്തിനായി. നിങ്ങൾക്ക് ഉള്ളിൽ രോഗമുണ്ടെന്നറിയിക്കുന്നു. തുടർന്ന് അഞ്ച് ഫ്രാങ്ക് വിലയുള്ള തെർമോമീറ്റർ അയാൾക്ക് നൽകുന്നു. അതിന്റെ മിന്നുന്ന വെള്ളി ശരീരോഷ്മാവിന് താഴെയായിരുന്നു. ഡോക്ടർ പോയ ഉടനെ കാസ്ട്രോപ്പ് തെർമോമീറ്റർ നാക്കിന്നടിയിൽ വെയ്ക്കുന്നു. വാച്ചിൽ സമയം നോക്കുന്നു. ഏഴ് മിനിട്ടുകൾ കടന്നുപോകാൻ കാത്ത് നിൽക്കുന്നു. തെർമോമീറ്റർ നാക്കിന്നടിയിൽ അമർത്തി അയാൾ മുറിയിൽ നടക്കുന്നു. സമയം ഇഴയുന്നു. ഒരിക്കലും അവസാനിക്കുന്നില്ല. വാച്ചിൽ നോക്കി. രണ്ടര മിനിറ്റ് കടന്നുപോയിരിക്കുന്നു. അയാൾ അനേകം കാര്യങ്ങൾ അതിനിടയിൽ ചെയ്തു. അവസാനം വായിൽ നിന്ന് തെർമോമീറ്ററെടുത്ത് വായിച്ചു. 99.6

തുടർന്ന് കാസ്ട്രോപ്പും ജോച്ചിമും ഡോക്ടർ ബ്രഹൻസിനെ സന്ദർശിക്കുന്നിടത്ത് കാസ്ട്രോപ്പിന്റെ മലയിറങ്ങാനുള്ള ആഗ്രഹത്തെ ഡോക്ടർ നേരിടുകയാണ്. ഇവിടെ മാന്യമായ ജീവിതമില്ലേ? ഇതൊരു തടവറയല്ല. സൈബീരിയൻ പീനൽ കോളനിയുമല്ല. മൈക്കിൾ ഫൂക്കോ MADNESS AND CIVILISATION ൽ ലെപ്രസോറിയത്തിന്റെയും സാനട്ടോറിയത്തിന്റെയും ആസ്പത്രിയുടെയും തടവറയുടെയും പീനൽ കോളനിയുടെയും ഉൽഭവങ്ങളും വളർച്ചകളും ചരിത്രഭാഷയിൽ വിശദമാക്കുന്നുണ്ട്. ബർഗോഫ് സാനട്ടോറിയം തടവറയും പീനൽ കോളനിയുമാണെന്ന് ഡോക്ടർ ഭംഗ്യന്തരേണ ആവർത്തിക്കുകയാണോ? അല്ലെങ്കിൽ വായനക്കാരനിൽ നോവലിസ്റ്റ് ആ ബോധം ജനിപ്പിക്കുകയാണോ?

എന്താണിവിടെ കുറ്റകരമാകുന്നത്? ശിക്ഷിക്കപ്പെടേണ്ടതാകുന്നത്? അതിനുള്ള വിശദീകരണങ്ങളാണ് നോവലിൽ ക്രമാനുഗതമായി നീറിപ്പിടിക്കുന്നത്. സമൂഹത്തിന്റെയും ശരീരത്തിന്റെയും രോഗാവസ്ഥകൾ തുറന്നുകാട്ടുന്ന നോവലുകൾ വിശ്വസാഹിത്യത്തിൽ ഉണ്ടായിട്ടുണ്ട്. അലക്സാണ്ടർ സോൾഷെറ്റ്സിന്റെ 'കാൻസർ വാർഡ്' ഉദാഹരണം. അതുപോലെ സമൂഹത്തിന്റെ രോഗാവസ്ഥയും അതിൽ വ്യക്തികൾ തടവിലാക്കപ്പെട്ട് പീഢിതരാകുന്നതിന്റെയും നോവലുകൾ കാഫ്കയിലും കുന്ദേരയിലും ക്വറ്റ്സെയിലുമുണ്ട്. കാഫ്കെയുടെ പീനൽ കോളനി (കഥ) കാസിൽ (നോവൽ), ക്വറ്റ്സെയുടെ ലൈഫ് ആന്റ് ടൈം ഓഫ് മൈക്കിൾ കെ, കുന്ദേരയുടെ ജോക്. ഒന്നും രണ്ടും ലോകമഹായുദ്ധത്തിൽ യൂറോപ്പനുഭവിച്ച അതിതിക്തമായ പീഢനങ്ങളുടെ ഞെട്ടിപ്പിക്കുന്ന കഥകൾ. ഇന്ത്യനവസ്ഥയിൽ ജീവിതത്തെയും മരണത്തെയും തൊട്ടറിയുന്ന താരാശങ്കർ ബാനർജിയുടെ ആരോഗ്യനികേതനിലെ ജീവൻ മശായി ഒരു യൂറോപ്യൻ

ഭാഷയിൽ സാധ്യമാകണമെന്നില്ല. മനുഷ്യന്റെ നാഡിമിടപ്പിലൂടെ ജീവന്റെയും മരണത്തിന്റെയും താളവും താളഭേദവുമറിഞ്ഞ് മരണം പ്രവചിക്കുന്ന ജീവൻ മശായിയെ ഞാൻ തോമസ് മന്റെ 'മാജിക് മൗണ്ടനി'ലേയ്ക്ക് extrapolate ചെയ്ത് നോക്കിയിട്ടുണ്ട്. 'മാജിക് മൗണ്ടൻ' ഡോവോസ് പ്ലാറ്റ്സിയിലാണെങ്കിൽ, ജീവൻ മശായ് ബംഗാളിലെ ഗ്രാമങ്ങളിലാണ്. ഇന്ത്യൻ നാഗരികതയുടെ ചലനരഹിതമെന്ന് തോന്നിപ്പിക്കുന്ന ഗ്രാമങ്ങളിലെ ഇരുട്ടും നിഴലും കാലവും കാലരാഹിത്യവും കെട്ടിക്കിടക്കുന്ന പാരമ്പര്യത്തിലാണ് താരാശങ്കർ മരണത്തെ അന്വേഷിക്കുന്നത്, ജീവിതത്തിന്റെ പൊരുളായി. ആധുനിക വൈദ്യശാസ്ത്രത്തോട് ജീവൻ മശായി തോറ്റുപോകുന്നു. അയാൾ വെറുക്കപ്പെട്ടവനാകുമ്പോൾ, ഫൂക്കോ ചൂണ്ടിക്കാട്ടിയ ആസ്പത്രികളും തടവറകളും രൂപപ്പെടുന്നു.

സാനട്ടോറിയത്തിന്റെ ഡയറക്ടർ ഡോക്ടർ ബ്രഹൻസ് കാസ്ട്രോപ്പിനെ മെഡിക്കൽ മുറിയിൽ പരിശോധിക്കുന്നു. ഡോക്ടർക്ക്, ആധുനിക വൈദ്യശാസ്ത്രത്തിന്റെ അടിസ്ഥാന ധാതുവാണ് കാസ്ട്രോപ്പ്. വിശദമായ പരിശോധനയ്ക്കുശേഷം ഡോക്ടർ തന്റെ കണ്ടെത്തലുകൾ പ്രഖ്യാപിക്കുന്നു. നിങ്ങൾ സമതലത്തിലേയ്ക്ക് തിരിച്ച് പോകുന്നതിൽ അർത്ഥമില്ല. നിങ്ങൾക്ക് ഇവിടെയ്ക്ക് ഉടനെ തിരിച്ച് പോരേണ്ടിവരും. ഇവിടത്തെ അന്തരീക്ഷവായു രോഗത്തിന് പറ്റിയതാണ്. അത് ശരീരത്തെ മൊത്തമായി മാറ്റിമറിക്കുന്നു (REVOLUTIONS) ഉള്ളിലുള്ള സകല ദൗർബ്ബല്യങ്ങളെയും അത് ഉപരിതലത്തിലെത്തിക്കുന്നു.

ഡോക്ടർ ബ്രഹൻസിന്റെ അസിസ്റ്റന്റായ ഡോ. ക്രോക്കോസ്കി പറയുന്നുണ്ട്: 'സ്നേഹശക്തിയുടെ വേഷപ്രച്ഛന്നമായ ആവിഷ്ക്കാരങ്ങളല്ലാതെ മറ്റൊന്നുമല്ല രോഗം. സ്നേഹം ഭാവം മാറുന്നതാണ് എല്ലാരോഗവും'.

ശരീരത്തിന്റെ രോഗശുശ്രൂഷ ചെയ്യുന്ന ഏതൊരു ഭിഷഗ്വരനും ഈ സത്യമറിയാം. സമൂഹത്തിന്റെ രോഗമാറ്റത്തിന് സജ്ജനാകുന്ന വിപ്ലവകാരിയും ഇതറിയുന്നുണ്ട്. ആത്മാവിന്റെ രോഗം കണ്ടെത്തുന്ന അന്വേഷിയും ഇവിടേയ്ക്കാണെത്തുന്നത്. രോഗം മാറ്റത്തിന്റെ (REVOLUTION) മാധ്യമമാണ്. നോവലിന്റെ അവസാന അദ്ധ്യായമായ അശനിപാതം (THUNDER BOLT) ഇതിന്റെ അടയാളമത്രെ.

ദ്വന്ദ്വയുദ്ധത്തിലെ മദ്ധ്യസ്ഥൻ:

ദൈവത്തെയും വിശ്വാസത്തെയും മിസ്റ്റിസിസത്തെയും പ്രതിനിധികരിക്കുന്നവർ ഒരു ഭാഗത്തും യുക്തിയെയും ഹ്യൂമനിസത്തെയും ജ്ഞാനോദയത്തെയും പ്രതിനിധീകരിക്കുന്നവർ മറുഭാഗത്തുമായി സംസ്കാരങ്ങളുടെ സങ്കര ഭൂമിയായ ബർഗോഫിന്റെ തീൻ ശാലയിൽ നടക്കുന്ന സംവാദം ഒരു ദ്വന്ദ്വയുദ്ധത്തിലേയ്ക്ക് വഴിമാറുന്നു. രോഗബാധിതനായ നാഫ്ത്ത ആദ്യത്തെതിനെ പ്രതിനിധീകരിച്ച്

ദ്വന്ദ്വയുദ്ധത്തിന് മുന്നോട്ട് വരുന്നു. നോവലിന്റെ ആദ്യഭാഗങ്ങളിൽ തന്നെ നോവലിസ്റ്റ് അവതരിപ്പിക്കുന്ന ഹ്യൂമനിസ്റ്റ് (homo humanus), രോഗബാധിതനായ സെറ്റംബ്രിനി മറുഭാഗത്തെ പ്രതിനിധീകരിക്കുന്നു. ഹാൻസ് കാസ്ട്രോപ്പാണ് മദ്ധ്യസ്ഥൻ. റഫറി എന്നും വിളിക്കാം. സെറ്റംബ്രിനിയെയാണ് തോമസ് മൻ പ്രതിനിധീകരിക്കുന്നതെന്ന്, നമുക്ക് ആദ്യം മുതലേ തോന്നാം. ഇവിടെ അത് അട്ടിമറിയ്ക്കപ്പെടുന്നു, ബാഹ്യതലങ്ങളില്ല, ആന്തരികമായി. ഹാൻസ് കാസ്ട്രോപ്പിലാണ് തോമസ് മന്റെ സ്വത്വത്തിന്റെ ശോഭ കൂടുതൽ തെളിയുന്നതെന്ന് വായനക്കാരൻ തിരിച്ചറിയുന്നു.

കാസ്ട്രോപ്പ് തന്നെയാണ് ദ്വന്ദ്വയുദ്ധത്തിനുള്ള സ്ഥലം തെരഞ്ഞെടുക്കുന്നത്. ആ സ്ഥലം നാലാം അദ്ധ്യായത്തിൽ അയാളുടെ ഒറ്റയ്ക്കുള്ള നടത്തത്തിൽ നാം കണ്ടതാണ്. മൂക്കിൽ നിന്നുള്ള രക്തവാർച്ചയിൽ അവശനായി അരുവിക്കരയിലെ ബെഞ്ചിൽ അഭയം കണ്ടെത്തിയ കാസ്ട്രോപ്പ്. സ്ഥലകാലങ്ങൾ വിച്ഛേദിക്കപ്പെട്ട് അയാൾ എവിടേയ്ക്കോ വലിച്ചെറിയപ്പെട്ടു. ആ പഴയ ബെഞ്ചിൽ അന്നത്തേക്കാൾ കൂടുതൽ കട്ടിയായി മഞ്ഞ് വീണിരുന്നു. അവൻ ആ പരിസരത്തിൽ എത്തുമ്പോൾ തോന്നാറുള്ള അതേ സന്തോഷത്തോടെ ഹിമാന്തരീക്ഷത്തിന്റെ സൗന്ദര്യം വീക്ഷിച്ചു. അവൻ എല്ലാവരോടും 'ഗുഡ്മോണിങ്ങ്' പറഞ്ഞെങ്കിലും ആരും പ്രതികരിച്ചില്ല. കാലുഷ്യത്തിന്റെ മുൾമുനയിലായിരുന്നു എല്ലാവരും. 'മാന്യരെ, തിരക്ക് കൂട്ടരുത്... മദ്ധ്യസ്ഥനെന്ന നിലയിൽ എന്റെ കടമയാണ്...' എന്ന് കാസ്ട്രോപ്പ് പറഞ്ഞ് തീരും മുമ്പേ നാഫ്ത മൂർച്ചയോടെ അലറിക്കരഞ്ഞു: 'നിശബ്ദം!' വെടിപൊട്ടിക്കാനുള്ള സിഗ്നൽ തരാൻ ആവശ്യപ്പെട്ടു. ആരും സിഗ്നൽ നൽകിയില്ല. നാഫ്ത തന്നെ തന്റെ പ്രതിയോഗിയായ സെറ്റംബ്രിനിയോട് തന്റെ നേരെ വെടിയുതിർക്കാൻ ആവശ്യപ്പെട്ടു. സെറ്റംബ്രിനി കാണികളെ അവിശ്വസിപ്പിച്ചുകൊണ്ട്, അത് തന്നെ നാഫ്തയോടും ആവശ്യപ്പെട്ടു. നാഫ്ത വെടിയുതിർത്തില്ല. സെറ്റംബ്രിനി പിസ്റ്റൾ വളരെ മുകളിലേയ്ക്കുയർത്തി. വെടിയുതിർത്തു.

ആവർത്തിച്ച മാറ്റൊലികളായി വെടിയൊച്ച മലകളെ ഉണർത്തി. മലകൾ ശബ്ദം വന്നിടത്തേയ്ക്ക് തന്നെ ചുഴറ്റി വീശി. താഴ്‌വര ഞെട്ടിവിറച്ചു; ആളുകൾ ഓടിക്കൂടിയേക്കുമെന്ന് കാസ്ട്രോപ്പിന് തോന്നി. ഈ വെടിയൊച്ച സമതലങ്ങളിൽ നിന്നുള്ള യുദ്ധത്തിന്റെ സൂചനകൂടിയാണ്.

നിങ്ങൾ വായുവിലേക്കാണ് വെടിയുതിർത്തത്, വീണ്ടും വെടിയുതിർക്കൂ: നാഫ്തയുടെ വാക്കുകൾക്ക് സെറ്റംബ്രിനി പ്രതികരിച്ചു, എനിക്കിഷ്ടമുള്ളിടത്തേയ്ക്ക് ഞാൻ വെടിയുതിർക്കും, ഇനി വെടിയുതിർക്കാൻ ഞാനുദ്ദേശിക്കുന്നില്ല. ഇനി നിങ്ങളുടെ ഊഴമാണ്. അയാൾ നാഫ്തയുടെ നേരെ തിരിഞ്ഞുനിന്നു, തന്റെ നേരെ

വെടിയുതിർക്കാനുള്ള സമ്മതത്തോടെ.

'ഭീരു!' നാഫ്ത നിലവിളിച്ചുകൊണ്ട് സ്വന്തം തലയിലേയ്ക്ക് തന്നെ വെടിയുതിർത്തു. അയാൾ അല്പം പിന്നിലേയ്ക്ക് ആടി മഞ്ഞിൽ മുഖമടച്ച് വീണു. അയാളുടെ വെടിയൊച്ചകളിൽ മലകൾ അമ്മാനമാടി.

വളരെ ചെറിയൊരു ഘടികാരത്തിന്റെ സൂചിയുടെ ചലനം നമുക്ക് കാണാനാവില്ല. അതുപോലെ ഒരു പുല്ലിൻതല വളരുന്നത് നമുക്ക് അദൃശ്യമാണ്... അദൃശ്യമായ കാലം മാറ്റങ്ങൾ ഉണ്ടാക്കിക്കൊണ്ടിരുന്നു. മലകൾക്ക് താഴെ യൂറോപ്പിന്റെ സമതലങ്ങളിൽ യുദ്ധത്തിന്റെ വെടിയൊച്ചകൾ ഹുങ്കാരങ്ങളായി. മാനവീകതയുടെ മാംസവും തലയോട്ടും കണ്ണും കരളും ഹൃദയവും ചിതറിത്തെറിച്ചു. ശാന്തിയുടെ പ്രാവുകളെ കൊത്തിയകറ്റി കഴുകന്റെ ശക്തി വിജയിച്ചുകൊണ്ടിരുന്നു. സഹോദരൻ സഹോദരന്റെ ഘാതകനായി. 'മരണത്തിന്റെ സർവവ്യാപിയായ ഉത്സവത്തിൽ നിന്ന്, സന്നിപാത ജ്വരത്തിന്റെ അതിതീവ്രവതയിൽ നിന്ന്, മഴ കഴുകിയ സന്ധ്യാകാശത്തിൽ പൊൻതിളക്കം തെളിയുമോ? ഒരു നാൾ സ്നേഹം ഉദിച്ചുയരില്ലേ?' എന്ന് മാജിക് മൗണ്ടന്റെ അവസാന വരികൾ അക്ഷരാർത്ഥത്തിൽ എഴുതി ഒഴിയുമ്പോൾ, പ്രപഞ്ചത്തിലേയ്ക്ക് സ്നേഹത്തിന്റെ സ്ഥലകാല അതിർത്തികളില്ലാത്ത സ്വാതന്ത്ര്യങ്ങൾ തുറന്നിടുകയാണ് തോമസ് മൻ. സ്വാതന്ത്ര്യത്തിന്റെ ഈ തുറസ്സുകളാണ് ഈ ബൃഹദ്ദാഖ്യാനത്തെ ലോകസാഹിത്യത്തിലെ ഏറ്റവും ഉദാത്തമായ ക്ലാസിക്കായി അടയാളപ്പെടുത്തുന്നത്. ആഖ്യാനങ്ങളുടെ ലാളിത്യമോ സങ്കീർണ്ണതയോ അല്ല ഒരു കൃതിയെ കാലാതീതവും ദേശാതീതവുമാക്കുന്നത്. രോഗഗ്രസ്തമായ ശരീരത്തിലും മനസ്സിലും ആത്മാവിലും ബോധവിപ്ലവങ്ങൾ സംഭവിക്കാൻ അക്ഷരങ്ങൾ തുറസ്സുകൾ നൽകുമ്പോഴാണ്. അത്തരം ബോധവിപ്ലവങ്ങൾക്ക മാത്രമേ, സമൂഹത്തിന്റെയും ഭൂമിയുടെയും രോഗാതുരതകൾ അധഃകരിക്കാനാവൂ.

(18/11/18)

വെറുപ്പിന്റെ വൈറസ്സുകൾ

എല്ലാവർക്കും അറിയാവുന്ന ചിലതാണ് ഞാൻ പറയാൻ പോകുന്നത്. പുതിയതായി ഒന്നുമില്ല. പക്ഷേ, ചില വസ്തുതകളുടെ ഡി.എൻ.എ നമ്മുടെ തലച്ചോറിലൂടെ ഹൃദയത്തിലെത്തുമ്പോഴാണ് അത് കേവല സത്യങ്ങളെങ്കിലുമായി നമ്മിൽ മിന്നിത്തിളങ്ങുന്നത്. ആത്യന്തിക സത്യമുണ്ടോയെന്ന് അറിയില്ല. ഉണ്ടെങ്കിൽ തന്നെ അതിലേയ്ക്കെത്താനുള്ള ആത്മീയ സാധനയൊന്നും എന്നെപ്പോലുള്ളവർക്കില്ല.

അഞ്ച് വർഷമായി അടുത്തറിയാവുന്ന ഒരു സ്നേഹിതനുണ്ട്. സത്യസന്ധനായ സാമൂഹ്യപ്രവർത്തകനാണ്. അച്ചടക്കത്തോടെയും അർപ്പണത്തോടെയും സേവനത്തിൽ മുഴുകും. താൻ ഇന്നലെ ചെയ്തതും ഇപ്പോൾ ചെയ്യുന്നതുമായ സേവനങ്ങൾ ആവർത്തിക്കും. നമ്മൾ എല്ലാവരിലുമുള്ള ഒരു മാനസിക ഭാവമാണത്. അതിൽ തെറ്റുണ്ടെന്ന് അറുത്തുമുറിച്ച് പറയാനാവില്ല. മനുഷ്യനിലെ 'അഹം' അത്ര പെട്ടെന്ന് നമുക്കാർക്കും അലിയിച്ചു കളയാനാവില്ലല്ലോ. അതിന്റെ പൊങ്ങച്ച സ്വഭാവവും ആവർത്തന വിരസതയും അദ്ദേഹത്തിന്റെ സേവനമികവ് കണക്കിലെടുത്ത് ആരും അദ്ദേഹത്തോട് തുറന്ന് പറയാറില്ല. വാസ്തവത്തിൽ, അതുകൊണ്ട് മറ്റാർക്കും പ്രത്യേകിച്ച് ദോഷമൊന്നുമില്ലല്ലോ.

എന്നാൽ, ഈയിടെയായി അദ്ദേഹത്തിന് തന്റെ സേവനമേഖലയിൽ ഒപ്പമുള്ളവരെ അംഗീകരിക്കാനാവുന്നില്ല. അവരുടെ അപാകതകൾ, കുറ്റങ്ങൾ, കുറവുകൾ ചൂണ്ടിക്കാട്ടുന്നതിൽ അദ്ദേഹം വ്യാപൃതനാവുന്നു. അദ്ദേഹത്താൽ 'കുറ്റാരോപിത'രായവരോട് കോപാകുലനാകുന്നു. അവർ ശരിയല്ല, ഇവർ ശരിയല്ല എന്ന് മന്ത്രിക്കുന്നു. തീർച്ചയായും, കുറ്റാരോപിതരായവർ അവരുടെ സത്യസന്ധതയും ഭാഗവും ന്യായീകരിക്കുന്നു. അങ്ങിനെ, ആ ചെറിയ സേവനവൃത്തത്തിൽ കാലുഷ്യം ഉണ്ടാകുന്നു. പലപ്പോഴും ഇത് തിരുത്താൻ

ശ്രമിച്ചിട്ടും അദ്ദേഹത്തിനിത് മനസ്സിലാകുന്നില്ല. ആ നല്ല മനുഷ്യനിൽ അസ്വസ്ഥത ഏത് നിമിഷവും വർധിക്കുകയാണ്. അത് മറ്റുള്ളവരോടുള്ള വെറുപ്പായി പരിണമിക്കുന്നു. വെറുപ്പിന്റെ വൈറസ്സുകൾ അദ്ദേഹത്തിൽ സാവകാശം കൂടുകൂട്ടുന്നു. അത്തരമാളുകളുടെ മനസ്സ്, അവർ നല്ലവരായിരിക്കുമ്പോൾ തന്നെ, ചെറിയ നരകങ്ങളാണ്.

ഇത്തരം നരക കാലങ്ങളിലൂടെ ഞാനും കടന്നുപോയിട്ടുണ്ട്. എന്തൊരു ഊർജ്ജനഷ്ടമാണ് അതിലൂടെ ആ വ്യക്തിക്കും, അദ്ദേഹവുമായി ബന്ധപ്പെട്ടവർക്കും, തന്റെ ശത്രുതയിൽ ജീവിക്കുന്നവർക്കും ഉണ്ടാകുന്നതെന്ന് ഞാൻ അനുഭവത്തിൽ നിന്നറിഞ്ഞിട്ടുണ്ട്. ഇന്ന് ഭൂമിയിലെ മൊബൈൽ - ലാൻഡ് ലൈൻ ഫോൺവിളികളിൽ കുറച്ചൊക്കെ വെറുപ്പിന്റെ തീക്ഷ്ണവും ദുർബ്ബലവുമായ വൈറസ്സുകൾ പ്രചരിപ്പിക്കാനുള്ളതാണ്. ഇത് വ്യക്തികളുടെ മന:ശാന്തി മാത്രമല്ല കെടുത്തുക. അവർ ജോലിചെയ്യുന്ന, സേവനം ചെയ്യുന്ന ചെറിയ മേഖലകൾ പോലും കലുഷിതമാകും. വീടുകളെയും.

വെറുപ്പിന്റെ അടിസ്ഥാന ജീൻ അവിശ്വാസമാണ്. എനിക്ക് മറ്റൊരാളെ വിശ്വാസമില്ലയെന്ന് പറയുന്നത് എനിക്കയാളിൽ അവിശ്വാസമാണെന്നാണ്. അയാളിൽ വിശ്വാസമില്ലാതാവുമ്പോൾ, അയാളുടെ പ്രവൃത്തി, വാക്ക്, നോട്ടം, ഭാവം, വസ്ത്രം, ഭക്ഷണം, എന്തിന് ശ്വാസംപോലും വെറുപ്പുളവാക്കുന്നു. അയാൾ ചെയ്യുന്ന കണ്ടോ, സംസാരിക്കുന്നത് കേട്ടോ, നോട്ടം കണ്ടോ, മുഖത്തെ ഭാവം കണ്ടോ, ഉടുപ്പ് നോക്കിയോ, തിന്നുന്ന കണ്ടോ, ഇങ്ങിനെപ്പോകും വെറുപ്പിന്റെ ചേഷ്ടകൾ.

ചിലപ്പോൾ ഒരു പരിചയവുമില്ലാത്ത വ്യക്തിയോട് പോലും നമുക്ക് വെറുപ്പ് തോന്നും. അത് അറപ്പിന്റെ രൂപത്തിലാകാം.

ഒരു കുഷ്ഠരോഗി അടുത്തെത്തിയാൽ നമ്മൾക്ക് ഭയമായി. അറപ്പായി. വെറുപ്പായി. ഈ വെറുപ്പിൽ നിന്ന് മുക്തിനേടുക എളുപ്പമല്ല. കുഷ്ഠരോഗം കാർന്നുതിന്ന് ലോകത്താൽ വെറുക്കപ്പെട്ടവനെ മനസ്സറിഞ്ഞ് ആലിംഗനം ചെയ്യുന്ന നിമിഷത്തിൽ താൻ വിശുദ്ധിയുടെ ഒരു പടവ് കയറും എന്നാണ് വിശുദ്ധ ഫ്രാൻസീസ് ഏറ്റുപറഞ്ഞത്.

ഗാന്ധിയുടെ ജീവിതത്തിൽ കാരുണ്യത്തിന്റെ വിസ്മയം തുറന്നിട്ട ഒരു പരീക്ഷണമുണ്ട്. 1939 ലെ ഒരു മഞ്ഞുകാലത്തെ സന്ധ്യ. ഗാന്ധി തന്റെ സന്ധ്യാനടത്തത്തിലാണ്. പെട്ടെന്ന് അദ്ദേഹത്തിന്റെ മുമ്പിലെത്തിയ ഒരു സന്ദർശകന്റെ രൂപം അദ്ദേഹത്തിൽ മുഖത്ത് ദു:ഖമുളവാക്കി. 1922 ൽ യെർവാദ ജയിലിൽ തന്നോടൊപ്പമുണ്ടായിരുന്ന സംസ്കൃതപണ്ഡിതനും കവിയുമായ പർച്ചുരെ ശാസ്ത്രിയുടെ മുഖമായിരുന്നു അത്. ഈ വർഷങ്ങൾക്കിടയിൽ ശാസ്ത്രികൾക്ക് അതികഠിനജാതിയിലുള്ള കുഷ്ഠരോഗം പിടിപെട്ടു. അപകർഷത

കൊണ്ടും നിരാശ കൊണ്ടും തകർന്നുപോയ ശാസ്ത്രികൾ ഭൂമിയിൽ നിന്നും എന്നെന്നേയ്ക്കുമായി തിരോധാനം ചെയ്യാനുറച്ചു. അവസാനമായി 'മഹാത്മാവി'നെ ദർശിക്കാനാണ് അദ്ദേഹം ആശ്രമത്തിലെത്തിയത്. ആശ്രമം സന്ദർശിക്കാനുള്ള ശാസ്ത്രികളുടെ കത്തിന് ഗാന്ധി മറുപടി നൽകിയിരുന്നില്ല. അതുമാത്രമല്ല ഗാന്ധിയെ അത്ഭുതപ്പെടുത്തിയത്; ശാസ്ത്രികളുടെ ദയനീയമായ രൂപം ആവാഹിക്കുവാൻ ഗാന്ധി പണിപ്പെട്ടു. ശാസ്ത്രികളുടെ സന്ദർശനം പെട്ടെന്നും അപ്രതീക്ഷിതവുമായതിനാൽ ഗാന്ധിയ്ക്ക് ആശ്രമത്തിലെ മറ്റ് അന്തേവാസികളുമായി ചർച്ച ചെയ്യാൻ കഴിഞ്ഞില്ല.

ഗാന്ധിയുടെ ധർമ്മസങ്കടം മനസ്സിലാക്കിയ ശാസ്ത്രികൾ താൻ ഗാന്ധിയ്ക്ക് വേണ്ടി പ്രത്യേകം നൂറ്റനൂൽ നൽകി, ആ്രശമത്തിൽ നിന്ന് പോകാനൊരുങ്ങി. എന്നാൽ ഗാന്ധി ആ്രശമത്തിലെ അന്തേവാസികളോട് ശാസ്ത്രികൾക്ക് ഭക്ഷണം നൽകാനും, അല്പം ദൂരെമാറിയുള്ള ഒരു കുടിലിൽ ഉറങ്ങാനുള്ള ഏർപ്പാടുകൾ ചെയ്തുകൊടുക്കാനും ആവശ്യപ്പെട്ടു. ആ രാത്രി ഗാന്ധിയും ശാസ്ത്രികളും ഉറങ്ങിയില്ല. പിറ്റേന്ന് രാവിലെ താൻ എടുക്കാൻ പോകുന്ന തീരുമാനത്തിന്റെ ഗൗരവം ഗാന്ധി അന്തേവാസികളോട് വിശദീകരിച്ചു. അവരുടെ സമ്മതം വാങ്ങി. ശാസ്ത്രികളെ നേരിട്ട് പരിചരിച്ച് ആരോഗ്യത്തിലേയ്ക്ക് തിരിച്ച് കൊണ്ടുവരികയെന്നത് തന്റെ ജീവിതത്തിലെ വെല്ലുവിളിയാണ്. അദ്ദേഹത്തിന് അഭയം നിഷേധിക്കുന്നത് തന്റെ മനസ്സാക്ഷിയുമായി രാജിയാകലാണ്; അതുകൊണ്ട് ദൈവവുമായും. പിറ്റേദിവസം തന്നെ, ശാസ്ത്രികളെ തന്റെ തൊട്ടടുത്ത കുടിലിലേയ്ക്ക് ഗാന്ധി മാറ്റി പാർപ്പിച്ചു.

രാഷ്ട്രീയനേതാക്കളുടെ സന്ദർശനങ്ങൾക്കിടയിലും സങ്കീർണ്ണമായ രാഷ്ട്രീയാന്തരീക്ഷത്തിലും ഗാന്ധി ദിവസത്തിൽ മൂന്ന് നേരം ശാസ്ത്രികളുടെ വ്രണങ്ങൾ കഴുകി വൃത്തിയാക്കാൻ സമയം കണ്ടെത്തി. സ്നേഹവും വാത്സല്യവും കരുണയും ഭക്ഷണവും കൊണ്ട് ഗാന്ധി ശാസ്ത്രികളെ ആരോഗ്യത്തിലേയ്ക്ക് തിരിച്ചെത്തിച്ചു, വർഷങ്ങളിലൂടെ. ശാസ്ത്രികൾ ഗാന്ധിയുടെ ആശ്രമത്തിന്റെ അവിഭാജ്യഘടകമായി. (പുറം: 72: 'സെമിനാർ' - ഒക്ടോ: 2014)

നിത്യജീവിതത്തിൽ മാംസം അഴുകി ദുർഗന്ധം വമിക്കുന്ന ജീർണ്ണിക്കുന്ന രോഗാവസ്ഥയിലുള്ളവരുമായി പലപ്പോഴും ഇടപെടേണ്ടി വന്നിട്ടുണ്ട്. ആദ്യം വല്ലാത്ത ഒരുൾക്കിടലത്തോടെയാണ് അത്തരം ദുർഗന്ധങ്ങളുടെ മദ്ധ്യത്തിൽ ഞാൻ നിൽക്കാറ്. വർഷങ്ങളിലൂടെ ആ അഴുകുന്ന മാംസം തന്നെയാണ് എന്റേതെന്ന് തിരിച്ചറിയാൻ തുടങ്ങിയതോടെയാണ്, ആ ഭയത്തിൽ നിന്ന് പതുക്കെ വിമുക്തനാവാനായത്.

പക്ഷേ, ഇന്നും കുഷ്ഠരോഗം ബാധിച്ച ഒരു വ്യക്തിയോട് വളരെ

അടുത്തിടപഴകാനുള്ള ധൈര്യം എനിക്ക് കിട്ടിയിട്ടില്ല. ബസ്സുകളിലും ടൗണിലെ ഇടത്തരം ചായക്കടകളിലും, എത്രസീറ്റുകൾ ഒഴിഞ്ഞുകിടന്നാലും അവർ എന്റെ അടുത്ത് വന്നിരിക്കുമ്പോൾ, വർഷങ്ങൾക്ക് മുമ്പ് തോന്നിയിരുന്ന വെറുപ്പ് ഇല്ല. അവരും, എന്നെ ദുർബ്ബലമായി തിരിച്ചറിയുന്നുണ്ട് എന്നത് ആഹ്ളാദിപ്പിക്കാറുണ്ട്. എന്റെ അടുത്ത സീറ്റിൽ വന്നിരുന്നാൽ, ഞാൻ എണീറ്റുപോകുകയോ, ദ്വേഷ്യപ്പെടുകയോ, മുഖത്ത് അസ്വസ്ഥത കാട്ടുകയോ ചെയ്യില്ലെന്ന് അവർ മനസ്സിലാക്കുന്നുണ്ട്.

ഏത് ദീർഘകാല രോഗാവസ്ഥയിൽ കിടക്കുന്ന വ്യക്തിയും നമ്മിൽ അറപ്പോ, വെറുപ്പോ ഭീതിയോ ജനിപ്പിക്കുന്നുണ്ട്. അർബുദം, വൃക്കരോഗം, വാർധക്യം, മനോവിഭ്രാന്തികൾ, എയ്ഡ്സ്, ക്ഷയം എന്നിവ അതിന്റെ വ്യത്യസ്ത തോതുകളിൽ നമ്മെ അസ്വസ്ഥമാക്കാറുണ്ട്. ദാരിദ്ര്യത്താൽ അസ്ഥിമാത്രമായ മനുഷ്യരും, പോഷകാഹാരക്കുറവിനാൽ ശരീരവളർച്ച നിന്നുപോയ കുഞ്ഞുങ്ങൾ പോലും. എൻഡോസൾഫാൻ ബാധിതരായ വ്യക്തികളും ഇതിലുൾപ്പെടും. വെറുപ്പ് എന്നുദ്ദേശിച്ചത് അവർ നമ്മളെക്കാൾ ഏതോരീതിയിൽ എത്രയുംവേഗം മാറ്റിനിർത്തപ്പെടേണ്ടവരാണെന്ന തോന്നലാണ്. എന്തെങ്കിലും പൈസ കൊടുക്കാം, എനിക്കിതൊന്നും കണ്ടുനിൽക്കാൻ വയ്യ എന്നാണ് പലരുടെയും മുഖഭാവം; വാക്കുകൾ. ക്ഷയവും എയ്ഡ്സും കുഷ്ഠരോഗം പോലെത്തന്നെ വെറുപ്പുളവാക്കുന്നതാണ്. അവരെ പരിചരിക്കുവാൻ സ്വമേധയാ എത്തുന്നവർ കുറവാണ്. നമ്മളിലും ആൽബർട്ട് ഷ്വൈറ്റ്സർമാരും ഫാദർ ഡാമിയൻമാരും മദർ തെരേസമാരും ബാബ ആംതെമാരും ചെറിയ തോതിലെങ്കിലും ഇല്ലെന്ന് പറയാനാവില്ല. മനോരോഗം ബാധിച്ചവരുടെ ജീവിതത്തിലേയ്ക്ക് പ്രവേശിച്ച് അവരുടെ മനസ്സും ശരീരവും അറിയാൻ ശ്രമിക്കുന്നത് അതീവ ദുഷ്ക്കരമായ കാര്യമാണ്, സാധാരണക്കാരന്. എങ്ങിനെയെങ്കിലും അവരെ ഒഴിവാക്കാനാണ് നമുക്ക് ധൃതി. എന്റെ പരിചയത്തിൽപെട്ട നാല് സ്ത്രീകൾ രാവുംപകലും ഇത്തരം സേവനങ്ങളിൽ മുഴുകുന്നത് കണ്ട് ഞാൻ മനസ്സാ അവരെ ആദരിച്ചിട്ടുണ്ട്. മനോരോഗം ബാധിച്ച വ്യക്തി അവരെ വിശ്വസിക്കുന്നതുകൊണ്ടാണ് ഇവർക്ക് അവരിലെയ്ക്കെത്താൻ കഴിയുന്നത്. അതിന്നർത്ഥം ഈ നാല് സ്ത്രീകളും ഭീതിയുടെ, വെറുപ്പിന്റെ വൈറസ്സുകളെ പ്രതിരോധിക്കുന്നുയെന്നാണ്.

എഴുപത് വയസ്സായ ഭർത്താവ് അറുപത്തഞ്ച് വയസ്സുള്ള ഭാര്യയോട് എന്തൊരു കോലമാണ് നിന്റേത്; മുഖം ചുക്കിച്ചുളിഞ്ഞ്, കാൽപ്പത്തികൾ അടിച്ച് പരന്ന്, പാദങ്ങൾ വിണ്ടുകീറി, വായിൽ പല്ലില്ലാതെ, കണ്ണിൽ പീള കെട്ടി, മുടികൊഴിഞ്ഞ് എന്ന് വ്യാകുലപ്പെടുന്നത് നാം കേൾക്കാറുണ്ട്. എന്നാൽ അയാൾ സ്വന്തം വാർധക്യം,

സ്വന്തം ശരീരം, അതിന്റെ ജീർണ്ണത, തിരിച്ചറിയുന്നേയില്ല. വൃദ്ധരായ മിക്ക ദമ്പതികളും തമ്മിലുള്ള സംഘർഷവും വെറുപ്പും ഈ തിരിച്ചറിവില്ലായ്മ മൂലമാണ്. വാർധക്യത്താൽ ജീർണിക്കുന്ന ശരീരത്തിന്റെ അവസ്ഥകൾ അംഗീകരിക്കാൻ മക്കളും കുഞ്ഞുമക്കളും സമൂഹവും ചിലപ്പോൾ തയ്യാറാവില്ല. കിഴവനും കിഴവിയും ഇനിയും ഭൂമിയ്ക്ക് ഭാരമായി ഇങ്ങിനെ കഴിയുന്നതിനെന്തിനാണ്, കാലൻ ഇവറ്റയുടെ കാര്യം മറന്നുപോയോ എന്നൊക്കെ പറയുന്നവരുടെ മനസ്സിൽ വെറുപ്പിന്റെ വൈറസ്സുണ്ട്. നാളെ തങ്ങളും ഈ അവസ്ഥയിലെത്തുമെന്ന ബോധം ഏത് നിമിഷവും ഉണ്ടായാൽ മനുഷ്യന് ഇവ്വ വെറുപ്പിനെ കുറച്ചൊക്കെ മറി കടക്കാനാവും. അതിനുവേണ്ടിയായിരിക്കണം, ശവസംസ്കാരചടങ്ങുകളിൽ ആചാരങ്ങൾ ഒരു നല്ല യാത്രയയപ്പിന്റെ രീതിയിൽ എല്ലാ മതങ്ങളിലും നിലനിർത്തിപ്പോരുന്നത്.

നമ്മിലെ സാധാരണത്ത്വത്തിൽ നിന്ന് തികച്ചും വ്യത്യസ്തരായവരെ നാം മനസ്സുകൊണ്ട് സാധൂകരിക്കാറില്ല. ഏഴടിയോ രണ്ടരയടിയോ ഉയരമുള്ളവരെയോ കൂനുള്ളവനെയോ ഞൊണ്ടിയേയോ നാം കാണുക തുല്യതയോടെയല്ല. ഒന്നുകിൽ സഹതാപം, അല്ലെങ്കിൽ കൗശലപൂർവമായ തിരസ്കാരം. ആദികവി വാല്മീകിപോലും കൂനുള്ള മന്ഥരയെ സൃഷ്ടിച്ചുകൊണ്ടാണ് തിന്മയിലേയ്ക്കുള്ള വഴി തുറന്നിട്ടത്. മഹാഭാരതത്തിലെ ശകുനിയ്ക്ക് ഞൊണ്ടലുണ്ട്. യൂഗോവിന്റെ നോത്രാദാമിലെ കൂനനും, ആധുനിക നോവലിസ്റ്റ് ഗുന്തർഗ്രസ്സിന്റെ 'തകരച്ചെണ്ട'യിലെ കുള്ളനും അസാധാരണത്ത്വത്തെ സൂചിപ്പിക്കാനുള്ള കഥാപാത്രങ്ങളാണ്.

ഈയിടെ ദേശസൽകൃതബാങ്കിൽ ഒരിടപാട് നടത്താൻ പോകുകയുണ്ടായി. കറുത്ത ഒരു മദ്ധ്യവയസ്കനായിരുന്നു അസിസ്റ്റന്റ് മാനേജർ. അദ്ദേഹം കമ്പ്യൂട്ടറിൽ ചെക്കുകൾ പാസാക്കുന്നതിലും മറ്റ് കാര്യങ്ങൾ ചെയ്യുന്നതിലും ശുഷ്ക്കാന്തിയോടെ വ്യാപൃതനാണ്. എന്നിട്ടും, കൗണ്ടറിൽ തിക്കിക്കൂടിയിരുന്നവരിൽ ഒരാൾ പറഞ്ഞത്, അയാൾ മറ്റവനാണ്, അതുകൊണ്ടാണ് കാര്യങ്ങൾ വേഗത്തിൽ നീങ്ങാത്തത് എന്നാണ്. അയാൾ അർത്ഥമാക്കിയത് അസിസ്റ്റ് മാനേജരുടെ കറുത്തനിറമാണ്. അതായത് അദ്ദേഹത്തിന്റെ ജാതി. വെറുപ്പിന്റെ നൂറ്റാണ്ടുകളുടെ ചരിത്രത്തിന്റെ മുറിവ് കൗണ്ടറിൽ നിന്ന് പറഞ്ഞ ആൾ ഒരിക്കൽക്കൂടി കുത്തിയിളക്കുകയാണ്. കറുത്ത മനുഷ്യർ ഇന്ത്യയിലിന്നും വെറുപ്പിന്റെ അടയാളങ്ങളാണ്. കറുത്ത ദളിതന്റെയും ആദിവാസിയുടെയും ജീവിതവുമായി സമരസപ്പെടാൻ നമുക്കിനിയും കഴിഞ്ഞിട്ടില്ല. അമേരിക്കൻ ഐക്യനാടുകളിലും ആസ്ത്രേലിയയിലും യൂറോപ്യൻ രാജ്യങ്ങളിലും കറുപ്പ് ഇന്നും വെറുക്കപ്പെടേണ്ടതാണ്. ആഫ്രിക്കൻ ഭൂഖണ്ഡത്തിൽ കറുപ്പിന്റെ പേരിൽ അവിടത്തെ തദ്ദേശീയർ അനുഭവിച്ച വംശീയഹത്യകൾ, നമുക്കറിയാവുന്നതാണ്.

ജൂതരെയും ജിപ്സികളെയും, അനാര്യരെന്ന് മുദ്രയടിച്ച മറ്റുള്ളവരെയും കൊന്നൊടുക്കിയാണ് അഡോൾഫ് ഹിറ്റ്‌ലർ തന്റെ വെറുപ്പിന്റെ ഭീകര വൈറസ്സുകൾ തുറന്ന് വിട്ടത്. അതേ ജൂതർ തന്നെ ഇന്ന് ഇസ്രേയലിൽ നിന്നുകൊണ്ട്, ഫലസ്തീനികളുടെ നേരെ വെറുപ്പിന്റെ വൈറസുകൾ വിക്ഷേപിക്കുകയാണ്. ഇന്ത്യയുടെ വർത്തമാനകാലം മുസ്ലീംങ്ങളോടുള്ള വെറുപ്പുകൊണ്ട് തെരുവുകളിൽ ആൾക്കൂട്ടക്കൊലകൾ നടത്തുന്നു. അമേരിക്കൻ പ്രസിഡന്റ് ട്രമ്പും ഇതേ രീതിയിൽ മുസ്ലീംങ്ങളെ വെറുപ്പോടെ നോക്കിക്കാണുന്നു. മുസ്ലിംങ്ങൾക്ക് ഭൂരിപക്ഷമുള്ളിടത്ത് അമുസ്ലീമുകൾ വേട്ടയാടപ്പെടുന്നു. പ്രവാചകനെ നിന്ദിച്ചെന്ന കുറ്റം ചുമത്തി വധശിക്ഷയ്ക്ക് വിധിക്കപ്പെട്ട അസിയാ ബീബിയെന്ന ക്രിസ്ത്യൻ യുവതിയെ പാക് സുപ്രീംകോടതി കുറ്റവിമുക്തയാക്കി മോചിപ്പിച്ചെങ്കിലും മുസ്ലീം തീവ്രവാദികൾ ബീബിയ്ക്കെതിരെ തെരുവിലിറങ്ങിയരിക്കയാണ്, അവരെ കൊല്ലണമെന്നാവശ്യപ്പെട്ട്. 2018 നവംബർ നാലിനാണ് ഇത് നടക്കുന്നത്.

അവിശ്വാസത്തിൽ നിന്നുണ്ടായ അരക്ഷിതത്ത്വവും അതിലൂടെ വളർന്ന വെറുപ്പുമാണ് ജോസഫ് സ്റ്റാലിനെ ലോകത്തിലെ ഏറ്റവും ഭീകരനായ കൊലയാളികളിൽ ഒരാളാക്കിത്തീർത്തത്. ഇതേ മാനസികാവസ്ഥയാണ് മാവോ സേ തുങ്ങിനെയും പോൾപോട്ടിനെയും ഇദി അമീനെയും നിഷ്ഠൂരായ കൊലയാളിയാക്കിയത്.

കൂർത്ത കല്ല് മുതൽ ആയിരക്കണക്കിന് ഭൂമികൾ ചുട്ടുപൊട്ടിക്കാനുള്ള ആണവായുധങ്ങൾ വരെയുള്ള ആയുധങ്ങൾ നിർമ്മിക്കപ്പെടുന്നതിന്റെ പിന്നിൽ വെറുപ്പിന്റെ വൈറസ്സുകളാണ്. അവയ്ക്കായി നാമിതുവരെ ചെലവഴിച്ച ഊർജ്ജവും പണവും കണക്കാക്കിയാൽ ആയിരം ഭൂമികളിൽ പട്ടിണിയും ദാരിദ്ര്യവും മാറ്റി സ്വർഗ്ഗങ്ങൾ സൃഷ്ടിക്കാമായിരുന്നു.

ചിലപ്പോൾ വെറുപ്പ് മറ്റവൻ കഴിക്കുന്ന ഭക്ഷണത്തിന്റെ പേരിലായിരിയ്ക്കാം. പശുയിറച്ചി സൂക്ഷിച്ചതിന്, തിന്നതിന് എത്ര മുസ്ലീമുകൾ ഇന്ത്യയിൽ കൊല്ലപ്പെട്ടു. എത്ര ദളിതർ മർദ്ദിക്കപ്പെട്ടു! അപരന്റെ വസ്ത്രവും ആരാധനാക്രമങ്ങളും വെറുക്കപ്പെടുന്ന പട്ടികയിലുണ്ട്. നൂറ്റാണ്ടുകളുടെ വെറുപ്പാണല്ലോ അയോധ്യയിൽ ബാബ്റി മസ്ജിദ് തകർന്ന് തരിപ്പണമാക്കാൻ കാരണം. ഇപ്പോൾ നമ്മുടെ കേരളത്തിന്റെ തെരുവുകളെ അക്രമാസക്തമാക്കുന്നത് സ്ത്രീയുടെ അവിശുദ്ധിയാണ്. ജൈവീകമായ അവളുടെ ആർത്തവചക്രമാണ്. വെറുപ്പിന്റെ വൈറസ്സുകൾ അപരത്വത്തിൽ നിന്നും കറുപ്പിൽ നിന്നും വംശത്തിൽ നിന്നും മാറി മനുഷ്യർക്കിടയിലെ ലിംഗഭേദത്തിലെത്തുന്നു.

മനുഷ്യന് മനുഷ്യരിൽ കുറേപ്പേരോട് മാത്രമല്ല വെറുപ്പുള്ളത്. പുഴു, തേരട്ട, തേൾ, ഞാഞ്ഞൂൾ, കുറാൻ, ഗൗളി, പാമ്പ്, തവള

എന്ന് തുടങ്ങി മനുഷ്യേതര ജീവികളിൽ പലതിനോടും നമുക്ക് വെറുപ്പുണ്ട്. ഭയമുണ്ട്. അറപ്പുണ്ട്. ഇത്തരം വെറുപ്പും അറപ്പും ഭയവും സ്വയം തിരിച്ചറിഞ്ഞ്, അതെന്റെ സ്വത്വത്തിന്റെ അംശമാണെന്ന് ബോധ്യമായതാണ് ഗോതമബുദ്ധനിലെ ബോധോദയം. പ്രപഞ്ച ങ്ങളിലെ ചേതനവും അചേതനവുമായതിന്റെയെല്ലാം അന്തഃസത്ത യറിഞ്ഞ് അവയുടെയെല്ലാം വിമോചനമാണ് ബോധോദയമെന്ന് ഗോതമബുദ്ധൻ ജീവിതത്തിലൂടെ തെളിയിച്ചു. വാക്കുകൾകൊണ്ട് ആവർത്തിക്കുന്നതുപോലെ നിസ്സാരമോ ലളിതമോ അല്ല ബോധോ ദയത്തിലേയ്ക്കുള്ള യാത്ര.

അറപ്പ്, വെറുപ്പ്, അവിശ്വാസം, ഭയം, ഹിംസ ഇവയെല്ലാം പരസ്പര ബന്ധിതമാണ്. അപരനെ തിരിച്ചറിയാനുള്ള വഴി തികഞ്ഞ ധാരണയാണ്. സചേതനമായ അഹിംസയാണ്. ഭൂമിയിൽ രണ്ട് മനുഷ്യർ മാത്രമായാൽ പോലും വെറുപ്പിന്റെ വൈറസ്സുകൾ, ആൽബർ ട്ട് കാമുവിന്റെ 'പ്ലേഗി'ലേതുപോലെ മനുഷ്യർക്കിടയിലെ ചപ്പുചവ റുകൾക്കുള്ളിൽ, മനുഷ്യർക്കുള്ളിലെ ചതുപ്പുകളിൽ കിടപ്പുണ്ടാവും. അക്രമിക്കാനുള്ള തക്കം പാർത്ത്. അതേ സ്ഥായിയിൽ, അതേ തോതിൽ, ഊർജ്ജസ്വലതയിൽ അഹിംസയുടെ സചേതനതകളു മുണ്ട്. വ്യക്തിയിലായാലും സമൂഹത്തിലായാലും ഭൂമിയിലായാലും പ്രപഞ്ചത്തിലായാലും പ്രതീക്ഷ കൈവിടാനുള്ള ഒരു കാരണവുമില്ല.

(10/11/18)

പുതിയ ഗോത്രോല്പത്തിയിലെ ഗോവർധൻമാർ

2005ൽ പ്രസിദ്ധീകരിച്ച എന്റെ "പുതിയ ഗോത്രത്തിന്റെ ഉല്പത്തി"യെന്ന കഥയിൽ (ഡി.സി. ബുക്സ് 2009) നിന്നാണ് ആനന്ദ് ഫോൺ സംഭാഷണം ആരംഭിച്ചത്.

പ്രകൃതി ദുരന്തത്തിൽ വീടും ഉറ്റവരും നഷ്ടപ്പെട്ട ഒരു സ്ത്രീ ഉദ്യോഗസ്ഥരുടെ മുമ്പാകെ എത്തിപ്പെടുന്നു. ഉദ്യോഗസ്ഥൻ അവരോട് ചോദിച്ചു. "ശരി, നിങ്ങൾ പറഞ്ഞതൊക്കെ കേട്ടു. വളരെ നല്ലത്. പക്ഷേ, ഇതിനൊക്കെ എന്തെങ്കിലും തെളിവുകളുണ്ടോ? റേഷൻ കാർഡ്? തിരഞ്ഞെടുപ്പ് കാർഡുകൾ? എന്തെങ്കിലും. നിങ്ങൾ പറഞ്ഞത് ആർക്കും പറയാം. പ്രത്യേകിച്ചും ഈ ദുരന്ത സാഹചര്യത്തിൽ. ആളുകൾ അതൊക്കെ പറയാൻ വേണ്ടത്ര ബുദ്ധിയും സൂത്രവും നേടിക്കഴിഞ്ഞു. ഞങ്ങൾക്കറിയേണ്ടത് നിങ്ങൾ, നിങ്ങൾ പറയുന്ന ആൾ തന്നെയാണോയെന്ന് തെളിയിക്കാനുള്ള ഏതെങ്കിലും രേഖ..."

"നഗ്നശരീരങ്ങൾ, എന്ത് തെളിവുകളാണ്, രേഖകളാണ്, അടയാളങ്ങളാണ് ഹാജാരാക്കുക? പച്ചയായ നഗ്നതയല്ലാതെ? നഗ്നശരീരം കൊണ്ട് വീടോ പേരോ ബന്ധുക്കളെയോ തെളിയിക്കാമോ?

ഉദ്യോഗസ്ഥർ അവളുടെ നഗ്നമായ മുതുകിൽ "11" എന്ന നമ്പർ പച്ച കുത്തി രേഖകളില്ലാത്തതിനാൽ പൗരത്വം നിഷിദ്ധമായ ആളുകളുടെ സംഘത്തിലേയ്ക്കയച്ചു. സ്ത്രീപുരുഷാരമടങ്ങുന്ന ആ സംഘം നടക്കുകയല്ല, കീടങ്ങളായി മണലിലൂടെ പരസ്പരം മുട്ടിച്ചേർന്ന് ഇഴയുകയാണ്... "മുതുകിൽ തിരിയുളി കടയുന്ന വേദന. അവളുടെ നട്ടെല്ല് വളഞ്ഞു. മുതുക് താഴ്ന്നു.

അവൾ ധൃതിയിൽ ആ സംഘത്തിലേയ്ക്ക് ചേർന്നു. ഇഴയാൻ തുടങ്ങി, കീടമായി..."

ഇന്ത്യയുടെ വടക്ക കിഴക്കൻ മേഖലകളിൽ, പ്രത്യേകിച്ചും അസ്സാമിൽ, "പുതിയ ഗോത്രത്തിന്റെ ഉല്പത്തി"ക്കഥയിലേതുപോലുള്ള

സംഭവങ്ങളാണ് നടന്നുകൊണ്ടിരിക്കുന്നത്. ആനന്ദ് എന്ന മനുഷ്യ സ്നേഹിയായ എഴുത്തുകാരന്റെ ആശങ്കയാണ് ദീർഘമായ ഫോൺ സംഭാഷണം. അസ്സാമിലെ മൂന്നൂറ്റി മുപ്പത് ലക്ഷം ജനങ്ങളിൽനിന്ന് നാൽപത് ലക്ഷം മനുഷ്യരാണ് കേന്ദ്രസർക്കാർ ഉണ്ടാക്കിയ ദേശീയ പൗരത്വ രജിസ്റ്ററിൽനിന്ന് പുറത്താക്കപ്പെട്ടത്. പൗരത്വം നിഷേധി ക്കപ്പെട്ടവർ. പൗരത്വം തെളിയിക്കാനായി അവർക്ക് ആകെയുള്ളത് എല്ലുന്തിയ സ്വന്തം ശരീരങ്ങൾ മാത്രമാണുള്ളത്. അവരിൽ ബഹു ഭൂരിപക്ഷവും നിരക്ഷരരാണ്. പരമദരിദ്രർ. തൊഴിലുകൾ തേടി, ഭക്ഷണം തേടി, കന്നുകാലികൾക്ക് മേച്ചിൽ തേടി അലയുന്നവർ. രാജ്യങ്ങൾ തമ്മിൽ വേർതിരിക്കുന്ന അതിർത്തികളുണ്ടെന്നും അത് ലംഘിക്കുന്നത് കുറ്റകരമാണെന്നും അവർക്കറിയില്ല. കുറേപ്പേർ തങ്ങളുടെ രാജ്യങ്ങൾക്കുള്ളിലെ ആഭ്യന്തരയുദ്ധങ്ങളിൽനിന്നും രക്ഷപ്പെട്ടവരാണ്. മേൽ ജാതികൾ, ഭൂരിപക്ഷമതങ്ങൾ, ഗോത്രങ്ങൾ ആട്ടിപ്പായിച്ചവരും ഉണ്ട്. അവരിൽ മരണമടുത്ത വൃദ്ധന്മാരുണ്ട്. പ്ര സവിച്ച് കണ്ണ് മിഴിഞ്ഞ കുഞ്ഞുങ്ങളുണ്ട്. അവർ ഒരു രാജ്യത്തെയും പൗരന്മാരല്ല. ഇന്ത്യാ-പാക് വിഭജനത്തിന്റെ തീക്കനലുകളിലൂടെ, പാക്കിസ്ഥാൻ - ബംഗ്ലാദേശ്, യുദ്ധത്തിന്റെ ഹിംസയിലൂടെ എത്തി പ്പെട്ടവരുണ്ട്. വടക്കു കിഴക്കൻ സംസ്ഥാനങ്ങളിലെ ഗോത്രങ്ങൾ തമ്മിലുള്ള അക്രമപരമ്പരകളിലൂടെ പിന്തള്ളപ്പെട്ടവരുണ്ട്. ആർക്കും അവരെ വേണ്ട. ഭൂമിയിൽ വൻകടലുകളിലും ചുട്ടുപഴുത്ത മണലാര ണ്യങ്ങളിലും പർവ്വതങ്ങളിലും പൗരത്വമില്ലാത്ത കോടാനുകോടി മനുഷ്യർ അലഞ്ഞു നടക്കുന്നുണ്ട്. വെള്ളത്തിൽ മുങ്ങിച്ചാവുന്നുണ്ട്. തണുപ്പും വെയിലും മഴയുമേറ്റ് മരണപ്പെടുന്നവരുണ്ട്.

ഇന്നിപ്പോൾ, നമ്മുടെ കേന്ദ്രസർക്കാർ അസ്സാമിന്റെ മാത്രമേ ദേശീയ പൗരത്വ രജിസ്റ്റർ ഉണ്ടാക്കിയിട്ടുള്ളൂ. അതിൽനിന്നാണ് നാൽപത് ലക്ഷംപേർ പുറന്തള്ളപ്പെടുന്നത്. ഈ പൗരത്വ രജിസ്റ്റർ ഇന്ത്യ മുഴുവനായും വ്യാപിപ്പിക്കുന്ന അവസ്ഥ ഒന്ന് സങ്കല്പിച്ച് നോക്കൂ. ഇത്തരമൊരു സൂചന അടുത്തിടെ നടന്ന ബി.ജെ.പി ദേശീയ നിർവഹക സമിതിയോഗത്തിൽ അമിത്ഷാ പോലുള്ളവരുടെ വാക്കു കളിൽ നിന്ന് വായിച്ചെടുക്കാം. അസംഭാവ്യമായതാണ് ഇന്ത്യയിൽ നടന്നുകൊണ്ടിരിക്കുന്നത്. പശുമാംസത്തിന്റെ പേരിൽ, ജാതിയുടെ പേരിൽ, വസ്ത്രത്തിന്റെ പേരിൽ, ഭാഷയുടേയും മതത്തിന്റേയും മറവിൽ ദരിദ്രരായ മുസ്‌ലീമിനേയും ദളിതനേയും ആൾക്കൂട്ടങ്ങൾ തല്ലിക്കൊല്ലുന്നത് വ്യാപകമായി സംഭവിക്കുന്നത് അഞ്ച് വർഷംമുമ്പ് നമുക്ക് സങ്കൽപ്പിക്കാനാവുമായിരുന്നില്ല. നമ്മുടെ കേരളത്തിൽ പോലും പട്ടിണികൊണ്ട് അവശനായ മധുവെന്ന ആദിവാസി യുവാവിനെ നാട്ടുകാർ കൂട്ടംകൂടി തല്ലിക്കൊന്നു ; കേരളീയ പ്രബുദ്ധ തയ്ക്ക് ഒരു തലപ്പാവ് ചാർത്തിക്കൊണ്ട്. പുതിയൊരു 'അപരത്വം'

സൃഷ്ടിക്കപ്പെട്ടുകയാണ്. ഇന്ത്യയിലെവിടെയും. സുപ്രീം കോടതിയുടെ ഉത്തരവുകളോ ശാസനകളോ വർഗീയ ശക്തികളുടെ ആൾക്കൂട്ടങ്ങൾ അനുസരിക്കുന്നില്ല.

2018 ജനുവരി പത്തിനാണ് ആടുകളെ മേയ്ക്കുന്ന ബഖർവാൾ മുസ്ലീം സമുദായത്തിലെ എട്ടു വയസ്സുകാരിയായ ഒരു പെൺകുട്ടിയെ ജമ്മുവിലുള്ള കഠ്വായിലെ അമ്പലത്തിൽ താമസിപ്പിച്ച് പ്രാർത്ഥനാമുറിയിൽവെച്ച് പൂജാകർമ്മങ്ങൾ ചെയ്തശേഷം നീചമായി ബലാൽസംഗം ചെയ്ത് കൊന്നത്. ഏഴുനാൾ കഴിഞ്ഞാണ് മൃതദേഹം പോലും കണ്ടെത്തിയത്. പ്രതികൾക്ക് പിന്തുണയുമായി ബെഹബൂബ മന്ത്രിസഭയിലെ ലാൽസിങ്ങ്, ചന്ദർ പ്രകാശ് ഗംഗ എന്നിവരും ജമ്മു ബാർ അസോസിയേഷനും എത്തി. ആൾക്കൂട്ട കൊലപാതകത്തിൽ ശിക്ഷിക്കപ്പെട്ട് ജാമ്യം ലഭിച്ച് പുറത്തു വന്നപ്പോൾ ബി.ജെ.പി. ജനപ്രതിനിധികൾ അവരെ വീരോചിതമായിട്ടാണ് സ്വീകരിച്ചത്. കേരളത്തിൽ ടി.പി. ചന്ദ്രശേഖരൻ വധക്കേസിൽ ശിക്ഷിക്കപ്പെട്ട് ജയിലിൽ കഴിഞ്ഞ് പരോളിലിറങ്ങിയ കുഞ്ഞനന്തൻമാരെ മാർക്സിസ്റ്റ് വിപ്ലവപാർട്ടി രക്തഹാരമണിയിച്ചാണ് വരവേറ്റത്. ടി. പി. വധക്കെസിൽ ശിക്ഷയനുഭവിയ്ക്കുന്ന കിരമാണി മനോജിന്റെയും ഷാഫിയുടെയും വിവാഹങ്ങളിൽ പങ്കെടുക്കാൻ സി. പി.എം നേതാക്കളും എം.എൽ.എ എ. എൻ. ഷംസീറും എത്തിയിരുന്നു. ഇന്നലെ സ്വാതന്ത്ര്യസമരത്തിലും കർഷകസമരത്തിലും പങ്കെടുത്ത് ജയിലിൽ ശിക്ഷയനുഭവിച്ച് പുറത്ത് വന്നവരായിരുന്നു വീരനായകരെങ്കിൽ ഇന്ന്, ബലാൽസംഗം, വെട്ടിക്കൊല എന്നിവ നടത്തിയവരാണ് വീരനായകർ. ഏത് പാർട്ടിക്കും സ്വീകാര്യർ. ഇത്തരം വീരനായകർക്കാണ് ഇന്ന് നീതി വിട്ടുള്ള നീതിയും സൗകര്യങ്ങളും ലഭിക്കുന്നത്. അവർക്ക് പരോളിനോ കേസ് നടത്താൻ പണത്തിനോ വക്കീലിനോ ജയിലിൽ സുഖസൗകര്യങ്ങൾക്കോ യാതൊരു കുറവുമില്ല. ഭരിക്കുന്ന പാർട്ടിക്കാരുടെ പോലീസ് അവർക്കൊപ്പമുണ്ട്.

എന്നാൽ ജനവിരുദ്ധ വികസനത്തിനെതിരെ സമരം ചെയ്യുന്നവർക്ക്, പ്രതിഷേധിക്കുന്നവർക്ക് സ്റ്റെയിറ്റ് നീതിയോ അവകാശമോ അല്ല നൽകാറുള്ളത്. വെടിയുണ്ടകളും ജയിലും മർദ്ദനവും പീഡനവും അവഹേളനവുമാണ്. എത്രായിരം ആദിവാസികൾ മാവോയിസ്റ്റുകളായി വേട്ടയാടപ്പെട്ടു. മാവോയിസ്റ്റുകളാക്കിയാണ് 2018 ആഗസ്റ്റ് 28ന് മനുഷ്യാവകാശപ്രവർത്തകരും എഴുത്തുകാരുമായ വെർഗോൺ, ഗോൺഫാൽവസ്, അരുൺ ഫെറേറിയ, ഗൗതം മൗലാക്, സുധ ഭരദ്വാജ്, വരവരറാവു എന്നിവരെ അന്യായമായി പാതിരാ്രതിയിൽ അറസ്റ്റുചെയ്ത് ജയിലിലിടാൻ ശ്രമിച്ചത്. എത്ര ലക്ഷം പേർ കുടിയൊഴിപ്പിക്കപ്പെട്ടു. അവരുടെ കിടപ്പാടങ്ങൾ, കൃഷി, സംസ്കാരങ്ങൾ, ദൈവങ്ങൾ, ഭാഷകൾ അന്യാധീനപ്പെട്ടു. ലോകത്തിലെ ഏറ്റവും

വലിയ ഖനി-ലോഹ വ്യവസായമായ വേദാന്ത ലിമിറ്റഡിന്റെ സ്റ്റാർ ലൈറ്റ് കോപ്പർ ചെമ്പുരുക്ക് കമ്പനി 1992 മുതൽ തമിഴ്നാട്ടിലെ തൂത്തുക്കുടിയിൽ പ്രവർത്തിക്കുന്നുണ്ട്. 1999, 2002, 2007, 2013, 2013 എന്നീ വർഷങ്ങളിൽ ഇവിടെ വിഷവാതക ചോർച്ചയുണ്ടായി. നിരവധിപേർ ഓരോ തവണയും ബോധംകെട്ട് വീണിട്ടുണ്ട്. കാറ്റ്, മണ്ണ്, വായു എന്നീ ഓരോ ജീവഘടകത്തെയും ഈ കമ്പനി വിഷമയമാക്കുന്നു. സാധാരണ മനുഷ്യന്റെ ജീവിക്കാനുള്ള അവകാശത്തെ നിഷേധിക്കുന്നു. പൗരാവകാശനിഷേധം തന്നെയാണിത്. പ്രതിമാസം ഉണ്ടാകുന്ന പത്ത് മരണങ്ങളിൽ എട്ടും കാൻസർ ബാധിച്ചിട്ടാണ്. പ്രതിമാസം ഉണ്ടാകുന്ന പത്ത് മരണങ്ങളിൽ എട്ടും കാൻസർ ബാധിച്ചിട്ടാണ്.

ഒന്നര കോടി ലിറ്റർ വെള്ളമാണ് കമ്പനിയ്ക്ക് ഒരു ദിവസം വേണ്ടത്. ആയിരം ലിറ്ററിന് പത്തു രൂപയാണ് കമ്പനിയിൽനിന്ന് ഈടാക്കുന്നത്. സാധാരണക്കാരൻ ഒരു കുടം വെള്ളത്തിന് പത്ത് രൂപാ നൽകണം.

ഒരു രാഷ്ട്രീയപാർട്ടിയും സർക്കാരും പിന്തുണയ്ക്കാൻ ഇല്ലായെന്ന അവസ്ഥയിലെത്തിയപ്പോഴാണ് മത്സ്യത്തൊഴിലാളികളും വിദ്യാർത്ഥികളും അമ്മമാരും കുഞ്ഞുങ്ങളും കമ്പനിയ്ക്കെതിരെ അഹിംസാമാർഗ്ഗത്തിലൂടെ സമരത്തിനിറങ്ങിയത്. സമരം നൂറാം ദിവസത്തിലെത്തിയപ്പോൾ സർക്കാർ സമരക്കാർ ഉയർത്തിയ ആവശ്യങ്ങൾ ചർച്ച ചെയ്യാനായി വിളിക്കുകയല്ല ചെയ്തത്. മെയ് 22ന് പോലീസ് പതിമൂന്ന് മനുഷ്യരെ വെടിവെച്ചുകൊന്നു ; പാരിസ്ഥിതിക മലിനീകരണത്തിനെതിരെ സമരം ചെയ്തതിന്റെ പേരിൽ. ജീവിക്കാനുള്ള അവകാശത്തിനായി തെരുവിലിറങ്ങിയതിന്റെ പേരിൽ. ഒരു പക്ഷെ, 1985ലെ ഭോപ്പാൽ കൂട്ടക്കൊലയ്ക്കുശേഷം ഒരു സർക്കാർ പോലീസിനെ വെച്ച് നേരിട്ട് നടത്തിയ കൂട്ടക്കൊല. ഉത്തരാധുനിക ഇന്ത്യയിലെ ജാലിയൻവാലബാഗ്. ഇത്തരം കൂട്ടക്കൊലകൾക്കുശേഷം സമരം ചെയ്ത പൗരന്മാരെ കേസുകളിൽ കുടുക്കി വേട്ടയാടുകയാണ് സർക്കാർ. ജനകീയ സമരങ്ങളെ ഏത് സർക്കാരും നേരിടുന്ന രീതിയാണിത്. ഭക്രാനംഗൽ അണക്കെട്ട് മുതൽ ഈ വേട്ടയാടൽ ആരംഭിക്കുന്നുണ്ട്. കുടിയൊഴിപ്പിക്കപ്പെട്ടുന്നവരും വേട്ടയാടപ്പെടുന്നവരും എവിടെയാണ് ജീവിക്കുന്നതെന്ന് ആരും ഓർക്കാറില്ല. വൻകിട അണക്കെട്ടുകൾ, ഹൈവേകൾ, ആണവതാപ നിലയങ്ങൾ, വിമാനത്താവളങ്ങൾ, നഗരവികസനം എന്ന് തുടങ്ങി ആധുനികകാലത്തെ ഏതു വികസനത്തിലും ലക്ഷക്കണക്കിന് അഭയാർത്ഥികളുണ്ടായിട്ടുണ്ട്. കേരളത്തിലെ ഇടുക്കിയിലും നെടുമ്പാശ്ശേരിയിലും മൂലമ്പിള്ളിയിലും ദേശീയപാതയിലും വികസനത്തനുവേണ്ടി അഭയാർത്ഥികളായിത്തീർന്നവർക്ക് ഇന്നും

അവകാശപ്പെട്ട നഷ്ടപരിഹാരങ്ങൾ കിട്ടിയിട്ടില്ല. ഇന്ത്യയിലെ എല്ലാ സംസ്ഥാനങ്ങളിലും ഉള്ള ഇത്തരം അഭയാർത്ഥികൾക്കുടി ദേശീയപൗരത്വ രജിസ്റ്ററിൽനിന്ന് പുറത്താക്കപ്പെട്ടവരാണ്. അവർ ഇന്ത്യയുടെ വൻനഗരങ്ങളിൽ എവിടെയൊക്കെയോ യാതൊരു പൗരാവകാശവുമില്ലാതെ ജീവിതം കെട്ടിപ്പൊക്കാൻ പാടുപെടുന്നു.

വികസനം ജനങ്ങൾക്കുവേണ്ടിയാണെന്ന് നെഹ്റു മുതൽ നരേന്ദ്രമോദിവരെയുള്ളവർ ആവർത്തിക്കുന്നുണ്ട്. നെൽവയലുകളും തണ്ണീർത്തടങ്ങളും പാറകളും പുഴകളും കായലുകളും കാടും മലയും ചാലും തോടും കഴിഞ്ഞ ആറ് പതിറ്റാണ്ടുകളായി ഇടതുവലതു രാഷ്ട്രീയക്കാരും ഉദ്യോഗസ്ഥരും മതമേധാവികളും ജനങ്ങളും ചേർന്ന് നശിപ്പിച്ചത് വികസനത്തിനുവേണ്ടിയാണെന്നാണ് ഇന്നലെവരെ കേരളമാകെ പറഞ്ഞുകൊണ്ടിരുന്നത്. പശ്ചിമഘട്ടവും നമ്മുടെ പരിസ്ഥിതിയും കേരളീയന്റെ അതിജീവനത്തിന് അനിവാര്യമാണെന്ന് വിവേകികൾ നിരന്തരം പറഞ്ഞുകൊണ്ടിരുന്നപ്പോൾ രാഷ്ട്രീയക്കാരും ഉദ്യോഗസ്ഥരും സാധാരണജനങ്ങളും അവരെ വികസനവിരോധികളാക്കി ചാപ്പകുത്തി. പരിസ്ഥിതി നശീകരണത്തിനെതിരെ ചെയ്യുന്ന ചെറുസമരങ്ങളെ തല്ലിയൊതുക്കി. സമരക്കാരുടെ പേരിൽ കേസെടുത്തു. 2013ൽ പ്രൊഫ. മാധവ്ഗാഡ്ഗിൽ പഠന റിപ്പോർട്ട് പുറത്ത് വന്നപ്പോൾ ക്രിസ്ത്യൻ മതനേതൃത്വം വയനാടും കോഴിക്കോടും ഇടുക്കിയിലുമെല്ലാം അക്രമം അഴിച്ചുവിട്ടു. കുറ്റ്യാടിയിൽ ക്വാറികൾക്കെതിരെ സമരം ചെയ്തിരുന്ന ഒരു യുവപരിസ്ഥിതി പ്രവർത്തകനെ ഇവർ കല്ലെറിഞ്ഞ് കൊന്നത് കേരളീയ സമൂഹത്തിൽ ഒരു വാർത്തപോലുമായില്ല. 2018 ആഗസ്റ്റിൽ നാം മനുഷ്യർ വരുത്തിവെച്ച പ്രളയദുരന്തത്തിൽ അന്യാധീനമാക്കപ്പെട്ടത് എത്രകോടി മനുഷ്യരുടെ അദ്ധ്വാനവും പൊതുസ്വത്തുമാണ്. അറുപത് ലക്ഷം കേരളീയരെങ്കിലും ഒരു മാസത്തോളമെങ്കിലും അഭയാർത്ഥികളായി മാറി. നമ്മുടെ രാജ്യം കണ്ട ഏറ്റവും വലിയ പാരിസ്ഥിതിക അഭയാർത്ഥി പ്രവാഹം. അഞ്ഞൂറോളം മനു ഷ്യജീവൻ കുരുതികൊടുക്കപ്പെട്ടു. ഏതെങ്കിലും കോടതി ഈ ദുരന്തം വരുത്തിവെച്ച രാഷ്ട്രീയക്കാർക്കും ഉദ്യോഗസ്ഥർക്കും പൊതുസമൂഹത്തിനും എതിരെ കേസെടുക്കുമോ? നാമോരുത്തരും നമ്മുടെ മന:സാക്ഷിയുടെ കോടതിയിലെങ്കിലും നാമെന്തുകൊണ്ട് അഭയാർത്ഥികളായി എന്നത് വിചാരണ ചെയ്യുമോ?

പക്ഷേ, ഭരണകൂടത്തിന്റെ ഭാഷയിൽ 'വികസനമാണ്.' അതുകൊണ്ടാണ് നർമ്മദാ ബച്ചാവോ ആന്ദോളന്റെ മൂന്നാംതലമുറയെ മുന്നോട്ട് നയിക്കുന്ന മേധാപട്കർക്ക് പറയേണ്ടി വരുന്നത്: "മഹാത്മാഗാന്ധിയ്ക്ക് പ്രതികരണത്തിന്നായി ഒരു മൗണ്ട് ബാറ്റനെപ്പോലെ ഒരാളെങ്കിലും ഉണ്ടായിരുന്നു. ഇന്ന് നമുക്കതില്ല. ജനങ്ങളുമായി സംവാദത്തിൽ

(Dialogue) ഏർപ്പെടാനുള്ള താൽപ്പര്യംപോലും ഈ സർക്കാർ (മോദി) കാണിക്കുന്നില്ലെന്നത് ഭയാനകമാണ്. ജനങ്ങളെ അവഗണിച്ചുകൊണ്ട് ജനകീയ സമരങ്ങളെ കൊന്ന് കുഴിച്ചു മൂടാമെന്നവർ വിചാരിക്കുന്നു." കീഴാറ്റൂരിൽ വയൽകിളികൾക്ക് നേരെയും ഇതര ഭാഗങ്ങളിൽ പാരിസ്ഥിതിക പ്രവർത്തകർക്കും മനുഷ്യാവകാശ പ്രവർത്തർക്കുനേരെയും പിണറായി സർക്കാർ കാണിക്കുന്നതും ഇതിൽനിന്ന് ഒട്ടും വ്യത്യസ്തമല്ല.

ഇന്ന് നീതിയും നിയമവും പണമുള്ളവന് മാത്രമാണ്. കോടതിയിൽ ജീവിക്കാനുള്ള അവകാശത്തിനായി എത്തുന്നവരിൽ തൊണ്ണൂറ് ശതമാനം മനുഷ്യരും ദരിദ്രരാണ്. നല്ല വക്കീലുമില്ല സ്വാധീനത്തിന് പണവുമില്ല. കോടതികളിൽനിന്ന് അവർക്ക് ചെറിയ തോതിൽപോലും നീതികിട്ടാറില്ല. നിയമപാലകർ അവരെ എന്നും ക്രിമിനലുകളായേ കാണാറുള്ളൂ. ഇന്ത്യയിൽ വിവിധ ജയിലുകളിൽ വധശിക്ഷ കാത്തുകഴിയുന്നവരിൽ 75 ശതമാനം മനുഷ്യർ ദളിതുകളോ ദരിദ്രരോ ആദിവാസികളോ ആണ്. കോടതികളിൽ ലക്ഷങ്ങളെറിഞ്ഞ് വാദിക്കാൻ സാധിക്കുമായിരുന്നെങ്കിൽ കൊലക്കയറുകളിൽനിന്ന് അവർക്ക് രക്ഷകിട്ടിയേനേ. അതുപോലെ, ചെയ്തകുറ്റം എന്താണെന്നുപോലുമറിയാത്ത ആയിരക്കണക്കിന് വിചാരണത്തടവുകാർ നമ്മുടെ ജയിലുകളിൽ കഴിയുന്നുണ്ട്. സ്വാതന്ത്ര്യത്തിന്റെ ശുദ്ധവായു-പൗരാവകാശത്തിന്റെ സ്വാതന്ത്ര്യം - നിഷേധിക്കപ്പെട്ടവർ. നീതി നിഷേധിക്കപ്പെട്ടവരും നീതിക്കായി വാദിക്കാൻ ആളും അർത്ഥവുമില്ലാത്തവരും ദേശീയ പൗരത്വ രജിസ്റ്ററിൽനിന്ന് നമ്മുടെ വ്യവസ്ഥിതി തന്നെ നീക്കം ചെയ്തവരാണ്.

ഇനി മറ്റൊരു കൂട്ടരുണ്ട്, നീതി നിഷേധിക്കപ്പെട്ട പൗരന്മാർ. 1947-ലെ വിഭജനകാലം മുതൽ അവരുടെ നിര വലുതായിക്കൊണ്ടിരിക്കുകയാണ്. ഭീവണ്ടി, ഭഗൽപൂർ, ഹൈദരാബാദ്, ബീഡ്, മുസ്സർപൂർ എന്നു തുടങ്ങി ഇന്ത്യയിലുണ്ടായിട്ടുള്ള ഓരോ വർഗ്ഗീയ കലാപത്തിലും അനാഥരാക്കപ്പെട്ട സ്ത്രീകളും കുഞ്ഞുങ്ങളും ഒരു പൗരത്വ രജിസ്റ്ററിലും ഉൾപ്പെടുന്നവരല്ല. 1984-ലെ സിക് വംശീയഹത്യയും 2002-ലെ ഗുജറാത് വംശീയഹത്യയും 1991-92ലെ ബാബ്റി മസ്ജിദ് തകർക്കപ്പെട്ടതിനുശേഷമുള്ള കലാപങ്ങളും എത്രായിരം മനുഷ്യരെ അനാഥരാക്കിയിട്ടുണ്ട്. അവർ ഏതൊക്കെ ചേരികളിലും നഗരത്തിന്റെ ഗെട്ടോകളിലും നരകിച്ച് ജീവിതം അവസാനിപ്പിക്കുന്നുവെന്ന് ഒരു ഭരണകൂടവും ചിന്തിക്കാറില്ല, തിരഞ്ഞെടുപ്പ് വേളകളിലെ പൊള്ളയായ വാഗ്ദാനങ്ങൾ ഒഴിച്ചാൽ.

ഈ നീണ്ട പട്ടികയിൽ ഉൾപ്പെടുന്നവരാണ്, അന്യസംസ്ഥാനങ്ങളിൽനിന്ന് മറ്റ് സംസ്ഥാനങ്ങളിലേയ്ക്ക് അദ്ധ്വാനിച്ച് പട്ടിണി മാറ്റാനായി പോകുന്ന മനുഷ്യർ. 1950കൾ മുതൽ മലയാളികൾ

മദിരാശിയിലും ബോംബെയിലും കൽക്കട്ടയിലും തെരുവിലും കടലോരത്തുമൊക്കെയായി അദ്ധ്വാനിക്കുന്നുണ്ട്, പശിയടക്കാനായി. പിന്നീട് കുറേപേർ ഗൾഫ് രാജ്യങ്ങളിൽ കൂലിത്തൊഴിലാളികളും ഡ്രൈവർമാരും ആശാരിമാരുമായി പോയിട്ടുണ്ട്. അവരവിടെ രണ്ടാംകിടയോ മൂന്നാംകിടയോ പൗരന്മാരായിട്ടാണ് ജീവിക്കുന്നത്. ഒറീസ്സ, ബംഗാൾ, ഉത്തർപ്രദേശ്, തമിഴ്നാട്, ഛത്തീസ്ഗഡ് എന്നീ സംസ്ഥാനങ്ങളിൽനിന്ന് ലക്ഷക്കണക്കിന് മനുഷ്യർ കേരളത്തിൽ എല്ലാതരത്തിലുമുള്ള പണികളിൽ ഏർപ്പെടുന്നുണ്ട്. കോടീശ്വരന്മാരാകാനല്ല. വയറുനിറച്ച് ആഹാരം കഴിക്കാൻ. മിച്ചംവരുന്നത് അച്ഛനമമ്മയ്ക്കും സഹോദരങ്ങൾക്കും അയച്ചുകൊടുക്കാൻ. പക്ഷേ, അവരോട് നമ്മൾ പുലർത്തുന്ന മനോഭാവം പണ്ട് അവർണ്ണനോടും അടിമകളോടും കാണിച്ചത് തന്നെയാണ്. അവരെ പീഡിപ്പിക്കാനും ചതിക്കാനും ചൂഷണം ചെയ്യാനും നാം ഒരു മടിയും കാണിക്കാറില്ല. പൗരത്വ രജിസ്റ്ററിൽ ഒരുപക്ഷേ, അവരുടെ പേര് കാണുമായിരിക്കും. പക്ഷേ, അവർ നമ്മെപ്പോലെ പരിഗണനയർഹിക്കേണ്ട പൗരന്മാരല്ലെന്ന് നാം തീരുമാനിക്കുന്നു.

ഇനിയും മറ്റൊരു കൂട്ടർ, നമ്മുടെ തന്നെ വീടുകളിലെ സ്ത്രീകളാണ്. ഇതിന് വർഗ്ഗ-ജാതി-മതവ്യത്യാസങ്ങളില്ല. ഭിന്നലിംഗക്കാരിനും നമ്മുടെ പൗരത്വ രജിസ്റ്ററിലില്ലാത്തവരാണ്. സ്ത്രീ-പുരുഷന്മാരൊഴികെയുള്ള വരെ നമ്മുടെ കണ്ണുകൾക്കോ മനസ്സിനോ അംഗീകരിക്കാനാവില്ല.

സംഭാഷണം അവസാനിപ്പിക്കുന്നതിനു മുമ്പായി ആനന്ദന്റെ ഗോവർദ്ധന്റെ ഒരിക്കലും അവസാനിക്കാത്ത യാത്രകളിലേയ്ക്ക് ഞാൻ വിരൽചൂണ്ടി. ഗോവർദ്ധന്റെ യാത്രകളിൽ രാമചന്ദ്രൻ ചോദിക്കുന്നുണ്ട്: "ആരെയാണ് തൂക്കിക്കൊല്ലാൻ പോകുന്നതെന്ന് പറയൂ..."

"ആരെയെന്നോ? ഈ ഗോവർദ്ധനനെ, ആരും അല്ലാത്ത, ഒന്നും അല്ലാത്ത, മെലിഞ്ഞ കഴുത്തുള്ള ഈ ഗോവർദ്ധനനെയല്ലാതെ ആരെയാണ് അവർക്ക് കിട്ടുക തൂക്കിക്കൊല്ലാൻ? കല്ലുവിന്റെ മതിൽ വീണ് വഴിയേ പോയ ആട് ചത്തു. കുറ്റവാളിയെന്ന് രാജാവ് കണ്ടത് കോത് വാലിനെയാണ്. അയാളുടെ കഴുത്താണെങ്കിൽ കൊലക്കുടുക്കിൽ കൊള്ളുന്നുമില്ല...

... "നിൽക്കൂ ഗോവർദ്ധൻ" രാമചന്ദ്രൻ പറഞ്ഞു: "പ്രശ്നം ഇതാണെങ്കിൽ നമുക്ക് എന്തെങ്കിലും ചെയ്യുവാൻ പറ്റിയേക്കും. ഞങ്ങൾക്കൊരു സൊസൈറ്റിയുണ്ട്. എഴുത്തുകാരും പത്രക്കാരും അദ്ധ്യാപകരുമൊക്കെ അടങ്ങിയത്. ഞങ്ങളതിനെ തമാശയായി കായസ്ഥ സഭ എന്നുപറയും. ഏതു കോടതിയാണ് ഇങ്ങനെ വിധിച്ചതെന്നു പറയൂ."

"കളയൂ, ബാബു. ഞാൻ നിങ്ങളോട് എന്നെ രക്ഷിക്കുവാൻ പറഞ്ഞില്ല. നിങ്ങൾക്കത് സാധിക്കുകയുമില്ല..."

.... നടന്നുകൊണ്ട് ഒരു യാത്രാമൊഴിപോലെ അയാൾ (ഗോവർദ്ധൻ) കൂട്ടിച്ചേർത്തു: "ഞാൻ നിങ്ങളോട് ഇത്രയേ ചോദിച്ചുള്ളൂ - ഈ നടക്കുന്നതൊക്കെ ശരിയാണോ" എന്ന്. ഇത് ശരിയോ തെറ്റോ എന്ന്. നല്ലതോ ചീത്തയോ എന്ന് - നിങ്ങളുടെ ശാസ്ത്രമനുസരിച്ച്. അത്രമാത്രം."

(11/6/18) (1995 - ഡിസി ബുക്സ്)

പഞ്ചസായറിൽ നിന്നുള്ള സ്ട്രോബെറിത്തൈ

കുരിയന്റെ കൂടെയാണ് പത്തൊമ്പതുകാരനായ പ്രശാന്ത് പണിയ്ക്കായി വന്നത്. അധികം വിസ്തൃതിയില്ലാത്ത തൊടിയിൽ എന്റെ കൂട്ടുകാരി മൂന്ന് പതിറ്റാണ്ടുകളിലായി വെച്ച് പിടിപ്പിച്ച അമ്പതോളം വിവിധ തരം മാവുകളും പതിനഞ്ചോളം വ്യത്യസ്തയിനം പ്ലാവുകളും, അതുപോലെത്തന്നെ ആഞ്ഞിലിയും ഉങ്ങും ചെറിയും ആത്തയും കടപ്ലാവും മഞ്ചാടിയും പുളിയും കാപ്പിയും സർപ്പഗന്ധിയും മന്ദാരവും ചാമ്പയും മല്ലിയും മാങ്കോസ്റ്റീനും ചെമ്പരത്തിയും പലതരം വള്ളികളും ഉണ്ട്. ഓന്തും അരണയും ആമയും കീരിയും പാമ്പും സ്വൈരമായി വഹരിക്കാറുണ്ട്. വണ്ണാത്തിയും വാലൻകിളിയും മൈനയും കുയിലും കാക്കയും കൊക്കും ചെമ്പോത്തും തത്തയും വെള്ളിമൂങ്ങയും സൂചിമുഖിയും തുമ്പിയും ശലഭവും അണ്ണാറക്കണ്ണന്മാരോടൊപ്പം സ്വതന്ത്രരായി ധ്യാനിക്കുകയും ജീവിതകേളികളിലേർപ്പെടുകയും ചെയ്യാറുണ്ട്. മണ്ണിൽ ചപ്പിലകളുടെ സ്വകാര്യതയിൽ തേളും മണ്ണിരയും തേരട്ടയും തേളും നിശബ്ദതാളത്തിൽ ചലിക്കാറുണ്ട്. പണിയ്ക്കെത്തി രണ്ട് നാല് ദിവസങ്ങൾക്കുള്ളിൽ തന്നെ, ഇവരാരേയും അലോസരപ്പെടുത്താതെ, ഇവയ്ക്കെല്ലാമുള്ള നീരൊഴുക്കിന് വേണ്ട ചെറുചാലുകൾ വരയാനുള്ള വൈദഗ്ധ്യം പ്രശാന്ത് സ്വായത്തമാക്കി. അവനാ ചെറു പ്രകൃതിയെ അറിഞ്ഞതായി തോന്നി.

അഞ്ചു മാസങ്ങൾക്കു മുമ്പ് ഒരു ദിവസം, നാട്ടിൽ പോകാനൊരുങ്ങുന്നതായി അവൻ പറഞ്ഞു. അദ്ധ്യാപികയായി അടുത്തൂൺ പറ്റിയ കൂട്ടുകാരി തന്നെയാണ് അവനുമായി ആംഗ്യഭാഷയിലൂടെ സംസാരിച്ചത്. അവരായിരുന്നു തൊടിയിൽ അവന്റെ ഗുരുനാഥ. അല്പം ചില മലയാള വാക്കുകളിലൂടെ അവൻ ചോദ്യങ്ങൾക്ക് മറുപടി നൽകി.

അവന്റെ വീട് കൊൽക്കത്തയിൽനിന്നും അത്ര ദൂരമല്ലാത്ത പഞ്ചസായറിലാണ്. സത്യജിത് റേ ഫിലിം ആന്റ് ടെലിവിഷൻ

ഇൻസ്റ്റിറ്റ്യൂട്ടിൽ നാലര വർഷമുണ്ടായിരുന്ന മകനിൽനിന്നും പഞ്ച സായറിനെപ്പറ്റി കേട്ടിട്ടുണ്ട്. പ്രശാന്തിന്റെ വീട്ടിൽ അമ്മയുണ്ട്. സഹോദരിയും. എന്റെ കൂട്ടുകാരി അവന്റെ അമ്മയ്ക്ക് ഒരു സാരി സമ്മാനിച്ചു. ഒപ്പം ജീവന് തുല്യം സ്നേഹിച്ചിരുന്ന ചില നാടൻ തൈകളും വിത്തുകളും.

അവനെപ്പറ്റി തൽക്കാലത്തേക്ക് മറന്നുപോയി ഞങ്ങൾ. നാൾ വഴി വാർത്തകളിൽ അന്യസംസ്ഥാനങ്ങളിൽനിന്നുള്ള ദരിദ്രരായ തൊഴിലാളികൾക്കു നേരെയുള്ള പീഢനങ്ങളും അക്രമങ്ങളും വന്നും ഒഴിഞ്ഞും പോയി. അവരിൽ ചുരുക്കം ചിലർ ഭവനഭേദനങ്ങൾ നടത്തുന്നതും സ്വർണ്ണക്കടകൾ കൊള്ളയടിക്കുന്നതും വാർത്തകളായി. ജിഷ വധത്തിൽ ഇരുപത്തി മൂന്നുകാരനായ ആസാം പണിക്കാരൻ അമിഉൾ ഇസ്ലാം വധശിക്ഷയ്ക്ക് വിധിക്കപ്പെട്ടു.

നാം കേരളീയർക്ക് ഇന്ന് അന്യ സംസ്ഥാന തൊഴിലാളിയില്ലാതെ ജീവിക്കാനാവില്ല. ഒരു കാലത്ത് തമിഴ് സഹോദരങ്ങളെക്കൊണ്ടും, അതിനു മുമ്പ് നൂറ്റാണ്ടുകളോളം ദളിത് സഹോദങ്ങളെക്കൊണ്ടും മലയാളി ചെയ്യിച്ചിരുന്ന ആൾനൂഴ്ടുകളിലിറങ്ങുന്നതും (Manhole) കാനയും കക്കൂസും വൃത്തിയാക്കുന്നതും അഴുകിയ മൃതദേഹങ്ങൾ കണ്ടെടുക്കുന്നതും കുഴിവെട്ടി മൂടുന്നതും വരെയുള്ളവ ഈ തൊഴിലാളികളിലേക്ക് മാറ്റപ്പെട്ടു. എന്നിട്ടും നാമവരെ നമ്മളായി അംഗീകരിക്കാൻ വിസമ്മതിച്ചു. ആവശ്യം കഴിഞ്ഞാൽ വലിച്ചെറിയാവുന്ന പ്ലാസ്റ്റിക് മാലിന്യങ്ങളോ, നമുക്ക് ചവിട്ടി മെതിക്കാവുന്ന അസംസ്കൃത പദാർത്ഥങ്ങളോ, അപരത്വത്തോടുള്ള ഈർഷ്യപോക്കാവുന്ന വസ്തുക്കളോ, മാത്രമായി ഇവർ. അവരിന്നും നമ്മെ ഭയപ്പെടുത്തുന്ന, ആശങ്കപ്പെടുത്തുന്ന, എന്നാൽ നമുക്ക് അനിവാര്യമായ 'ഉപകരണങ്ങളാ'ണ്.

ചെന്നൈയിലും മുംബൈയിലും ബാംഗ്ലൂരിലും ദില്ലിയിലും വിദേശങ്ങളിൽ, പ്രത്യേകിച്ച് ഗൾഫ് നാടുകളിലും ഇവിടെ അന്യസംസ്ഥാനക്കാർ ഏർപ്പെട്ടിരിക്കുന്ന പല പണികളിലും, പണ്ടും ഇന്നും നമ്മുടെ നാട്ടുകാർ ഏർപ്പെടുന്നുണ്ട്. അത് നാം ഓർക്കാറില്ല. അവിടെ നമ്മുടെ സഹോദരങ്ങളോട് തദ്ദേശീയർ എങ്ങിനെ പെരുമാറണമെന്ന് ചിന്തിക്കാറില്ല.

എന്റെ അടുത്ത ബന്ധുവായിരുന്ന ഒരു മുത്തശ്ശിയെപ്പറ്റി ഒരിക്കൽ അറിയാനിടയായി. അഞ്ച് പതിറ്റാണ്ടുകൾക്ക് മുമ്പാണ്. അവരുടെ ഒരു മകൻ തൊഴിൽ തെണ്ടി നാട് വിട്ടുപോയി. കുറെക്കാലം അയാളെ പ്രതി ഒരു വിവരവുമില്ല. വീട്ടിൽ അന്നം തേടിയോ അഭയം തേടിയോ എത്തിയ ഏത് ജാതിക്കാരനേയും മതസ്ഥനെയും മുത്തശ്ശി മക്കളെപ്പോലെ സ്വീകരിച്ചു. ഭക്ഷണവും ആശ്വാസവും നൽകി നിറകണ്ണുകളോടെ യാത്രയാക്കി. അവർ പറയുമായിരുന്നു, ഏതെങ്കിലും തെരുവിൽ അലയുന്ന എന്റെ ഉണ്ണിയ്ക്ക് ആരെങ്കിലും അന്നവും തണലും

നൽകുന്നുണ്ടാവും. അവരുടെ ദീർഘദർശിത്വം നേരായിരുന്നു. സമനില തെറ്റി ബോംബെ തെരുവിൽ അലഞ്ഞിരുന്ന അവരുടെ ഉണ്ണിയെ അന്യനാട്ടുകാരിൽ ചിലർ ചേർന്നാണ് വീട്ടിലെത്തിച്ചത്.

നിർഭാഗ്യവശാൽ, ഇന്ന് നിരക്ഷരയായ ആ നല്ല മുത്തശ്ശിയുടെ മനസ്സല്ല നമ്മുടേത്. 'വാളയാറപ്പുറമെത്തുന്നതിനു മുമ്പുതന്നെ' അവരെ 'സംസ്കാരമറ്റവരായി' അന്യത്വം കൽപിച്ച് നാം മാറ്റിനിർത്തുന്നു.

ദിവസങ്ങൾക്കു മുമ്പ് ഒരു സന്ധ്യയിൽ, നിനച്ചിരിക്കാതെ, കോളിങ്ങ് ബെൽ അമരുന്നത് കേട്ട് ഞങ്ങൾ വാതിൽ തുറന്നു. രണ്ട് സൈക്കിളിലായി പ്രശാന്തും, അവന്റെ ചങ്ങാതി സാഗറും. സാഗർ പണിതേടി പഞ്ചസായറിൽനിന്ന് വന്നതാണ്, പ്രശാന്തിനൊപ്പം. അവൻ ചങ്ങാതിയെ മാത്രമല്ല, കാട്ടിത്തന്നത്. അവന്റെ മൊബൈലിൽ പകർത്തിയ പുഞ്ചിരിക്കുന്ന അമ്മയെക്കൂടിയാണ്. അവരുടെ കയ്യിൽ എന്റെ കൂട്ടുകാരി സമ്മാനിച്ച സാരിയുമുണ്ട്. പിന്നീടവൻ, ഒന്ന് പുഞ്ചിരിച്ച് ശിശുസഹജമായ ലജ്ജയോടെ, ഒരു പ്ലാസിറ്റിക് സഞ്ചി സൈക്കിൾ കൊട്ടയിൽനിന്നും പുറത്തെടുത്തു. കറുത്ത ഒരു പ്ലാസ്റ്റിക് ഉറയിൽ മണ്ണോട്ടുകൂടിയ ഒരു ചെടിത്തൈ. അവന്റെ ചെറുതൊടിയിൽ വളർന്ന സ്ട്രൊബെറി.

അവൻ അപ്പോൾതന്നെ തൊടിയുടെ ഇടതുഭാഗത്ത് ഒരു കുഴിയെടുത്തു. പ്ലാസ്റ്റിക് കുപ്പായം ഊരി മണ്ണോട്ടുകൂടി സ്ട്രൊബെറിത്തൈ നട്ടു. വെള്ളമൊഴിച്ച് മണ്ണിളക്കി. ചപ്പിലകൾകൂട്ടി വീണ്ടും നനഞ്ഞ മണ്ണിട്ടു. അൽപംകൂടി വെള്ളം പകർന്നു.

ശതാവരിയും കുരുമുളക് വള്ളിയും പടർന്ന രണ്ടിനം ജാതി നാട്ടുമാവുകൾക്കിടയിൽ ഈ ക്രൂരവേനലിലും പ്രശാന്തിന്റെ സ്ട്രൊബെറിത്തൈ തലയും കൈകാലുകളും ആട്ടി പുഞ്ചിരി തൂകുന്നുണ്ട്.

(12/3/18)

മരണശേഷം
എം. സുകുമാരൻ

'ശേഷക്രിയ'യിൽ പാർട്ടിക്കെഴുതിയ ആത്മഹത്യാ കുറിപ്പിലൊരിടത്ത് കുഞ്ഞയ്യപ്പൻ പറയുന്നുണ്ട്, എന്റെ മരണശേഷം നിങ്ങൾ എനിയ്ക്കായി മണിമാളിക പണിയും. എന്നാൽ അതിന്റെ മട്ടുപ്പാവിലിരുന്നാൽ, പട്ടിണി കിടന്ന് എല്ലുന്തിയ പേക്കോലങ്ങളെ കാണാത്ത രീതിയിലായിരിക്കണം അതിന്റെ നിർമ്മിതി...

എം. സുകുമാരന്റെ മരണശേഷം കുഞ്ഞയ്യപ്പന്റെ വാക്കുകൾ യാഥാർത്ഥ്യമാക്കുന്നതാണ് മുഖ്യമന്ത്രി അദ്ദേഹത്തിന്റെ ഭാര്യ മീനാക്ഷിയെ ആശ്വസിപ്പിക്കുന്നതും കേരള സർക്കാരിന്റെ ഔദ്യോഗിക ബഹുമതിയോടെ മൃതദേഹം സംസ്കരിക്കുന്നതുമായ ചിത്രങ്ങൾ. താൻ ഏത് വിപ്ലവപ്രസ്ഥാനത്തിന്റെ രാഷ്ട്രീയ ജീർണ്ണതയെ എഴുത്തിലൂടെയും ജീവിതത്തിലൂടെയും എതിർത്തുവോ അതേ രാഷ്ട്രീയ ജീർണ്ണതയും ഭരണകൂടവും കുഞ്ഞയ്യപ്പന്റെ ആത്മഹത്യാ കുറിപ്പിലെ വാക്കുകൾ അന്വർത്ഥമാക്കിക്കൊണ്ട് ഔദ്യോഗിക ചിഹ്നങ്ങളുടെ 'മാളിക' പണിതുകൊടുത്തു. മാളികയുടെ മട്ടുപ്പാവിലെ കാഴ്ചയിൽനിന്ന് പട്ടിണിക്കിട്ട എല്ലുന്തിയ പേക്കോലങ്ങളെ മറയ്ക്കാൻ കഴിയുന്നില്ലയെന്ന സത്യം അവശേഷിക്കുന്നു. കേരളീയ സമൂഹത്തിന്റെ ഫാസിസ്റ്റ് മനസ്സ് ഒരുപിടി അന്നത്തിനായി അനാഥനായി അലഞ്ഞ മധുവെന്ന ആദിവാസി യുവാവിനെ തല്ലിക്കൊല്ലുമ്പോൾ, എം. സുകുമാരൻ ആശുപത്രി കിടക്കയിൽ ആയിരുന്നോ, അദ്ദേഹം മധുവിന്റെ കൊലപാതകം അറിഞ്ഞിരുന്നോയെന്ന് വ്യക്തമല്ല. എന്നാൽ അബോധതലത്തിൽ അദ്ദേഹം അറിഞ്ഞിരിക്കണം, താൻ വിശ്വസിച്ച ആശയത്തിനും പ്രസ്ഥാനത്തിനും കാലങ്ങളിലൂടെ നിരന്തരമായി തുടരുന്ന അത്തരം അരുംകൊലകൾ അവസാനിപ്പിക്കാൻ കഴിഞ്ഞിട്ടില്ലയെന്ന ദാരുണസത്യം. പാർട്ടിയും പ്രസ്ഥാനവും ദുഷിക്കുകയും അതിൽനിന്ന് നിർമ്മിച്ചെടുത്ത അധികാരത്തിന്റെ

ഉപകരണങ്ങൾ മർദ്ദനങ്ങളും പീഢനങ്ങളും തുടരുന്നതും തന്റെ ജീവിതകാലത്തുതന്നെ അദ്ദേഹം നേരിട്ടുകാണുകയും അനുഭവിച്ച റിയുകയും ചെയ്തിരുന്നു.

'ശേഷക്രിയ'യിലെ കുഞ്ഞയ്യപ്പനെപ്പോലെയോ 'പിതൃതർപ്പണ'ത്തിലെ വേണു കുമാരമേനോനെപ്പോലെയോ സുകുമാരൻ ആത്മഹത്യ ചെയ്യുകയുണ്ടായില്ല, പ്രസ്ഥാനത്തിന്റെ തകർച്ചയും ഒറ്റിക്കൊടുക്കലും ചതിയും വഞ്ചനയും കണ്ട്. എന്നാൽ, സുകുമാരൻ, കഴിഞ്ഞ കാൽനൂണ്ടായി കടുത്ത മൗനത്തിലൂടെ സർഗ്ഗാത്മക ജീവിതത്തിന്റെ ആത്മഹത്യ (ഹരാകിരി), നടത്തിക്കൊണ്ടിരിയ്ക്കുകയായിരുന്നു. 1992-ൽ എഴുതിയ 'പിതൃതർപ്പണ'ത്തിലെ വേണുകുമാരമേനോന്റെ ആത്മഹത്യ അത് സാക്ഷ്യപ്പെടുത്തുന്നു. 'പർവ്വതങ്ങളെ നീക്കംചെയ്ത വിഡ്ഢിയായ വൃദ്ധ'ന്റെ ദൃഢനിശ്ചയമോ ശുഭാപ്തിവിശ്വാസമോ അദ്ദേഹത്തിനുണ്ടായിരുന്നില്ല, 'സൂര്യനുദിക്കാൻ ഇനിയെത്ര സമയം?' എന്ന വിശ്വാസം അവശേഷിക്കുന്നുണ്ടെങ്കിലുഅസാന്നിദ്ധ്യത്തിന്റെ നീണ്ട കാലയളവ് കാര്യമായ മാറ്റമൊന്നും ഉണ്ടായിട്ടില്ലെന്ന സത്യം ഇന്ത്യയിലെ ആദിവാസി മേഖലകളിൽനിന്നും ദളിത്-മുസ്‌ലിം ചേരികളിൽ നിന്നും മാവോയിസ്റ്റ് എൻകൗണ്ടറുകളിൽനിന്നുമുള്ള വാർത്തകൾ ചൂണ്ടിക്കാട്ടുന്നു. 'ജയ്റാം! ജയ്റാം!' എന്ന് വർഗ്ഗീയ ഫാസിസ്റ്റുകൾ മാത്രമല്ല ഇപ്പോൾ ആർത്തുവിളിക്കുന്നത്, 'ജയ്റാം' പടിക്കലിന്റെ പരമ്പരയ്ക്ക് സ്തുതിഗീതങ്ങൾ പാടുന്നത് 'ഫാസിസ്റ്റ് ഡെമോക്രാറ്റുകളും' കൂടിയാണെന്നത് 2018, 1975-77-നേക്കാൾ ഭയാനകമാക്കുന്നു.

പാലക്കാടൻ മണ്ണിലെ ധാതുക്കളും മിത്തുകളും തന്നെയാണ് പാലക്കാട്ടുകാരായ ഒ.വി. വിജയനും എം. സുകുമാരനും ഉപയോഗിച്ചത്. വിജയൻ 'ഖസാക്കിന്റെ ഇതിഹാസ'ത്തിലൂടെ ലാവണ്യമിയെന്ന വാങ്ങ്മയങ്ങളിലൂടെയും തസ്റാക്കിന്റെ നാടൻ പേച്ചുകളിലൂടെയും പൂർവ്വ കഥകളിലൂടെയും രതിഭാവങ്ങളിലൂടെയും മദ്ധ്യവർഗ്ഗി മലയാളിയുടെ അസ്തിത്വകാമനയ്ക്ക് പുതിയ ഭാവുകത്വം നൽകി; ഇന്നും വിജയൻ സൃഷ്ടിച്ച ഭാവുകത്വ മണ്ഡലത്തിൽനിന്ന് നമ്മുടെ എഴുത്തും മലയാളിയും പൂർണ്ണമായി മോചിതരായിട്ടില്ല. എന്നാൽ, എം. സുകുമാരൻ അതേ പാലക്കാടൻ മണ്ണിൽ കണ്ടത് കറുത്തകൊങ്ങന്മാരെയും വിധവകളെയും തിത്തുണ്ണികളെയും കറുത്ത സ്ത്രീകളെയും രാശപ്പന്മാരെയും അധഃസ്ഥിതരെയും അനാഥരെയും ആണ്. അവരുടെ കഥകൾ, കാരൂർ നീലകണ്ഠപ്പിള്ളയെന്ന മലയാളത്തിലെ മഹാനായ കഥപറച്ചിലുകാരന്റെ ഇളയസഹോദരനായി സുകുമാരനെ അടയാളപ്പെടുത്തുന്നു. അവരുടെ മോചനത്തിനായി ചരിത്രഗാഥകളെഴുതി. വിചാരണകൾ നടത്തി. സംഘഗാനങ്ങൾ പാടി. ഭരണകൂടങ്ങൾക്കു നേരെ തീവ്രവിപ്ലവത്തിന്റെ മൈനുകൾവെച്ചു. അലിഗറികളിലൂടെ

വിപ്രവത്തിന്റേയും മോചനത്തിന്റേയും പുത്തൻ മിത്തുകളുണ്ടാക്കി. ആനന്ദിന്റെ ഗോവർദ്ധനിൽനിന്ന് വ്യത്യസ്തനായി 'നിന്റെ രക്തവുമായി സാമ്യമുള്ളവരെ നീ കണ്ടെത്തുകയും തിരിച്ചറിയുകയും സംഘം ചേരുകയും ചെയ്യു'മെന്ന് വിശ്വസിച്ചു. അതിശക്തമായ അടിയൊഴുക്കുള്ള പടിഞ്ഞാൻ വഴിമാത്രം പോകരുതെന്നും നീന്തിരക്ഷപ്പെടണമെന്നും പ്രവചിച്ചു. എല്ലാം വ്യർത്ഥമായെന്നറിയുന്നതോടെ മൗനത്തിലേയ്ക്ക് ഉൾവലിഞ്ഞു.

സുകുമാരന്റെ 'ശേഷക്രിയ'യും 'പിതൃതർപ്പണ'വും ഇന്ന് വീണ്ടും വായിക്കുമ്പോൾ സി.ആർ. പരമേശ്വരന്റെ 'പ്രകൃതിനിയമ'ത്തോളം അവ ശക്തവും കാലാതീതവുമാണെന്ന് പറയാനാവില്ല. ഇടതുപക്ഷ ദർശനത്തിന്റേയും പ്രയോഗത്തിന്റേയും, തകർച്ചയും അതിൽനിന്നുണ്ടാകുന്ന ആത്മഹത്യയിലെത്തുന്ന നീറ്റലും അവയിലുണ്ട്. സത്യാനന്തരകാലത്തെ ഒരു യുവാവിന് അവ എത്രമാത്രം സർഗ്ഗാത്മക അനുഭവം പകരുമെന്ന് പറയാനാവില്ല.

എന്നാൽ സുകുമാരന്റെ മൗനം പ്രസ്ഥാന ജീർണ്ണതയ്ക്കും അധികാര പ്രമത്തതയ്ക്കും ഭരണകൂടത്തിന്റെ ഫാസിസ്റ്റ് ഭീകരതയ്ക്കും എതിരായുള്ള നമ്മുടെ കാലത്തെ ഏറ്റവും സർഗ്ഗാത്മകമായ പ്രതിഷേധമാണ്. സുകുമാരന്റെ 'പിതൃതർപ്പണ'ത്തേക്കാളും മൂർച്ചയുണ്ടതിന്. സ്വയം വഞ്ചിച്ച്, അധികാരത്തിന്റെ അപ്പക്കഷ്ണങ്ങൾ പങ്കിടാനുള്ള ആർത്തിയിൽ ജീവിക്കുന്ന കേരളത്തിലെ ഭൂരിപക്ഷം വരുന്ന എഴുത്തുകാർക്കും ആ മൂർച്ചയിൽ നിന്നുത്ഭൂതമാകുന്ന പൊള്ളൽ അനുഭവപ്പെടണമെന്നില്ല. ഉപഭോഗപെരുക്കത്തിൽ

രമിക്കുന്ന മലയാളിയ്ക്കും. ഒട്ടും ഗാന്ധിയനല്ലാത്ത സുകുമാരൻ, തന്റെ ജീവിതമാണ് തന്റെ സർഗ്ഗാത്മക സന്ദേശമെന്ന് ജീവിതത്തിലൂടെ സാക്ഷ്യപ്പെടുത്തുന്നു. ഒരെഴുത്തുകാരനെന്ന നിലയിൽ എന്നെ സുകുമാരനിലേയ്ക്കാകർഷിക്കുന്നത് അദ്ദേഹത്തിന്റെ ഈ ജീവിതവും മൗനത്തിലൂടെയുള്ള പ്രതിരോധവും കഥ പറച്ചിലുകാരന്റെ കൈയൊതുക്കവുമാണ്. ആദ്യകാല കഥകളിലെ നൈസർഗികമായ ഈ കഥപറച്ചിലാകാം, ഭാവിയിൽ സുകുമാരനെ കാരൂർ നീലകണ്ഠപിള്ളയോട് ചേർത്തുവെക്കുക.

(21/3/18)

ഏകാന്തതയുടെ അർത്ഥമറിയാത്ത നമ്മൾ

മലയാളികൾക്ക് ബഷീറിനെപ്പോലെയും എം.ടി.യെപ്പോലെയും ഒ.വി. വിജയനെപ്പോലെയും അടുപ്പമുണ്ട് കൊളംബിയൻ എഴുത്തുകാരൻ ഗബ്രിയേൽ ഗാർഷ്യ മാർക്ക്വീസുമായി. ഇത്രയും ആത്മബന്ധം മലയാളിയ്ക്ക് മലയാളത്തിന് പുറത്തുള്ള മറ്റേതെങ്കിലും വിദേശ എഴുത്തുകാരനുമായിണ്ടായിട്ടില്ല. 1967ലാണ് മാർക്ക്വീസിന്റെ ഏകാന്തതയുടെ നൂറ് വർഷങ്ങൾ അർജന്റീനയിൽ പ്രസിദ്ധീകരിക്കപ്പെട്ടുന്നത്. സ്പാനിഷിൽ. 1970ൽ അതിന്റെ ഇംഗ്ലീഷ് പരിഭാഷ പുറത്ത് വന്നെങ്കിലും എൺപതുകളുടെ തുടക്കത്തിലാണ് അത് മലയാളിയുടെ നോവരായി മാറുന്നത്.

1970കളിൽ ആധുനികതയുടെ കാറ്റിൽ നമ്മിലേയ്ക്കെത്തിയ കാമുവും കാഫ്കയും സാർത്രും പോലെയായിരുന്നില്ല മാർക്ക്വീസ്. അദ്ദേഹം ജനകീയനായിരുന്നു മലയാളിയ്ക്ക്. കാമുവിലും കാഫ്കയിലും സാർത്രിലും ആഴത്തിലുണ്ടായിരുന്ന അസ്തിത്വ ദർശനത്തിന്റെ സാമൂഹ്യവും രാഷ്ട്രീയവും സാംസ്കാരികവും ആത്മീയവുമായ അർത്ഥതലങ്ങൾ മലയാളി എപ്പോഴെങ്കിലും വേണ്ടവിധം ഉൾക്കൊള്ളാൻ ശ്രമിച്ചിരുന്നോയെന്ന് സംശയമാണ്. മഹായുദ്ധങ്ങളും, മൂല്യതിരസ്കാരങ്ങളും ഭയനാകമായ ഹിംസകളും സൃഷ്ടിച്ച ഊഷരഭൂമികളിൽ നിന്നാണ് ജീവിതത്തിന്റെ പൊരുൾ തേടിയുള്ള അവരുടെ രചനകൾ സാധ്യമായത്; സംഭവിച്ചത്. മലയാളിയുടെ അസ്തിത്വവ്യഥകൾ മദ്ധ്യവർഗിയുടെ ബൗദ്ധിക അരാജകത്ത്വത്തിന്റെയും വൈയക്തിക നിരാശകളുടെയുമായി. കവിതയിലും കഥയിലും നോവലിലും അതിന്റെ പ്രതിഫലനങ്ങളുണ്ടായി. ഏറെയും അനുകരണങ്ങളായും കുറച്ചൊക്കെ ഉള്ളിനെ നീറ്റുന്നതായും. അസ്തിത്വദർശനത്തിന്റെ നീറ്റലിനെ സാമൂഹ്യബോധത്തിന്റേതാക്കി മാറ്റുന്നതിൽ തീവ്ര

മാർക്സിസ്റ്റ് ചിന്തകൾക്ക് സ്വാധീനമുണ്ടായിരുന്നു. പ്രത്യേകിച്ചും കവിതയിൽ. ഒ.വി.വിജയന്റെ 'ഖസാക്കിന്റെ ഇതിഹാസം' വായിക്കപ്പെട്ടത് അസ്തിത്വ ദുഃഖത്തിന്റെയും ഭാഷാലാവണ്യത്തിന്റെയും ചേരുവയിലാണ്. വിജയന്റെ ഭാഷ മലയാളിയെ നാലുപതിറ്റാണ്ടോളം പിന്തുടർന്നിട്ടുണ്ട്. ഖസാക്കിനൊപ്പം ഇറങ്ങിയ ആനന്ദിന്റെ 'ആൾക്കൂട്ട'ത്തിന്റെ രാഷ്ട്രീയമോ സാമൂഹ്യ ദേശീയ പരിസരമോ ചരിത്ര യാഥാർത്ഥ്യങ്ങളോ നാം അധികമൊന്നും ചർച്ച ചെയ്തിട്ടില്ല.

ഗബ്രിയേൽ ഗാർഷ്യ മാർക്കേ്വസിനെയും നമ്മള വായിച്ചത് മാജിക്കൽ റിയലിസത്തിന്റെയും കഥപറച്ചിലിന്റെ വിസ്മയങ്ങളിലൂടെയും സ്പാനിഷിൽ നിന്ന് ഇംഗ്ളീഷിലെത്തിയിട്ടും നമ്മെ പിടിച്ചിരുത്തുന്ന ഭാഷയുടെ മാന്ത്രികതയിലൂടെയുമാണ്. ആയിരത്തിത്തൊള്ളായിരത്തി എൺപതുകളിൽ തുടങ്ങി മാർക്കേ്വസിന്റെ ഒട്ടുമിക്ക രചനകൾ വായിക്കുമ്പോഴും ഇതൊക്കെത്തന്നെയാണ് ആദ്യമൊക്കെ എന്നിലൂടെയും കടന്നുപോയത്. എന്നാൽ GRAND MAMAS FUNERAL, THE Autumn of the Patriarch, Tuesday Siesta എന്ന് തുടങ്ങിയ രചനകൾ അധികാരത്തിന്റെ ക്രൂരമായ നഗ്നതകൾ സർഗ്ഗാത്മകമായി തുറന്ന് കാട്ടുന്നുണ്ട്. മൂന്ന് പുറങ്ങൾ മാത്രം ദൈർഘ്യമുള്ള 'ONE OF THESE DAYS' എന്ന കഥയിൽ അതിരാവിലെ തന്റെ വീട്ടിൽ പല്ല് പറിക്കാനെത്തുന്ന മേയറോട് ചവണയുപയോഗിച്ച് പല്ല് പിഴുതെടുക്കുമ്പോൾ ഡെന്റിസ്റ്റ് ഒട്ടും കുടുപ്പമില്ലാതെ പറയുന്നതിങ്ങനെയാണ്: 'ഇപ്പോൾ താങ്കൾ ഞങ്ങളുടെ ചത്തുപോയ ഇരുപത് മനുഷ്യർക്ക് വില നൽകും'.താടിയെല്ലിലെ എല്ലുകൾ തകരുന്നത് മേയർ അറിഞ്ഞു. അയാളുടെ കണ്ണുകൾ നിറഞ്ഞു. പക്ഷേ, പല്ല് പുറത്തെടുക്കും വരെ മേയർ ശ്വാസംപോലും എടുത്തില്ല.

അധികാരത്തിന്റെ ക്രൂരതകൾക്ക് നേരെ എം. സുകുമാരനും, യു.പി. ജയരാജും കഥകളെഴുതിയിട്ടുണ്ട്. അവ അലിഗറിക്കലായിരുന്നു ഏറെയും. ഒ. വി. വിജയന്റെ 'അരിമ്പാറ'യും ആ ഗണത്തിൽ പെടുത്താവുന്നതാണ്. വിജയന്റെ 'ധർമ്മപുരാണ'മാണ്അധികാരത്തിന്റെ ക്രൂരതകളുമായി കറുത്തഹാസ്യത്തിൽ ഇടപെടുന്നത് വി. കെ. എന്റെ 'കാവി'യും ആ വഴിയ്ക്കാണ് സഞ്ചരിക്കുന്നത്.

എന്നാൽ, ലാറ്റിനമേരിക്കയിലെ സ്വേഛാധിപത്യത്തെ തന്റെ മാന്ത്രിക ഭാഷയിലൂടെയും അസാധാരണമായ പ്രതിഭയിൽ നിന്നുരുത്തിരിയുന്ന സംഭവങ്ങളിലൂടെയും വായനക്കാരനെ അനുഭവിപ്പിക്കുക മാത്രമായിരുന്നില്ല മാർക്കേ്വസെന്ന് അദ്ദേഹത്തിന്റെ നോബേൽ പ്രസംഗം വ്യക്തമാക്കുന്നു. ഇതെന്താണെന്ന് പറയാനാണ് ഞാനീ ലേഖനത്തിൽ ശ്രമിക്കുന്നത്.

ആഴ്ചകൾക്ക് മുമ്പാണ് പ്രിയസ്നേഹിതനുംമികച്ച വായനക്കാരനുമായ അഷ്ടമൂർത്തി (കഥാകൃത്തല്ല) മാർക്കേ്വസിന്റെ 'I am Not Here to Give a Speech' (2014) എനിക്ക് വായിക്കാൻ തന്നത്. ജീവിതകാലത്ത് തനിക്ക് ഇഷ്ടപ്പെട്ട ചിലകാര്യങ്ങൾ മാരക്കേ്വസ് പൊതുവേദികളിൽ സംസാരിച്ചിട്ടുണ്ട്. അവയുടെ സമാഹാരമാണ് ഈ ചെറിയ പുസ്തകം. ലോകസാഹിത്യത്തിലെ ഏറ്റവും മികച്ച നോവലുകളിൽ ചിലവയെഴുതിയിട്ടുള്ള അസാധാരണ പ്രതിഭാധനനായ ഒരെഴുത്തുകാരന്റെ ഉള്ള് തുറന്ന് കാട്ടുന്നതാണ് ഇവയിലെ ലഘുപ്രസംഗങ്ങൾ.1982 ഡിസംബർ എട്ടിന് സ്വീഡനിലെ സ്റ്റോക്ഹോമിൽ ആ വർഷത്തെ നോബേൽ സമ്മാനം സ്വീകരിച്ചുകൊണ്ട് മാരക്കേ്വസ് ചെയ്ത പത്ത് പുറങ്ങൾ മാത്രമുള്ള പ്രസംഗമാണ് എന്റെ ലേഖനത്തിന്റെ അടിസ്ഥാനം. 'THE SOLITUDE OF LATIN AMERICA'

ലാറ്റിനമേരിക്കയുടെ ഏകാന്തത:

പതിനൊന്ന് വർഷങ്ങൾക്ക് മുമ്പ് പാബ്ളോ നെരൂദ പ്രകാശാത്മകമാക്കിയ അന്തരീക്ഷത്തിൽ നിന്നുകൊണ്ടാണ് താൻ സംസാരിക്കുന്നതെന്ന് ഓർമ്മിപ്പിച്ചാണ് മാരക്കേ്വസ് തന്റെ നോബേൽ പ്രസംഗം തുടർന്നത്. അന്നുമുതൽ യൂറോപ്പിന്റെ സുമനസ്സുകളിലും, ചിലപ്പോൾ ദു:മനസ്സുകളിലും, ലാറ്റിനമേലിക്കയുടെ ഭയാനക വാർത്തകൾ മുമ്പത്തേതിനേക്കാൾ ശക്തിയിൽ പൊട്ടിയൊഴുകിയിട്ടുണ്ട്. ഭ്രമാകത്മക പുരുഷന്മാരുടെയും ചരിത്രാത്മക വനിതകളുടെയും ലെജന്റുകളുടെ നാടായ ലാറ്റിൻ അമേരിക്കയുടെ മണ്ണിൽ നിന്ന്.

ലാറ്റിനമേരിക്കയ്ക്ക് ഒരിക്കലും ഒരു വിനാഴികയുടെ ശാന്തിയുണ്ടായിട്ടില്ല. തീപിടിച്ച തന്റെ കൊട്ടാരത്തിൽ കുടുങ്ങിയ ഒരു രാജാവ് ഒറ്റയ്ക്ക് ഒരു മുഴു സൈന്യത്തിനെതിരെ യുദ്ധം ചെയ്തു. ഒരു പ്രൊമീത്തീയൻ പ്രസിഡന്റ് മരിച്ചു. ശുദ്ധഹൃദയനായ ഒരു പ്രസിഡന്റ് സംശയാസ്പദമായ സാഹചര്യങ്ങളിൽ ആകാശദുരന്തത്തിൽ കൊല്ലപ്പെട്ടു. അതിന്റെ സത്യം ഒരിക്കലും വെളിപ്പെട്ടില്ല. ജനങ്ങളുടെ ആത്മാഭിമാനം പുന:സ്ഥാപിച്ച ജനാധിപത്യവാദിയായ ഒരു പട്ടാള മേട്ടാവിയ്ക്കും അതേ ദുരന്തമുണ്ടായി.

അഞ്ച് യുദ്ധങ്ങളിലൂടെയും പതിനേഴ് സൈനിക അട്ടിമറികളിലൂടെയും ലാറ്റിനമേരിക്ക കടന്നുപോയി. ലൂസിഫെറിന്റെ വേഷമണിഞ്ഞ ഒരു സ്വേഛാധിപതി ദൈവനാമത്തിൽ ആദ്യത്തെ വംശീയ ഹത്യക്ക്നേതൃത്വം നൽകി. അതിനിടയിൽ 20 ദശലക്ഷം ലാറ്റിനമേരിക്കൻ ശിശുക്കൾ രണ്ടുവയസ്സാകും മുമ്പ് മരണപ്പെട്ടു. 1970നശേഷം യൂറോപ്പിൽ ജനിച്ച ശിശുക്കളുടെ സംഖ്യയും രണ്ടു കോടിയാണെന്നോർക്കണം. മർദ്ദന ഭരണം കൊലപ്പെടുത്തിയത് ഏതാണ്ട് ഒരു ലക്ഷത്തി ഇരുപതിനായിരം മനുഷ്യരെയാണ്. ഉപ്പാസാല നഗരത്തിലെ അന്തേവാസികൾ അവരെന്ന് പോലും ഇന്നും കൃത്യമായി അറിയില്ല. ഗർഭിണികളായ അനേകം സ്ത്രീകൾ അർജന്റീനൻ തടവറകളിൽ പ്രസവിച്ചു.എന്നാൽ പട്ടാള മേധാവികൾ

രഹസ്യമായി കുഞ്ഞുങ്ങളെ അനധികൃതമായി ദത്തെടുക്കാൻ വിട്ടുകൊടുത്തു; ആ കുഞ്ഞുങ്ങൾ എവിടെയെന്നും ആരെന്നും ആർക്കുമറിയില്ല. രണ്ടുലക്ഷം സ്ത്രീപുരുഷന്മാരാണ് ഈ ഭൂഖണ്ഡത്തിൽ കൊല്ലപ്പെട്ടത്. നിക്കാരാഗ്വ,എൽസൽവോദർ, ഗ്വാട്ടിമാല എന്നീ മൂന്ന് ചെറുരാജ്യങ്ങളിലായി ഒരു ലക്ഷം പേർ മരിച്ചു ഇത് അമേരിക്കയിലാണ് സംഭവിച്ചിരുന്നതെങ്കിൽ, പത്ത് ലക്ഷത്തി ആറായിരം അക്രമ മരണങ്ങൾ ആനുപാതികമായി മാറിയേനേ.

ആതിഥ്യത്തിന്റെ മഹനീയ പാരമ്പര്യമുള്ള ചിലിയിൽ നിന്ന് പത്ത്ലക്ഷം ചിലിയക്കാർക്ക് രാജ്യം വിട്ട് ഓടിപ്പോകേണ്ടി വന്നു. ഈ ഭൂഖണ്ഡത്തിലെ ഏറ്റവും സംസ്കാരസമ്പന്നമായ ഉറുഗ്വേയ് എന്ന കൊച്ചുരാജ്യത്തിന് അഞ്ചിലൊന്ന് പൗരന്മാർ പ്രവാസികളായി നഷ്ടമായി. എൽസാൽവദോറിലെ സിവിൽ വാറിൽ 1979 മുതൽ ഓരോ വിനാഴികയിലും ഓരോ അഭയാർത്ഥി ഉല്പാദിപ്പിക്കപ്പെടുന്നു. ലാറ്റിനമേരിക്കയിൽ നിന്നുള്ള അഭയാർത്ഥികളും പുറത്താക്കപ്പെട്ടവരും ചേർന്നാൽ നോർവേയെക്കാൾ ജനസംഖ്യയുള്ള ഒരു രാജ്യമുണ്ടാക്കാം.

'ഈയൊരൊറ്റ യാഥാർത്ഥ്യമാകാം, സ്വീഡിഷ് അക്കാദമിയുടെ ശ്രദ്ധ ഈ വർഷം ലാറ്റിനമേരിക്കയിലേയ്ക്ക് തിരിഞ്ഞതിന് കാരണം. കടലാസുകൊണ്ട് നിർമ്മിച്ച യാഥാർത്ഥ്യമല്ല അത്. അത് ഞങ്ങൾക്കൊപ്പം ജീവിക്കുന്നുണ്ട്. ഓരോ ദിവസും സംഭവിക്കുന്ന അന്തമറ്റ മരണങ്ങൾ നിർണ്ണയിക്കുന്നുണ്ട്. അടങ്ങാത്ത സർഗ്ഗാത്മകതയുടെ നിരന്തരമായ കുത്തൊഴുക്കിനെ അത് നിലനിർത്തുന്നുണ്ട്. അത് സൗന്ദര്യവും ദൗർഭാഗ്യവും നിറഞ്ഞതാണ്. ഉന്മാദിയും ഗൃഹാതുരനുമായ ഈ കൊളംബിയൻ എഴുത്തുകാരൻ ഭാഗ്യവശാൽ അതിൽ അടയാളപ്പെടുത്തപ്പെട്ട ഒരക്കം മാത്രമാണ്'.

കവികളും പിച്ചക്കാരും തെണ്ടികളും യോദ്ധാക്കളും ആ ലാറ്റിനമേരിക്കൻ അവ്യവസ്ഥയിലെ യാഥാർത്ഥ്യത്തിന്റെ ജീവികളാണ്. ഇക്കാര്യത്തിൽ ലാറ്റിനമേരിക്കൻ ഭാവനയോട് വളരെക്കുറച്ചേ ചോദിക്കേണ്ടതുള്ളൂ. 'കാരണം ഞങ്ങളുടെ മുമ്പിലുള്ള മവല്ലുവിളി ജീവിതം വിശ്വസനീയമാക്കുകയെന്നതാണ്. അതിന് വ്യവസ്ഥാപിതമായ മാമൂലുകളുടെ ഉപകരണങ്ങൾ പരിമിതമാണ്... സ്നേഹിതരെ, ഇതാണ് ഞങ്ങളുടെ ഏകാന്തതയുടെ അന്തസ്സത്ത'

ഈ തിക്താനുഭവങ്ങൾ ലാറ്റിനമേരിക്കയുടെ അന്തസ്സത്തയെ തടസ്സപ്പെടുത്തുന്നുവെന്ന് അറിഞ്ഞാൽ മറുഭാഗത്തുള്ള ലോകത്തിന്റെ യുക്തിഭദ്രമായ ബീഭത്സതകളെ മനസ്സിലാക്കാൻ പ്രയാസമില്ല. അവർ അവരുടെ സംസ്കാരത്തിന്റെ വിലാസഭ്രമങ്ങളിൽ ഹർഷപുളകിതരാണ്. ലാറ്റിനമേരിക്കക്കാരെ അപഗ്രഥിക്കാനുള്ള സാധുവായ ഒരു രീതിയും അവരുടെ പക്കലില്ല. അവർ ലാറ്റിനമേരിക്കയെ

അളക്കുന്നത് അവരെ അളക്കുന്ന അതേ അളവുകോലുകൊണ്ടാണ്. അവർക്കറിയില്ല, ജീവിതത്തിന്റെ കെട്ടുതികൾ എല്ലാവർക്കും ഒരു പോലെയല്ല. അനന്യത (Identity) യ്ക്ക് വേണ്ടിയുള്ള #ാന്വേഷണം അവർക്കുണ്ടായിരുന്നതുപോലെ ദുഷ്ക്കരവും രക്തരൂഷിതവുമായി രുന്നു. വൈദേശികമായ രീതികളുപയോഗിച്ച് ലാറ്റിനമേരിക്കൻ ജനതയെ അപഗ്രഥിക്കുന്നത് അവരെ കൂടുതൽ കൂടുതൽ അപരിചിത മാക്കുകയാണ്. 'ഞങ്ങളെ കൂടുതൽ കൂടുതലായി അസ്വതന്ത്രരാക്കുന്നു. ഞങ്ങളെ ഏകാന്തരാക്കുന്നു. ബഹുമാന്യരായ യൂറോപ്പ് അവർ കടന്നു പോയ ഭൂതകാലത്തിലൂടെ ഞങ്ങളെ കാണാൻ ശ്രമിച്ചിരുന്നെങ്കിൽ അവർക്ക് ഞങ്ങളെ കുറെക്കൂടി മനസ്സിലാകുമായിരുന്നു'.

ലണ്ടനും, റോമും, സ്വീഡനും, യൂറോപ്പും ഇന്നത്തെ നിലയിലെ ത്താൻ എത്ര നൂറ്റാണ്ടുകളെടുത്തു! എത്ര രക്തച്ചൊരിച്ചിലുകളുണ്ടായി! എത്ര പേർ കൊല്ലപ്പെട്ടു! അമ്പത്തിമൂന്ന് വർഷങ്ങൾക്ക് മുമ്പ് ഇതേ വേദിയിൽ നിന്നുകൊണ്ട് ടോണിയോ ക്രോഗർ എന്ന തന്റെ കഥാപാ ത്രത്തിലൂടെ ഉത്തരദക്ഷിണ ലോകങ്ങളുടെ സമന്വയം തോമസ്സ് മാൻ സ്വപ്നം കണ്ടു. പക്ഷേ ആ സ്വപ്നം മാർക്കേ്വസ് അവകാശപ്പെടുന്നില്ല. കൂടുതൽ മാനവീകവും നീതിയുക്തവുമായ ഒരു സ്വദേശത്തിനുവേണ്ടി യുള്ള തങ്ങളുടെ സംഘർഷങ്ങളെ യൂറൊപ്യൻ ജ്ഞാനോദയത്തിന്റെ ചേതനയിലൂടെ നവീകരിച്ച രീതിയിൽ കണ്ടിരുന്നെങ്കിൽ അത് ലാറ്റിനമേരിക്കയ്ക്ക് ഏറെ സഹായമായിരുന്നേനേ. ലാറ്റിനമേരിക്ക യുടെ ഐക്യദാർഢ്യം പ്രഖ്യാപിച്ചതുകൊണ്ടായില്ല. ജനങ്ങൾക്ക് താങ്ങാവുന്ന രീതിയിലുള്ള ക്രിയാത്മക പ്രവർത്തനങ്ങളിലൂടെ അത് മൂർത്തീകരിക്കപ്പെടണം.

ലാറ്റിനമേരിക്ക പടിഞ്ഞാറിന്റെ കളിക്കളത്തിലെ സ്വയേച്ഛയി ല്ലാത്ത ഒരു കരുവായിരിക്കാൻ ആഗ്രഹിക്കുന്നില്ല. സാഹിത്യത്തിൽ ലാറ്റിനമേരിക്കയ്ക്ക് നല്കപ്പെടുന്ന തനിമ എന്തുകൊണ്ട് സാമൂഹ്യമാറ്റ ത്തിൽ യൂറോപ്പ് അവർക്ക് നിഷേധിക്കുന്നു? സ്വന്തം രാജ്യങ്ങളിൽ നടപ്പിലാക്കുന്ന സാമൂഹ്യനീതി എന്തുകൊണ്ട് യൂറോപ്പ് ലാറ്റിനമേരി ക്കൻ നാട്ടുകളിൽ തദ്ദേശീയരുടെത്തന്നെ മാർഗ്ഗങ്ങളിലൂടെ അവരുടെ മണ്ണിന്റെ സാഹചര്യങ്ങളിൽ നടപ്പാക്കാൻ അവരെ അനുവദിക്കു ന്നില്ല? തങ്ങളുടെ ചരിത്രത്തിലെ വേദനയും ഹിംസയും തങ്ങളുടെ പരസ്പര വൈരങ്ങളുടെ അനന്തരഫലമാണെന്ന് സമ്മതിക്കുന്നു. മൂവായിരം കടൽനാഴിക ദൂരെനിന്നുള്ള ഗൂഢാലോചനയുടെ ഭാഗമാ ണതെന്നും കരുതുക വയ്യ.

'ലോകത്തിലെ രണ്ട് യജമാനന്മാരുടെ ദയാവായ്പിലല്ലാതെ മറ്റൊരു 'ദൈവവിധി ' (DESTINY) സാധ്യമല്ലെന്ന് യൂറോപ്യൻ ചിന്തകരും നേതാക്കളും ചിന്തിക്കുന്നുവെങ്കിൽ അവർ വെറും ശിശു ക്കളാണെന്നേ പറയാനുള്ളൂ. സ്നേഹിതരെ, അതാണ് ഞങ്ങളുടെ

ഏകാന്തതയുടെ വലിപ്പം. എന്നിട്ടും പീഡനങ്ങളും കൊള്ളയും തിരസ്കാരവും നേരിടുമ്പോൾ ഞങ്ങളുടെ പ്രതികരണം ജീവിതമാണ്. മരണത്തിന്റെ മേലുള്ള ഞങ്ങളുടെ ജീവന്റെ പ്രകാശം തല്ലികെടുത്താൻ മഹാപ്രളയങ്ങൾക്കോ കൊടുംക്ഷാമങ്ങൾക്കോ ആകസ്മിക വിപ്ലവങ്ങൾക്കോ, എന്തിനേറെ നൂറ്റാണ്ടുകളുടെ യുദ്ധങ്ങൾക്കോ കഴിഞ്ഞിട്ടില്ല'.

ഓരോ വർഷവും ഭൂമിയിൽ മരണങ്ങളേക്കാൾ കൂടുതലായി എഴുപത്തിനാല് ദശലക്ഷം ജനനങ്ങൾ സംഭവിക്കുന്നുണ്ട്. വിഭവങ്ങൾ ശുഷ്ക്കമായ, പ്രത്യേകിച്ചും ലാറ്റിനമേരിക്ക, രാജ്യങ്ങളിലാണ് ഏറെ ജനനങ്ങളും. എന്നാൽ ഏറ്റവും അഭിവൃദ്ധി പ്രാപിച്ചിട്ടുള്ള രാജ്യങ്ങൾ ഭൂമിയിലിന്നുവരെയുണ്ടായിട്ടുള്ള മനുഷ്യരെ മാത്രമല്ല, ഭൂമിയിൽ ഇന്നുവരെയുണ്ടായിട്ടുള്ള ജീവനെ മുഴുവനായി ഭസ്മീകരിക്കാനുള്ള നശീകരണ ശക്തി സ്വായത്തമാക്കിയിട്ടുണ്ട്.

'ഇങ്ങിനെയൊരു ദിവസം, എന്റെ ഗുരുനാഥൻ വില്യം ഫോക്ക്നർ ഇതേ വേദിയിൽ പറയുകയുണ്ടായി: 'മനുഷ്യന്റെ അന്ത്യം സ്വീകരിക്കാൻ ഞാൻ വിസമ്മതിക്കുന്നു'. മുപ്പത്തിരണ്ട് വർഷം മുമ്പ് അദ്ദേഹം സ്വീകരിക്കാൻ വിസമ്മതിച്ച ആ ഭീമാകാരമായ കൊടുംദുരന്തം മനുഷ്യവംശത്തിന്റെ ഉല്പത്തി ചരിത്രത്തിലാദ്യമായി വെറും ഒരു ശാസ്ത്രീയ സാദ്ധ്യതയല്ല ഒരു യഥാർത്ഥ്യം തന്നെയാണെന്ന് പറഞ്ഞില്ലെങ്കിൽ ഇവിടെ നിൽക്കാൻ ഞാൻ അർഹനായിരിക്കില്ല. 'ഈ ഭയാനകമായ യാഥാർത്ഥ്യം വെറും കെട്ടുകഥയല്ല സത്യമാണെന്ന് തിരിച്ചറിഞ്ഞു കൊണ്ട്", വ്യത്യസ്തമായൊരു ഉട്ടോയാപ്യയ (UTOPIA) - ലോകം - സൃഷ്ടിക്കാനുള്ള സമയം ഇനിയും അതിക്രമിച്ചിട്ടില്ലെന്ന് പറയാനുള്ള അവകാശം നാം മനുഷ്യർക്കുണ്ട്. ഒരാളും മറ്റൊരാൾ എങ്ങിനെ ജീവിക്കണമെന്ന് തീരുമാനിക്കുവാൻ പാടില്ല. ജീവിതത്തിന്റെ കാര്യത്തിലെന്നപോലെത്തന്നെ മരണത്തിന്റെ കാര്യത്തിലും. അവിടെ സ്നേഹം യാഥാർത്ഥ്യമാണ്. ആനന്ദം സാധ്യമാണ്. നൂറ് വർഷത്തെ ഏകാന്തതയ്ക്ക് ശിക്ഷിക്കപ്പെട്ട ജനങ്ങൾക്കുപോലും അവസാനമായും എന്നേയ്ക്കുമായും ഈ ഭൂമിയിൽ രണ്ടാമതൊരവസരം ഉണ്ടാകണം'.

മാർക്കേ്വസിന്റെ 'ഏകാന്തതയുടെ നൂറ് വർഷങ്ങ'ളുടെ അർത്ഥമറിയാൻ ഏകദേശം നാലുപതിറ്റാണ്ടുകൾ വേണ്ടിവന്നു എനിക്ക്. ദരിദ്രമായ മൂന്നാം ലോകത്തിന്റെ പ്രതിനിധിയായിട്ടും. ഇക്കഴിഞ്ഞ ദിവസം പത്രത്തിൽ (15/3/19) വേദനിപ്പിക്കുന്ന ഒരു വാർത്തയുണ്ടായിരുന്നു. ഈ നൂറ്റാണ്ടിന്റെ മദ്ധ്യത്തോടെ ലക്ഷക്കണക്കിന് മനുഷ്യർ അകാല മരണം പ്രാപിച്ചേയ്ക്കുമെന്നാണ് യുണൈറ്റഡ് നാഷൻ റിപ്പോർട്ട്. ഏഷ്യ, പശ്ചിമേഷ്യ, ആഫ്രിക്ക തുടങ്ങിയ പ്രദേശങ്ങളിലെ മനുഷ്യരായിരിക്കും ഇവർ. നൂറ്റിഎഴുപതിലധികം

രാജ്യങ്ങളിൽ നിന്നുള്ള 250 ശാസ്ത്രജ്ഞന്മാർ ചേർന്നാണ് SIXTH GLOBAL ENVIRONMENTAL OUTLOOK REPORT തയ്യാറാക്കിയിരിക്കുന്നത്. പരിസ്ഥിതി സംബന്ധമായ എല്ലാ പ്രശ്നങ്ങളും വിശകലനം ചെയ്തിരിക്കുന്നതിനാൽ ഈ റിപ്പോർട്ടിന് വലിയ പ്രാധാന്യമുണ്ട്. ശുദ്ധജല സ്രോതസ്സുകളിലെ മലിനീകരണം സൂക്ഷ്മജീവികളുടെ പ്രവർത്തനത്തെ ബാധിക്കുമെന്നും ഇതായിരിക്കും അകാല മരണങ്ങളുടെ പ്രധാന കാരണമെന്നും റിപ്പോർട്ടിലുണ്ട്. മനുഷ്യരിലെ അന്തസ്രാവി ഗ്രന്ഥികളുടെ പ്രവർത്തനത്തെയാണ് ഇത് അപകടത്തിലാക്കുക.

കഴിഞ്ഞ അരസഹസ്രാബ്ദത്തിൽ ഇരുനൂറിലധികം വർഷങ്ങൾ നാം യൂറോപ്യൻ നാഗരികതയെയാണ് - അതിന്റെ ശാസ്ത്രസാങ്കേതികളെ, വികസനത്തെ, ജീവിതരീതിയെ, ദർശനത്തെ - അനുകരിച്ചത്. പടിഞ്ഞാറൻ നാഗരികതയുടെ കണ്ണാടിയിലാണ് നാം നമ്മുടെ പ്രതിഫലനം കണ്ട് വിലയിരുത്തിയത്. മുതലാളിത്തവും കമ്മ്യൂണിസവും സോഷ്യലിസവും നവലിബറലിസവും ഈ നാഗരികതയുടെ ഉല്പന്നങ്ങളാണ്. സാമൂഹ്യനീതിയെപ്പറ്റിയും സമത്വത്തെപ്പറ്റിയും സാഹോദര്യത്തെപ്പറ്റിയും നാം പഠിക്കാൻ ശ്രമിച്ചത് ഇവനിൽ നിന്നാണ്. യൂറോപ്പിന്റെ അളവുകോലാണ്, മാർക്ക്വേസ് രേഖപ്പെടുത്തിയതുപ്പോലെ, ജീവിതത്തിന്റെ സമസ്തമേഖലകളിലും നാമുപയോഗിച്ചത്. യൂറോപ്പും പടിഞ്ഞാറൻ നാഗരികതയും നിർമ്മിച്ചെടുത്ത ലോകത്തിനപ്പുറം ഒരു ലോകമുണ്ടെന്ന് സ്വപ്നം കാണാൻ പോലും നാം വിസമ്മതിച്ചു. അങ്ങിനെ സ്വപ്നം കണ്ടവരെ നാം പ്രാകൃതനും വിഡ്ഢികളും അപ്രായോഗികവാദികളും അന്ധവിശ്വാസികളും ഒക്കെയായി മുദ്രയടിച്ചു. സംഗീതത്തിലും നോവലിലും കഥയിലും സിനിമയിലും ചിത്രകലയിലും നാം നമ്മുടെ മണ്ണിന്റെ അനേകം ധാരകളെ യൂറോപ്യൻ പാരമ്പര്യങ്ങളുമായി സമന്വയിപ്പിക്കാൻ മടി കാണിച്ചില്ല. അവർക്കും അതിഷ്ടമായിരുന്നു. രാഷ്ട്രീയത്തിൽ, ശാസ്ത്രത്തിൽ, വികസനത്തിൽ, നിത്യജീവിതത്തിന്റെ നിസ്സാരഭാവങ്ങളിൽ നാം നമ്മുടെ മണ്ണിന്റെ അന്തർധാരകളെ സ്വാംശീകരിക്കാനും നിലനിർത്താനും അവയിൽ നേരും നെറിയുമുണ്ടെന്ന് വിളിച്ച് പറയാനുംപ്രയോഗിക്കാനും കൂട്ടാക്കിയില്ല. വംശീയഹത്യകളും പട്ടിണിയും മലിനീകരണവും യുദ്ധങ്ങളും കലാപങ്ങളും ഭോപാൽ പോലുള്ള ആദുനിക ശാസ്ത്രത്തിന്റെ പൊട്ടിത്തെറികളും എൻഡോസൾഫാൻപോലുള്ള ദുരന്തങ്ങളും പ്രളയങ്ങളും നമ്മെ ദുരന്തങ്ങളിലേയ്ക്ക് വലിച്ചെറിയുമ്പോഴും ആധുനിക ശാസ്ത്രബോധത്തിലധിഷ്ഠിതമല്ലാത്ത ഒരു ജീവിത രീതി സാധ്യമാണെന്ന് തെളിയിക്കാൻ നാം വിസമ്മതിച്ചു. സിക്- ഗുജറാത്ത് വംശീയഹത്യകളിലും ഭോപ്പാലിലും കാസർകോട്ടും ഒക്കെയായി എത്ര കൂട്ടക്കുരുതികൾ ശാസ്ത്രത്തിന്റെയും വികസനത്തിന്റെയും വ്യാജവിശ്വാസത്തിന്റെയും നേരിലുണ്ടായി.

എത്ര കുഞ്ഞുങ്ങൾ പട്ടിണിയിൽ മരിച്ചു. വൻകിട അണക്കെട്ടുകൾ എത്ര ലക്ഷം മനുഷ്യരെ അഭയാർത്ഥികളാക്കി. കോൺഗ്രസ്സും ബി.ജെ.പിയും, ഇടതുപാർട്ടികളും, സോഷ്യലിസ്റ്റുകളും ദളിത് പാർക്കികളും എന്നിട്ടും സംസാരിച്ചുകൊണ്ടിരിക്കുന്നത്, നടപ്പാക്കിക്കൊണ്ടിരിക്കുന്നത് ആധുനിക വികസനമാണ്. അതിന്റെ ആസക്തികളിലും ആർത്തികളിലും ആകർഷിക്കപ്പെടുന്നവരാണ് നാമെല്ലാവരും. ആധുനിക നാഗരികതയുടെ ആരത്തിയിൽ കുരുങ്ങിപ്പോകാത്ത ഒരു മനുഷ്യനും ഇന്ത്യയിലില്ല. നമ്മുടെ ഏകാന്തത എന്തെന്ന് പോലും നാം തിരിച്ചറിയുന്നില്ല.

അതേസമയം, നേരത്തെ സൂചിപ്പിച്ചതുപോലെ, സാഹിത്യത്തിലും സിനിമകളിലും ചിത്രകലകളിലും സംഗീതത്തിലും ഇന്ത്യയുടെ വൈവിധ്യമാർന്ന സംസ്കൃതികളിൽ നിന്നുള്ള ബഹുസ്വരതകൾ പാശ്ചാത്യ രീതികളുമായി സമന്വയിപ്പിച്ചുകൊണ്ട് നാം അൽഭുതങ്ങൾ സൃഷ്ടിച്ചിട്ടുണ്ട്. ഇന്ത്യയിലെ ഏതാണ്ടെല്ലാ പ്രാദേശിക ഭാഷകളിലുമുള്ള വിവിധങ്ങളായ സാഹിത്യശാഖകളെ യൂറോപ്യൻ ഭാഷകളിലെ സ്വാധീനങ്ങൾ അർത്ഥമാക്കിയിട്ടുണ്ട്. ബംഗാളിയിലും മറാഠിയിലും കന്നഡയിലും മലയാളത്തിലും ഏറെ ഉദാഹരണങ്ങളുണ്ട്. യു. ആർ. അനന്തമൂർത്തിയുടെ 'ഭാരതീപുര'വും 'സൂര്യകുതിര'യും ആധുനികതയും പാരമ്പര്യവും തമ്മിലുള്ള സംഘർഷത്തിന്റെയും സർഗ്ഗാത്മക പ്രതിരോധത്തിന്റെയും സൃഷ്ടികളാണ്. സച്ചിദാനന്ദനെപ്പോലെ ഇന്ത്യൻ ഭാഷകളിൽ അനുഭവസമ്പത്തുള്ള എഴുത്തുകാർക്ക് ഈ മേഖലയിൽ നടന്നിട്ടുള്ള സർഗ്ഗാത്മക യാത്രകളെക്കുറിച്ച് ആധികാരികമായി പറയാനാവും. എഴുപതുകളിലും എൺപതുകളിലും മലയാളത്തിലിറങ്ങിയിരുന്ന ലിറ്റിൽ മാസികകൾ ഇക്കാര്യങ്ങൾ ശ്രദ്ധിച്ചിരുന്നു.

'കേരളത്തിലെ ഗോത്രകവിതകൾ' അവതരിപ്പിച്ചുകൊണ്ട് (ഭാഷാപോഷിണി: മാർച്ച് 2019) പത്രാധിപർ ഇങ്ങിനെയെഴുതുന്നു: 'അധീശ ഭാഷകളുടെ പിടിയിൽ ഞെരിഞ്ഞ് ഇല്ലാതാവുന്ന ഗോത്രഭാഷയ്ക്ക് പുതുപ്രാണൻ നൽകുന്നവയാണ് ഈ കവിതകൾ.... ഗോത്രസമൂഹത്തിന്റെ എഴുതപ്പെടാത്ത ചരിത്രമാണ് ഗോത്രകവിത.' തുടർന്ന് 'കാടൊഴിഞ്ഞു പോകാത്ത കവിത'യെന്ന കുറിപ്പിൽ കവി പി.രാമൻ: 'സ്വന്തംഭാഷയും സംസ്കാരവും ജീവനോപാധികളും മൗലികാവകാശങ്ങളും സംരക്ഷിക്കുന്നതിനായുള്ള പ്രതിരോധ പ്രവർത്തനങ്ങളുടെ ഭാഗമാണെന്ന് ഈ പുതിയ എഴുത്തുകാർ കരുതുന്നു. ആദിവാസി ഗോത്രങ്ങളിൽ നിന്നുള്ള എഴുത്തുകാർ കൈവരിച്ച രാഷ്ട്രീയമായ ഉണർവ്വ് ആ ജനതയെ കാലാകാലമായി ചൂഷണം ചെയ്യുന്നവർക്കുള്ള താക്കീതാണ്.'

മൂന്ന് കോടി ജനങ്ങൾ സംസാരിക്കുന്ന ഒരു ഭാഷയ്ക്ക് (അധീശ

ഭാഷയെന്ന് രാമൻ) കേരളത്തിലെ അനേകം ഗോത്രഭാഷകളെ ഞെരിച്ചമർത്താനും ഇല്ലാതാക്കാനും കഴിയുന്നുയെന്നത് വസ്തുതയാണ്. ദേശീയതലത്തിൽ ഹിന്ദി അടിച്ചേൽപ്പിക്കണമെന്ന് ആഹ്വാനം ചെയ്യുന്ന ദേശീയവാദികളും ആഗോളതലത്തിൽ മാതൃഭാഷയെക്കാൾ ഇംഗ്ലീഷ് പ്രസക്തമാക്കിയ നമ്മളും വ്യത്യസ്തതരം അധീശത്വങ്ങൾക്ക് കീഴടങ്ങുകയാണ്. ഭാഷാപരമായ ഈ കീഴടങ്ങലുകളെ സാംസ്കാരികമായ കീഴടങ്ങലുകളായി നമ്മിൽ ചിലരെങ്കിലും അടയാളപ്പെടുത്താൻ ശ്രമിക്കുന്നുണ്ട്. പെട്ടെന്ന് മുമ്പിലെത്തുന്ന ഒരുദാഹരണം ചൂണ്ടിക്കാണിക്കാം: 'ചങ്ക് '(ഭാഷാപോഷിണി: ജനുവരി 2019) എന്ന കവിതയിൽ എസ്. കലേഷ് സമകാലീനരായ മറ്റ് കവികളിൽ നിന്ന് വ്യത്യസ്തമായി ഇതേ വിഷയം കാണാന ശ്രമിക്കുന്നുണ്ട്; പ്രതിരോധിക്കാനും. നാഗരികനാട്യങ്ങളില്ലാതെ. മണ്ണിന്റെ ചടുലതാളത്തിൽ.

മുകൾ ശർമ്മയുടെ 'CASTE AND NATURE' (2017) പാരിസ്ഥിതിക പ്രവർത്തനത്തിലും സാഹിത്യത്തിലും ജാതിയും പ്രകൃതിയും തമ്മിലുള്ള ബന്ധത്തെ വിമർശനത്മാകമായി വിലയിരുത്തുന്നുണ്ട്. ഇന്ത്യൻ 'പ്രകൃതി'യിൽ ജാതി ശ്രേണിയുണ്ടെന്ന വസ്തുത മുകൾ ശർമ്മ അനാവരണം ചെയ്യുന്നു. 'ജാതിയും പ്രകൃതിയുംതമ്മിലുള്ള കെട്ടുപിണച്ചിൽ ഇന്ത്യൻ പാരിസ്ഥിതികതയ്ക്ക് വിമർശനാത്മകമായ വെല്ലുവിളിയുയർത്തുന്നുണ്ട്. ഇതുവരെ ഈ ബന്ധം ആരും കണക്കിലെടുത്തിരുന്നില്ല'. ദളിതന്റെ പ്രക,തിയുമായുള്ള സങ്കിർണ്ണമായ ബന്ധത്തെ പഠനവിധേയമാക്കുകയാണ് ശർമ്മ. ആധുനിക ഇന്ത്യയിൽ പരിസ്ഥിതി പ്രവർത്തനത്തിൽ വന്നുചേർന്നിട്ടുള്ള ബ്രാഹ്മണവൽക്കരണം ഇത് ചോദ്യം ചെയ്യുന്നു. ദളിത് ലെജന്റുകളിലും നാടോടിപ്പാട്ടുകളിലും കഥകളിലും യുക്തിയിലും സിദ്ധാന്തങ്ങളിലുമുള്ള പ്രകൃതിയെ അന്വേഷിക്കുന്നുണ്ട് ഈ പുസ്തകം. ദളിത് ആക്ടിവിസ്റ്റുകൾ പരിസ്ഥിതിയെയും പ്രകൃതിയെയും എങ്ങിനെവിലയിരുത്തുന്നുവെന്നും. വെള്ളം, ഭൂമി, കാട്, പൊതുയിടം എന്നിവയ്ക്ക് മേലുള്ള അവകാശങ്ങൾ ഇന്ന് ആരിലൊക്കെയാണെന്നും, ദളിതർ എന്തുകൊണ്ട്, എങ്ങിനെ പുറന്തള്ളപ്പെട്ടുവെന്നും മുകൾ ശർമ്മ ചൂണ്ടിക്കാട്ടുന്നു.

ഭൂതകാലത്തിന്റെ നൈതിക വിരുദ്ധത വേദനയോടെ തിരിച്ചറിഞ്ഞ അംബേദ്കർ അതിൽ നിന്ന് എത്രയുംവേഗം രക്ഷപ്പെടാനായി പടിഞ്ഞാറൻ ആധുനികതയിലേയ്ക്കുടുത്തപ്പോൾ, പടിഞ്ഞാറൻ ആധുനികതയുടെ ദുരന്താത്മകമായ അപകടങ്ങളെ തിരിച്ചറിയുന്നതിൽ പരാജയപ്പെട്ടുവെന്ന വിമർശനം അരുന്ധതിയെപ്പോലുള്ളവർ ഉയർത്തുന്നുണ്ട്. (പുറം: 141: ശർമ്മ) ആധുനിക നാഗരികതയുടെ ശാസ്ത്ര - സാങ്കേതികതയിലുറച്ച വികസനം ഇന്ത്യയിലെ ദളിതുകളുടെ ജീവിതത്തെ അപകടകരമായി ബാധിക്കുമെന്ന തിരിച്ചറിവ്

അംബേദ്കർ പങ്കുവെയ്ക്കാൻ മറന്നുപോയോ എന്ന വിമർശനമായി ഇതിനെ കാണാം. അടുത്ത പാരഗ്രാഫിൽ ശർമ്മ തന്നെ MACHINE, MAN, MODERNITY എന്ന ഉപശീർഷകത്തിൽ അംബേദ്കറെ ദീർഘമായി ഉദ്ധരിച്ചുകൊണ്ട് ഇക്കാര്യത്തിൽ അംബേദ്കറിന്റെ നിലപാട് വ്യക്തമാക്കുന്നു (പുറം:141).

ആധുനിക നാഗരികതയും യന്ത്രവും വളരെക്കുറച്ചുപേരിലേയ്ക്ക് വളരെയേറെപ്പേരുടെ അദ്ധ്വാനവും വിഭവങ്ങളും ചൂഷണം ചെയ്ത് അവരുടെ രക്തം കുടിച്ച് വളർന്ന് വലുതാകുന്നുവെന്ന യാഥാർത്ഥ്യം അംബേദ്കറിനറിയാമായിരുന്നു. രോഗവും യുദ്ധവും മരണവും വ്യഭിചാരവും ചേരികളും, പുകയും മാലിന്യവും ചെളിയും അതിന്റെ ഉപോല്പന്നങ്ങളാണെന്നും അദ്ദേഹം തിരിച്ചറിഞ്ഞിട്ടുണ്ട്. എന്തിനധികം, ആയിരക്കണക്കിന് നാഴികകൾ ദൂരത്തിരുന്നുകൊണ്ട് വൻകിട വ്യവസായങ്ങൾക്ക് ജനങ്ങളെ ചൂഷണം ചെയ്യാനുമാകും എന്നും അദ്ദേഹം ശരിയായി മനസ്സിലാക്കുന്നുണ്ട്.

ആധുനിക നാഗരികതയും യന്ത്രവും അവരെ അവരുടെ പ്രാകൃതാവസ്ഥയിൽ നിന്ന് മോചിപ്പിക്കാനും തദ്ഫലമായി അവർക്ക് വിശ്രമവും സംസ്കാരവും നിറഞ്ഞ ജീവിതം സാധ്യമാക്കാമെന്നും അംബേദ്കർ തുടർന്നെഴുതുന്നു. യന്ത്രവും ആധുനിക നാഗരികതയും തിരിച്ചറിയാത്തവർ മാനവസമൂഹം ആരജിക്കാൻ പോകുന്നതെന്തെന്നതിനെപ്പറ്റി അജ്ഞരാണ്. ജനാധിപത്യത്തിൽ വിശ്വസിക്കാത്ത ഒരു സമൂഹം ജനാധിപത്യം അടിസ്ഥാനപ്പെടുത്തിയിട്ടുള്ള ആദുനിക നാഗരികതയോടും യന്ത്രത്തിനോടും പുറം തിരിഞ്ഞ് നിൽക്കും. ഒരു ജനാധിപത്യ സമൂഹത്തിന് അങ്ങിനെ നിൽക്കാനാവില്ല. ഒരു ജനാധിപത്യ സമൂഹം അതിന്റെ പൗരന്മാർക്ക് വിശ്രമവും സംസ്കാരവും പ്രദാനം ചെയ്യണം. ഈയർത്ഥത്തിൽ, ഒരു ജനാധിപത്യസമൂഹമെന്നാൽ, യന്ത്രം, കൂടുതൽ യന്ത്രം, നാഗരികത, കൂടുതൽ നാഗരികതയെന്നതാണ് മുദ്രാവാക്യം എന്ന് അംബേദ്കർ പ്രഖ്യാപിക്കുന്നു.

ആധുനിക നാഗരികതയും യന്ത്രങ്ങളും അവയുടെ ഒഴിച്ചുകൂടാനാവാത്ത ജനാധിപത്യവും ദളിത് ജനതയെ മാത്രമല്ല, ഇന്ത്യയെയും ലോകത്തെയും മോചിപ്പിക്കുകയും അവർക്ക് വിശ്രമവേളകളും സംസ്കാരവും നൽകുമെന്നും അംബേദ്കർ ഉറച്ച് വിശ്വസിച്ചു.

പടിഞ്ഞാറിന്റെ ആധുനിക നാഗരികതയും യന്ത്രവും ആണ് മുതലാളിത്തത്തിനും കൂടുതൽ മുതലാളിത്തത്തിനും നവലിബറലിസത്തിനും മാർക്സിസത്തിനും സോഷ്യലിസത്തിനും മതേതര ജനാധിപത്യത്തിനും വഴിയൊരുക്കിയത്. അതേ നാഗരികതയും യന്ത്രങ്ങളുമാണ് കഴിഞ്ഞ അര സഹസ്രാബ്ദമായി ഭൂമിയിലെ വിഭവങ്ങളെ ചൂഷണം ചെയ്തത്; ആഫ്രിക്ക - ഏഷ്യ - ലാറ്റിനമേരിക്ക - പശ്ചിമേഷ്യ എന്നു തുടങ്ങിയ രാജ്യങ്ങളിലെ തദ്ദേശീയരായ മനുഷ്യരിൽ

നല്ലൊരു വിഭാഗത്തെ പട്ടിണിയിലേയ്ക്കും യുദ്ധങ്ങളിലെയ്ക്കും വംശീയ ഹത്യകളിലേയ്ക്കും തള്ളിയിട്ടത്. അതിനെതിരായാണ് മാർക്കേ്വസ് തന്റെ നോവൽ പ്രസംഗത്തിലൂടെ ലോകത്തിന്റെ കണ്ണ് തുറപ്പിക്കാൻ ശ്രമിച്ചത്. മറ്റൊരു ലോകം, യൂറോപ്പിൽ നിന്ന് വ്യത്യസ്തമായി, സാധിക്കില്ലേയെന്ന് വേദനയോടെ ചോദിച്ചത്. ഇന്ത്യൻ ജനാധിപത്യ റിപ്പബ്ളിക്കിന്റെ ഭരണഘടന വാർത്തെടുക്കുന്നതിന് അക്ഷീണം യത്നിച്ച അതിന് നീതിയുക്തമായ ഘടന നൽകിയ അംബേദ്കർ ഇന്നുണ്ടായിരുന്നെങ്കിൽ മാർക്കേ്വസ് ഉയർത്തിയ #ാതേ ചോദ്യം, ലോകത്തിലാകമാനമുള്ള ചൂഷിതരുടേയും പാരിസ്ഥിതികമായി തകർന്നുകൊണ്ടിരിക്കുന്ന ഭൂമിയുടെയും നിലവിളികൾ കേട്ട് ചോദിക്കുമായിരുന്നില്ലേ?

ഏകാന്തത തിരിച്ചറിഞ്ഞ ഗാന്ധി

ഇന്നത്തെ ഇന്ത്യൻ സാഹചര്യത്തിൽ ഗാന്ധി ബഹിഷ്കൃതനാണ്. തീവ്രഹിന്ദുത്വ വാദികളും അംബേദ്കറിസ്റ്റുകളും ഗാന്ധിയോടുള്ള വെറുപ്പും വിദേ്വഷവും പുച്ഛവും ഒരിക്കലും മറച്ച് വെയ്ക്കാറില്ല. അവർക്ക് ഗാന്ധി ഗോഡ്സെയെക്കാൾ നിന്ദ്യനാണ്. അരുന്ധതി റോയിയും കാഞ്ചൻ ഇളയയും, എന്റെ സുഹൃത്തായ സണ്ണി എം കപിക്കാടടക്കമുള്ളവരും ഗാന്ധിയെ ജാതിക്കോമരമായിട്ടാണ് മുദ്രയടിക്കുക. അധര പ്രശംസ നടത്തുന്ന കോൺഗ്രസ്സുകാർക്കോ ഇടതുപക്ഷത്തിനോ ബി.ജെ.പി ആർഎസ്സ്.എസ്സ് പരിവാറിനോ ഗാന്ധി വെറുമൊരു അലങ്കാരചിഹ്നം മാത്രമാണ്. ഇന്ത്യയിൽ ബുദ്ധന് സംഭവിച്ചതാണ് ഗാന്ധിയ്ക്കും സംഭവിക്കുക; എന്നാൽ പടിഞ്ഞാറൻ മുതലാളിത്ത നവലിബറൽ നാഗരികതയുടെ ക്രൂരതകളിൽ മാരകമായി പരിക്കേറ്റ് പിടയുന്ന ഭൂമിയുടെ അതിജീവനം അന്വേഷിക്കുന്നവർ ഗാന്ധിയെ കണ്ടെത്തുന്നുണ്ട്.

1909ൽ ഗാന്ധിയെഴുതിയ 'ഹിന്ദ് സ്വരാജ്' (സ്വയം ഭരണം) പടിഞ്ഞാറൻ ആധുനിക നാഗരികതയുടെ നേരെയുള്ള ഇതുവരെയുണ്ടായിട്ടുള്ള കടുത്ത വിമർശനങ്ങളിലൊന്നാണ്. യൂറോപ്പിന്റെ വ്യവസായിത വിപ്ലവത്തെ ത്വരിതപ്പെടുത്തിയ ആവിശക്തിയിൽ (Steam Power - Coal Power) ആധുനിക നാഗരികതയുടെ യന്ത്രം 2019ൽ ഏതൊക്കെ തലങ്ങളിലും രീതികളിലും പരിവർത്തിതമായി ഭൂമിയുടെ ചേതനവും അചേതനവുമായ എല്ലാറ്റിന്റെയും സമഗ്രാധിപത്യത്തിൽ എത്തിച്ചേർന്നു എന്നത് സാധാരണക്കാരനുപോലും മനസ്സിലാക്കാനാവും. കൽക്കരി - എണ്ണ- ഡിജിടൽ വിപ്ലവം എന്നിവയിലൂടെ ആർട്ടിഫിഷ്യൽ ഇന്റലിജൻസിന്റെ പുത്തൻ റോബോട്ടുകളിലെത്തി നിൽക്കുകയാണ് ലോകം. മനുഷ്യനെന്ന സ്പീഷീസിനെ തന്നെ സമൂലം മാറ്റിമറിക്കാവുന്ന യന്ത്രം. ആവി ശക്തി രാഷ്ട്രീയ ശക്തിയായി മാറി, നവമുതലാളിത്തത്തിലെത്തുമ്പോൾ,

ജനാധിപത്യത്തിന്റേതായ സമത്വവും സാഹോദര്യവും സ്വാതന്ത്ര്യ വുമെല്ലാം കോർപ്പറേറ്റാധിപത്യത്തിന്റെ കൈപ്പിടിയിലൊതുങ്ങുന്നു. ആധുനിക യന്ത്ര സംസ്കൃതിയിലൂന്നിയ ആധുനിക വികസനം 'വ്യക്തി യുടെ ശ്രേയസ്സ് വളർത്തുന്ന സ്വാശ്രിത പ്രവർത്തനത്തെ' ഇല്ലാതാ ക്കുന്നുണ്ട്. വികസനം പൂർണമാകുന്നതോടെ സ്വാശ്രിത പ്രവർത്തനം തീരെ നശിക്കും. ആധുനിക വ്യവസായ നാഗരികത സ്വാശ്രിത പ്രവർത്തനത്തിനുമേൽ സ്ഥാപിച്ചെടുക്കുന്ന നിയന്ത്രണത്തെ 'മൂലക്കു ത്തക' (RADICAL MONOPOLY) ആണ്. ഇതോടെ സ്വാശ്രിത പ്രവർ ത്തനത്തിനുള്ള മനുഷ്യന്റെ മൗലിക സിദ്ധികൾ സംഹരിക്കപ്പെടും. (പുറം:26 സി.പി. ഗംഗാധരൻ: ഇവാൻ ഇല്ലിച്ച് : 1986) സത്യാനന്തര കാലത്ത് ജനാധിപത്യ സർക്കാരുകളെ നിയന്ത്രിക്കുന്നത് അന്താ രാഷ്ട്ര കോർപ്പറേറ്റുകളാണ്. ഇത് അപകടകരമാം വിധം വളർന്ന് ജനാധിപത്യത്തിന്റെ എല്ലാ ഇടങ്ങളും (Space) ഇല്ലാതാക്കിയിട്ടു ണ്ട്. ഇതിനെ പ്രതിരോധിക്കാൻ കഴിയാതെ മുതലാളിത്തത്തിന്റെ ഉല്പന്നമായ മാർക്സിസത്തിന്റെ മാനവീകമായ ദർശനങ്ങൾപോലും പരാജയപ്പെടുന്നു. ജർമ്മൻ രാഷ്ട്രീയ സാമ്പത്തിക ശാസ്ത്രജ്ഞനായ വോൾഫാങ്ങ് സ്റ്റീക്കിനെപ്പോലുള്ളവർ വികേന്ദ്രീകൃതമായ ജനാധി പത്യത്തിന്റെ നല്ല നാളെയ്ക്കുവേണ്ടി പ്രാർത്ഥിക്കുകയാണ്; മാർക്സി സത്തെ കയ്യൊഴിയാതെതന്നെ. ആധുനിക നാഗരികത വരുത്തി വെച്ച കൊടും ദുരന്തത്തിന്റെ വരൾച്ചയിൽ പകച്ച് നിൽക്കുകയാണ് മനുഷ്യസ്നേഹികളായ ചിന്തകരും എഴുത്തുകാരും.

പതിനാലാം നൂറ്റാണ്ടുമുതൽ ഭൂമിയിൽ ഉണ്ടായിട്ടുള്ള സാമ്രാജ്യത്ത അധിനിവേശങ്ങൾ, വംശീയ ഹത്യകൾ, പാരിസ്ഥിതിക നാശങ്ങൾ, യുദ്ധങ്ങൾ, ഹിരോഷിമ - നാഗസാക്കികൾ, ചെർണോബിലുകൾ, ഭോപ്പാലുകൾ, വൻകിട അണക്കെട്ടുകൾ, വികസനം, അതുമൂല മുണ്ടായ മനുഷ്യക്കുരുതികൾ, ഇന്നും നിലയ്ക്കാത്ത അഭയാർത്ഥി പ്രവാഹങ്ങൾ, സംസ്കാരങ്ങളുടെയും ഭാഷകളുടെയും നഷ്ടങ്ങൾ, എന്നി വയെല്ലാം പടിഞ്ഞാറൻ യന്ത്രത്തിന്റെ ഉല്പന്നങ്ങളാണ്. തീർച്ചയായും മനുഷ്യജീവിതത്തെ പട്ടിണിയിൽ നിന്നും രോഗങ്ങളിൽ നിന്നും കരകയറ്റിയെന്ന് അവകാശപ്പെടാം. പ്രശ്നം യന്ത്രത്തിന്റേതല്ല അത് കയ്യാളുന്ന ഉടമസ്ഥന്റെയും അധികാരിയുടെയുമാണെന്നും വാദിക്കാം.

പക്ഷേ, ഒരു കാര്യം ഏത് കടുത്ത ആധുനിക യന്ത്രവാദിയും സമ്മ തിച്ച് തരാതിരിക്കില്ല; കൂടുതൽ കൂടുതൽ യന്ത്രം കൊണ്ട് ഇതൊക്കെ പരിഹരിക്കാമെന്ന വ്യാമോഹം ഇനിയും വെച്ച് പുലർത്താനാവുമോ?

യന്ത്രം (ആധുനിക ശാസ്ത്ര സാങ്കേതിക) - അദ്ധ്വാനം - മൂലധനം - എന്നിവ ചേർന്ന മഹായന്ത്രം മനുഷ്യന്റെ അന്തസ്സും അഭിമാനവും ആനന്ദവും ക്രമേണയായി കവർന്നെടുത്തുകൊണ്ട് ജീവിതത്തിന്റെ മൂല്യവും ദരിദ്രന്റെ നിലനില്പിനുവേണ്ട അടിസ്ഥാന സൗകര്യങ്ങളും

ഇല്ലാതാക്കി. ഏഷ്യ, ലാറ്റിനമേരിക്ക, ആഫ്രിക്ക, പശ്ചിമേഷ്യ എന്നി വിടങ്ങളിലെ പട്ടിണി കിടക്കുന്ന മനുഷ്യർ ഇതിന് സാക്ഷികളാണ്. മഹായന്ത്രത്തിന്റെ സൗകര്യങ്ങളനുഭവിക്കുന്ന യൂറോപ്യൻ രാഷ്ട്രങ്ങ ളിലെ മനുഷ്യരും മറ്റൊരു തലത്തിൽ ദാരിദ്ര്യം അനുഭവിക്കുന്നുണ്ട്. എത്ര വലിയ ഉപഭോഗ വസ്തുവിനും തരാൻ കഴിയാത്ത ആത്മീയ ആനന്ദത്തിന്റെ ദാരിദ്ര്യം.

ആധുനിക യന്ത്രം ഒരു ഘടികാരമാണ്. രാപ്പകൽ അത് ചലിച്ച് കൊണ്ടിരിക്കുന്നു. അതിന് വർണ്ണങ്ങളില്ല. ഋതുക്കളില്ല. വികാരങ്ങ ളില്ല. സ്നേഹമില്ല. കാരുണ്യമില്ല.

ഗാന്ധി വെല്ലുവിളിച്ചത് ഈ യന്ത്രത്തെയാണ്. അല്ലാതെ ശാസ്ത്രബോധത്തെയല്ല. തന്റെ ജനങ്ങളുടെ ഏകാന്തത അവരുടെ വിശ്വാസങ്ങൾ, ദൈവങ്ങൾ, ഭാഷകൾ, സംസ്കൃതികൾ - തിരിച്ച റിഞ്ഞതുകൊണ്ടാണ് പടിഞ്ഞാറൻ നാഗരികതയുടെ ഹിംസയെ ഗാന്ധിയ്ക്ക് തിരിച്ചറിയാനായത്. അതേ സമയം തന്നെ, ആ നാഗരിക ഹിംസയുടെ സ്പർശമേൽക്കാത്ത യൂറോപ്യൻ മനസ്സുകളെ ഗാന്ധി തന്നിലേക്കാകർഷിച്ചു. ഹെൻട്രി ഡേവിഡ് തോറോ, ടോൾസ്റ്റോയ്, ജോൺ റസ്കിൻ, എഡ്വേർഡ് വില്യം കാർപ്പന്റർ, റൊ മേയൻ റോളങ്ങ്, ചാർളി ചാപ്ലിൻ തുടങ്ങി അതിപ്രശസ്തരിൽ നിന്നാരംഭി ക്കുന്ന ആ നിര സി.എഫ്. ആനഡ്രൂസ്, കാതറൈൻ, രേ#ിറ്റിൽമുൻ (സരളാബഹൻ), ഹെർമൻ കല്ലൻ ബാക്ക്, മാഡ് ലെയ്ൻ സ്ളേയ്ഡ് (മീര) എന്നിവരിലേയ്ക്ക് നീളുന്നുണ്ട്.

ഗാന്ധിയുടെ ചഠാത്തം ഹൗസ് സംവാദം:

രണ്ടാം വട്ടമേശ സമ്മേളനത്തിന് ലണ്ടനിലെത്തിയ ഗാന്ധി റോയൽ ഇൻസ്റ്റിറ്റ്യൂട്ട് ഓഫ് ഇന്റർ നാഷണൽ അഫയേഴ്സി ന്റെ ആഭിമുഖ്യത്തിൽ 1931 ഒക്ടോബർ ഇരുപതിന് നടത്തിയ പ്രസംഗവും തുടർന്നുണ്ടായ സംവാദവും മാർക്കേ്വസ് സ്വീഡനിലെ സ്റ്റോക്ഹോയിൽ 1982 ഡിസംബർ എട്ടിന് നോബേൽ സമ്മാനം സ്വീകരിച്ചുകൊണ്ട് ചെയ്ത പ്രസംഗവുമായി ആത്മബന്ധമുള്ളതാണ്. 'ഹിന്ദ് സ്വരാജി'ലൂടെ പടിഞ്ഞാറിന്റെ ആധുനിക മുതലാളിത്ത നാഗ രികതയെ വിമർശിച്ച ഗാന്ധി ഇന്ത്യയുടെ ഭൂതകാലവും ഭാവിയും വിവരിച്ചുകൊണ്ട് ഇന്ത്യയുടെ കുറവുകളെയും ബ്രിട്ടന്റെ തെറ്റുകളെയും ചൂണ്ടികാട്ടുന്നു. ബ്രിട്ടൻ ബ്രിട്ടന്റെ കണ്ണാടിയിലൂടെ ഇന്ത്യയെ നോക്കു ന്നതിനുപകരം ഇന്ത്യയുടെ കണ്ണാടിയിലൂടെ ഇന്ത്യയെ കാണണമെ ന്നാവശ്യപ്പെടുന്നു. ഈ യോഗത്തിലും സംവാദത്തിലും അദ്ധ്യക്ഷത വഹിച്ചത് ലോത്തിയൻ പ്രഭുവായിരുന്നു. സ്ത്രീകളും പുരുഷന്മാരുമട ങ്ങുന്ന ഇംഗ്ളണ്ടിലെ പൗരപ്രമുഖരാണ് സദസ്സിലുണ്ടായിരുന്നത്. ഗാന്ധി എന്താണെന്നറിയാൻ താല്പര്യമുള്ള സുഹൃത്തുക്കൾ ഈ പ്ര സംഗത്തിന്റെയും ചർച്ചയുടെയും സമ്പൂർണ്ണ രൂപം വായിക്കണമെന്ന്

ഞാൻ വിനയത്തോടെ ആവശ്യപ്പെടുന്നു. ഗാന്ധിയുടെ സമാഹൃത കൃതികളിലെ നാല്പത്തിയെട്ടാം പുസ്തകത്തിൽ 193 – 206 പുറങ്ങൾ വായിച്ചാൽ മതിയാകും.

ഇന്ത്യയുടെ ഭാവി വിദ്യാഭ്യാസം എന്തായിരിക്കണമെന്ന ഭാഗത്ത് ഗാന്ധിയുടെ വാക്കുകൾ ഇങ്ങിനെയാണ്: 'അമ്പതോ നൂറോ കൊല്ലം മുമ്പുള്ളതിനേക്കാൾ നിരക്ഷരയാണ് ഇന്ത്യ ഇന്ന്... ബ്രിട്ടീഷുകാർ ഇന്ത്യയിലേയ്ക്ക് വന്നപ്പോൾ, കാര്യങ്ങൾ എന്തായിരുന്നുവോയെന്നത് കാണാതെ, അവർ അവയെല്ലാം വേരോടെ പുറത്തെടുക്കാൻ തുടങ്ങി. അവർ മണ്ണ് മാന്തി; വേരിലേയ്ക്ക് നോക്കി. വേര് അതുപോലെത്തന്നെ ഉപേക്ഷിച്ചു. സുന്ദരവൃക്ഷം (Beautiful Tree) നശിച്ചു'. (ഗാന്ധിയൻ ശിഷ്യനായിരുന്ന ധരംപാൽ ലണ്ടനിലെയും ഇന്ത്യയിലെയും ആർക്കൈവുകൾ ഗവേഷണം ചെയ്ത് 1983ൽ പ്രസിദ്ധീകരിച്ച'THE BEAUTIFUL TREE' എന്ന ഗ്രന്ഥം ഇതിന്റെ ഫലമാണ്. Indian Science and Technology in the Eighteenth Centuary (1971) CIVIL Disobedience and Indian Tradition: With some Early Nineenth Century Documents (1971) എന്നിവയും ഈ വഴിയ്ക്കുള്ള അദ്ദേഹത്തിന്റെ ഗവേഷണ ഗ്രന്ഥങ്ങളാണ്).

ഇന്ത്യയുടെ ന്യൂനപക്ഷ പ്രശ്നങ്ങളും ഇന്ത്യയെ കാർന്നുതിന്നുന്ന തീണ്ടായ്മയും ഗാന്ധി വിശകലനം ചെയ്യുന്നുണ്ട്. ജാതിഹിന്ദുക്കളുടെ നവീകരണ ശ്രമങ്ങളിലൂടെ ഇത് പരിഹരിക്കപ്പെടുമെന്ന് അദ്ദേഹം വിശദീകരിച്ചു. വ്യാമോഹിച്ച് അസ്പർശ്യരെ അന്യരുടെ മാലിന്യങ്ങൾ എടുത്തു മാറ്റുന്ന നിന്ദ്യമായ തൊഴിലിൽ നിന്ന് നെയ്ത്ത് തുടങ്ങിയ തൊഴിലുകളിലൂടെ പൊതുധാരയിലെത്തിക്കണം. ഒന്നുകിൽ ഹിന്ദുയിസം ഛിന്നഭിന്നമാകും; അല്ലെങ്കിൽ തീണ്ടായ്മ അപ്പാടെ അപ്രത്യക്ഷമാകണം എന്ന് ഗാന്ധിപറഞ്ഞു. ബ്രിട്ടീഷുകാർ അവരുടെ അളവുകോലുകൊണ്ട് ഇന്ത്യ ഭരിക്കേണ്ടതില്ല. ഹിന്ദുവിന്റെയും മുസൽമാന്റെയും ക്രിസ്ത്യാനിയുടെയും പാഴ്സിയുടെയും വിശ്വാസങ്ങളും അവകാശങ്ങളും ദൈവങ്ങളും ഒരുപോലെ സംരക്ഷിക്കാൻ കഴിയുന്ന ഒരു ഭരണ ഘടനയാണ് ഇന്ത്യയ്ക്കുണ്ടാവുക. വ്യക്തിയുടെയും കുടുംബത്തിന്റെയും സ്വകാര്യതയിലേയ്ക്ക് കടന്ന് കയറാൻ ആർക്കും അനുവാദമുണ്ടാകില്ല. ഇന്ത്യയുടെ നിരക്ഷരരായ സ്ത്രീകൾ പോലും ഉറപ്പുള്ള ഹൃദയവും മനസ്സുമുള്ളവരാണ്. ബ്രിട്ടീഷുകാരന്റെ തോക്കിന് മുമ്പിൽ അവരെന്നും നെഞ്ച് വിരിച്ച് നിന്നിട്ടുണ്ട്, അഹിംസാത്മകമായി. ടോൾസ്റ്റോയി പ്രഖ്യാപിച്ചതുപോലെ the country was best governed which was governed the least എന്നതായിരിക്കും ഇന്ത്യൻ ജനാധിപത്യത്തിന്റെ അടിത്തറ.

35 കോടി ജനങ്ങളിൽ എൺപത് ശതമാനം കൃഷിക്കാരാണ്. അവർ എഴുനൂറ് ഗ്രാമങ്ങളിലായി ജീവിക്കുന്നു. മൺസൂൺ മഴയെ

ആശ്രയിച്ചാണ് കൃഷി. വർഷത്തിൽ പകുതി കാലം അവർക്ക് തൊഴിലില്ല. അവർ വാസ്തവത്തിൽ അടിമകളായി ചെറുകൃഷിയിടങ്ങളിൽ രാപ്പകൽ അദ്ധ്വാനിക്കുന്നു. അവരുടെ ശരാശരി ദിവസ വരുമാനം രണ്ട് പെൻസ് ആണ്. പത്തിലൊന്ന് പേർ അർദ്ദ പട്ടിണിയിലാണ്. പഴകിയ ചപ്പാത്തിയും ഉപ്പുമാണ് അവരുടെ ആഹാരം. പാലില്ല; തൈരില്ല; പഴമില്ല; പച്ചക്കറിയില്ല. ഈ ഗ്രാമങ്ങൾ ഒരു കാലത്ത് സ്വതന്ത്ര റിപ്പബ്ളിക്കുകളായിരുന്നു. സർ ഹെൻട്രി മെയ്നിന്റെ THE VILLAGE COMMUNITIES OF INDIA എന്ന പുസ്തകത്തിൽ ഇതിന്റെ രേഖാചിത്രങ്ങളുണ്ട്. ശരിയാണ്, ജാതി അവിടെ ഒരു പ്രശ്നമായിരുന്നു. എന്നാൽ, ജാതിതന്നെ മറ്റൊരർത്ഥത്തിൽ അവർക്ക് സുരക്ഷണവും നല്കിയിരുന്നു. ഗ്രാമീണന്റെ അർധപട്ടിണി മാറ്റാൻ ഗ്രാമീണ വ്യവസായങ്ങൾ ഉണ്ടാവണം. വ്യവസായങ്ങൾക്കുള്ള അറിവും ബോധവും വിഭവങ്ങളും ഗ്രാമങ്ങളിലുണ്ടായിരുന്നു. ഉല്പാദനവും വിതരണവും ഉപഭോഗവും ഗ്രാമങ്ങളിൽ തന്നെ നടന്നിരുന്നു.

മാലിന്യ സംസ്കരണത്തിൽ പ്രധാനമായും മനുഷ്യമലമാണ്. മനുഷ്യമലം ജൈവ വളമാക്കി മാറ്റാൻ കഴിഞ്ഞാൽ ഗ്രാമങ്ങളിൽ വൃത്തിയും വെടിപ്പുമുണ്ടാകും. മലേറിയ പോലുള്ള രോഗങ്ങൾക്ക് ശമനമുണ്ടാകും. ആരോഗ്യമേഖലയിൽ ബ്രിട്ടന്റെ ചെലവേറിയ ആധുനിക വൈദ്യം ഇന്ത്യയ്ക്ക് താങ്ങാനാവില്ല. നിരക്ഷരരായ മുറിവൈദ്യന്മാർക്ക് ഇന്ത്യക്കാരന്റെ ഒട്ടുമിക്ക രോഗങ്ങളെയും ചികിത്സിച്ച് ഭേദമാക്കാനുള്ള അറിവുകളുണ്ടായിരുന്നു. വിദ്യാഭ്യാസത്തിന് നാടൻ പാഠശാലകളുണ്ടായിരുന്നു. അത് നവീകരിച്ച് ഓരോ ഗ്രാമങ്ങളിലും ജാതിമത ലിംഗഭേദമെന്യേ വിദ്യാലയങ്ങൾ തുറക്കണം. നാടൻ ജലസേചന രീതികളുടെ ഒരു വലിയ ശൃംഖല ഗ്രാമങ്ങളിലുണ്ടായിരുന്നു.

സൈനിക - പ്രതിരോധ ചെലവുകൾക്കായി എന്ത്യ ചെലവഴിക്കുന്നത് ലോകത്ത് മറ്റൊരു രാജ്യവും ചെലവഴിക്കുന്നതിനേക്കാൾ കൂടുതലാണ്. അയൽരാജ്യങ്ങളുമായി ശാന്തിയും സമാധാനവും നിലനിർത്തിയാൽ ഇത് വൻ തോതിൽ കുറയ്ക്കാം. വൈസ്രോയിയുടെയും കർഷകന്റെയും വരുമാനം തമ്മിലുള്ള അന്തരം കുറയ്ക്കണം. ജനസംഖ്യ നിയന്ത്രിക്കപ്പെടണം.... (മനോനിയന്ത്രണമാണിതിനാവശ്യമെന്ന ഗാന്ധിയുടെ നിലപാട് സ്വീകരിക്കാൻ ബുദ്ധിമുട്ടാണ്)

ഇങ്ങിനെ ഒരു നീണ്ട പട്ടിക ഗാന്ധി ഛാത്തം ഹൗസിലെ പ്രസംഗത്തിൽ മുന്നോട്ട് വെയ്ക്കുന്നുണ്ട്. ഇന്ത്യയെ പാപ്പരാക്കിയത് ബ്രിട്ടന്റെ ലാഭക്കൊതിയാണ്. ബ്രിട്ടനെ ഏറ്റവും വലിയ മുതലാളിത്ത രാജ്യമാക്കിയത് ഇന്ത്യയെ ചൂഷണം ചെയ്തുകൊണ്ടാണ്. അതിനായി ബ്രിട്ടൻ - ആധുനിക നാഗരികത - ഇന്ത്യയുടെ അറിവുകളെ, വിവേകങ്ങളെ, ദൈവങ്ങളെ, സംസ്കാരങ്ങളെ നിലം പരിശാക്കി...

ഇന്ത്യയുടെ ഭാവി, ഭൂമിയുടെയും:

പടിഞ്ഞാറൻ മുതലാളിത്ത - നവലിബറൽ നാഗരികതയിലൂടെ ഈ ഭൂമി ഇനിയും എത്രകാലം അതിജീവിക്കുമെന്ന് Sixth UN Global Environmental Report വ്യക്തമാക്കുന്നുണ്ട്. ഇതിന്നർത്ഥം മനുഷ്യൻ പ്രകൃതിയിലേയ്ക്ക് മടങ്ങുകയെന്ന പഴഞ്ചൻ മാർഗ്ഗമല്ല. ഒരു പുതിയ ശാസ്ത്രബോധം ഭൂമിയിലെ എല്ലാമനുഷ്യരുടെയും ജീവന്റെയും അതിജീവനത്തിനായി രൂപപ്പെടണം: വിക്രം സോണി NATURE: Softly Tread on the Planet ൽ വ്യക്തമാക്കുന്നുണ്ട്: നമ്മുടെ ഭക്ഷണം വിപ്ലവകരമായിരിക്കാം; എന്നാൽ നമ്മുടെ ദഹനേന്ദ്രിയ വ്യവസ്ഥ പരിണാത്മകമായിരിക്കും. അതുകൊണ്ട് നമ്മൾ നമ്മുടെ പരിണാത്മക ജീവനോപായം കാത്ത് സൂക്ഷിക്കണം. 'പരിപാലിക്കുക, ഉപയോഗിക്കുക'. വെറുതെയങ്ങ് പ്രകൃതി വിഭവങ്ങൾ കൊള്ളയടിച്ച് മാലിന്യങ്ങളുണ്ടാക്കി, ജീവിക്കുകയല്ല. നമ്മുടെ പ്രാകൃതികമായ ജീവനോപായങ്ങൾ സംരക്ഷിക്കാൻ നാം പ്രകൃതിയുടെ അവകാശങ്ങൾ തിരിച്ചറിയണം. ഡോ. മാധവ് ഗാഡ്ഗിലിന്റെ പശ്ചിമഘട്ട പഠന റിപ്പോർട്ട് കേരളം പഠിച്ച് നടപ്പാക്കിയിരുന്നെങ്കിൽ, 2018 ആഗസ്റ്റിലെ പ്രളയത്തെ നമുക്ക് ക്രിയാത്മകമായി നേരിടാമായിരുന്നു. നാം കേരളീയർ പോലും ഒന്നും പഠിച്ചില്ല.: നമ്മൾ അതേ നവമുതലാളിത്തത്തിന്റെ കരുക്കളായി ജീവിതം അടിച്ചുപൊളിക്കുന്നു. മാധവ് ഗാഡ്ഗിൽ പരസ്പര ജൈവീക ബന്ധമുള്ള, കല്പനാചാതുരിയുള്ള നിരവധി പരിഹാരങ്ങൾ നമ്മുടെ ആവശ്യങ്ങൾക്കായി തുറന്നിടുന്നുണ്ട്. പ്രകൃതിയിൽ ഒരു ജീവിയുടെ മാലിന്യം മറ്റൊന്നിന്റെ ഭക്ഷണമായി മാറുന്നുവെന്ന സത്യം തിരിച്ചറിയണം. നമ്മുടെ പുതിയ ശാസ്ത്രസാങ്കേതിക വിധ്യകളിലൂടെയുള്ള നിർമ്മിതികളിലും മാലിന്യം ഉണ്ടായിരിക്കാൻ പാടില്ല.

ആധുനിക നാഗരികതയുടെ വികസനത്തിൽ നിന്ന് വ്യത്യസ്തമായി സഹജീവി സ്നേഹത്തിന്റെയും സഹകരണത്തിന്റേയും സമത്വത്തിന്റെയും സർഗ്ഗാത്മകമായ ഒരു ലോകം 'ഹിന്ദ് സ്വരാജി'ലൂടെ ദർശിക്കുക മാത്രമല്ല ഗാന്ധി ചെയ്തത്. തന്റെ ആയുഷ്ക്കാലം മുഴുവൻ എങ്ങിനെയത് സൃഷ്ടിക്കാമെന്നുള്ള പരീക്ഷണങ്ങളിലായിരുന്നു അദ്ദേഹം. അദ്ദേഹത്തിന്റെ സത്യാഗ്രഹ സമരങ്ങൾ അന്വർത്ഥമാകുന്നത് സൃഷ്ടിപരമായ നിർമ്മാണ റപവർത്തനത്തിലൂടെയാണ്. മനസ്സിലെ അറിവും ശാസ്ത്രബോധവും മനുഷ്യന്റെ അദ്ധ്വാനവും പ്രകൃതിയുമായുള്ള സമന്വയവും ജനാധിപത്യത്തിലൂടെ സാധ്യമാക്കികൊണ്ട്. 1946 അവസാനത്തോടെ, രാഷ്ട്രീയ സ്വാതന്ത്ര്യം ഒരു യാഥാർത്ഥ്യമാകുന്നതോടെ ഗാന്ധിയും അദ്ദേഹത്തിന്റെ ദർശനവും അദ്ദെഹം രൂപപ്പെടുത്തിയെടുത്ത യൂറോപ്യതര ലോകത്തിന്റെ പ്രാക്‌രൂപങ്ങളും തിരസ്കരിക്കപ്പെട്ടു. ക്രമേണ ഗാന്ധി അനാഥനും

ആർക്കും വേണ്ടാത്തവനുമായി.

എന്നാൽ മനുഷ്യനിലെ ജനിതക ചരിത്ര ഘടകങ്ങളെ സൂക്ഷ്മമായി വിശകലനം ചെയ്യുന്ന യുവാൻ നോഹ് ഹരാരി എത്തിച്ചേരുന്നത് പരോക്ഷമായി ഗാന്ധിയൻ സാധ്യതയിലാണ്. മാർക്വേസിന്റെ നോബൽ പ്രസംഗവും ഇതിൽ നിഴലിക്കുന്നുണ്ട്. ഒറീസ്സയിലെ കാളഹന്ദിയിലെ നിയാമഗിരികുന്നുകളിൽ ശാന്തിയോടെ ജീവിക്കുന്ന ദോൻഗ്രിയ ആദിവാസികൾ മാറിമാറി വരുന്ന സ്വതന്ത്ര ഇന്ത്യയിലെ ഭരണകൂടങ്ങളോട് പറയുന്നത് കേൾക്കുക: 'ഭൂമിയിൽ ഒരു ശക്തിയ്ക്കും ഞങ്ങളെ നിയാമഗിരിയിൽ നിന്ന് ഓടിക്കാൻ കഴിയില്ല. ഞങ്ങൾ എവിടെപ്പോകും? കൈതച്ചക്കയും നേന്ത്രപ്പഴവും മധുരനാരങ്ങയും മഞ്ഞളും ധാന്യങ്ങളും പയറുവർഗ്ഗങ്ങളും ഞങ്ങൾ എവിടെ വളർത്തും? ഈ കുന്നുകൾക്ക് പുറത്ത് ജീവിക്കുന്നതിനേക്കാൾ ഭേദം മരിക്കുന്നതാണ്'. തങ്ങളുടെ ദൈവങ്ങളും ഭാഷകളും ജീവിതരീതികളും വിട്ട്, തങ്ങളുടേതായ ലോകം വിട്ട് പോകാൻ അവവരിഷ്ടപ്പെടുന്നില്ല.

യുവാൻ നോഹ് ഹരാരി SAPIENS - A BRIEF HISTORY OF HUMANKIND ൽ എഴുതുന്നു: 'പരിണാമ ചരിത്ത്രിന്റെ അടുത്ത ഘട്ടം സാങ്കേതികവും സംഘടനാപരവുമായ മാറ്റത്തിൽ ഒതുങ്ങി നിൽക്കുന്നതാവില്ല. മനുഷ്യന്റെ പ്രജ്ഞയിലും (Consciousness) വ്യക്തിസത്തയിലും (Identity) അടിസ്ഥാനമാറ്റമുണ്ടാകും. ഈ അടിസ്ഥാന മാറ്റം 'മനുഷ്യ'നെത്തന്നെ ചോദ്യം ചെയ്യും... ഇത് രാഷ്ട്രീയക്കാരും ചിന്തകരും മതപണ്ഡിതരും സാധാരണക്കാരും നടത്തിക്കൊണ്ടിരിക്കുന്ന ഇപ്പോഴത്തെ ഉപരിവിപ്ലവമായ ചർച്ചകളെ നിസ്സാരമാക്കുന്നുണ്ട്. ഹോമോസാപ്പിയൻസ് എന്ന മനുഷ്യജാതിയ്ക്കൊപ്പം ഇന്നുള്ള മതങ്ങൾ, ദർശനങ്ങൾ, രാഷ്ട്രീയങ്ങൾ, വർഗ്ഗങ്ങൾ, ദേശീയവാദികൾ, ഹിംസകൾ അപ്രത്യക്ഷമാകും. വ്യവസ്ഥാപിതമായ എല്ലാഭാരങ്ങളും ഒഴിഞ്ഞ് പുതിയൊരു മാനവൻ പരിണാമചരിത്രത്തിൽ ഉദയം ചെയ്യും'.

അതിന് ആധുനികനാഗരികതയുടെ കുറ്റൻ തടവറ അപ്രത്യക്ഷമാകുകതന്നെ വെണം. മാർക്സിസത്തിന്റെയോ സോഷ്യലിസത്തിന്റെയോഇങ്ങേയറ്റം ജനാധിപത്യത്തിന്റേയോ, ചെറിയ കിളിവാതിലുകൾ തടവറച്ചുമരുകളിൽ ഘടിപ്പിച്ച് തൽക്കാലത്തേയ്ക്ക് രക്ഷപ്പെടാമെന്ന് വിചാരിക്കുന്നവർ, ഭാവി തലമുറകളെ, ഇതര ജീവജാലങ്ങളെ, ഭൂമിയെന്ന ജൈവീകതയെ ഒറ്റുകൊടുക്കുന്നവരാണ്. വിശ്രമത്തിനും ആനന്ദത്തിനും വേണ്ടത്ര സമയവും സ്പേസും സൃഷ്ടിക്കപ്പെടുന്ന പുതിയ ലോകത്തിലേ പുതു മാനവി പിറവിയെടുക്കൂ.

(28/3/19)

"നമ്മൾ തിന്നുന്ന കാലം നമ്മളെ തിന്നുന്ന കാലം"

കെ.ജി. രഘുരാമൻ ഒരു പതീറ്റാണ്ടിന്റെ (1987-97) മാസികാപ്രവർത്തനത്തിനിടയിൽ രണ്ട് മാസികകൾ തുടങ്ങുകയുണ്ടായി. രഘുരാമന്റെ ആദ്യ മാസികയായ 'സരോവര'ത്തിന്റെ ആദ്യ ലക്കം പുറത്തിറങ്ങുന്നത് 1987 ജനുവരിയിലാണ്. കൃത്യമായി പറഞ്ഞാൽ 1987 ജനുവരി 5-ന് കേരള സാഹിത്യ അക്കാദമിയിൽ വെച്ച് കവി ജി. കുമാരപിള്ള ഡോ. പൗലോസ് മാർ പൗലോസിന് ആദ്യകോപ്പി നൽകിക്കൊണ്ടാണ് 'സരോവര'ത്തിന്റ പ്രകാശനം നിർവ്വഹിച്ചത്. ആയിരത്തി തൊള്ളായിരത്തി തൊണ്ണൂറ്റി ഒന്നോടെ 'സരോവരം' നിലച്ചു. തുടങ്ങി പത്ത് ലക്കം കഴിയുന്നതോടെ തന്നെ, ചട്ടപ്പടി സമയത്തിൽ മാസിക ഇറക്കാൻ സാധിക്കാതായി, എല്ലാ ചെറുപ്രസിദ്ധീകരണങ്ങളേയും പോലെ. 1987-ലെ ഒക്ടോബർ-നവംബർ ലക്കങ്ങൾ ഒന്നിച്ചാണ് ഇറക്കിയത്. അതിൽ രഘുരാമൻ ഇങ്ങനെ എഴുതി:

"സമയത്തെ തോൽപ്പിക്കാൻ സമയ ബന്ധിത ജീവിതക്കാരായ ഞങ്ങൾക്കാവില്ല. മഹത്തായതിനോട് മത്സരിക്കുമ്പോൾ ഉണ്ടാകുന്ന അപകർഷതാ ബോധം ഒരു ശരാശരി ചൊട്ടുവിദ്യയ്ക്ക് ഞങ്ങളെ പ്രേരിപ്പിക്കുന്നു. ഓടുന്ന സമയത്തിന് ഒരു മുഴം നീട്ടിയെറിയുക."

'സരോവര'ത്തിന്റെ തുടർച്ചയായിട്ടാണ് രഘുരാമൻ 1994 മെയ് 1-ന് 'സുകൃത'ത്തിന്റെ ആദ്യലക്കം ഇറക്കുന്നത്. സമ്പൂർണ്ണ വായനയുള്ള തനിമയും ഉശിരുമുള്ള ഒരു മാസികയാണ് 'സരോവര'ത്തിലൂടെ ഉദ്ദേശിച്ചിരുന്നതെങ്കിൽ "മനുഷ്യനന്മയിൽ വിശ്വാസമുള്ളതുകൊണ്ട് ഞങ്ങൾക്ക് പ്രത്യാശയുണ്ട്" എന്ന തലവാചകവുമായിട്ടാണ് 'സുകൃത'ത്തിന്റെ ആദ്യലക്കമിറങ്ങുന്നത്. "മനസ്സ് ചത്തവരാണ് വായനക്കാരെന്നും മരണാനന്തര അനുഷ്ഠാനങ്ങളല്ലാതെ മറ്റൊന്നും

പ്രസിദ്ധീകരണ രംഗത്ത് ചെയ്യാനില്ലെന്ന"മുള്ള കേട്ടുകേൾവികളെ 'സുകൃത'ത്തിന്റെ രണ്ടാം ലക്കത്തിൽ രഘുരാമൻ ഖണ്ഡിക്കുന്നുണ്ട്. "പരാധീനതകൾ ഉറക്കെ പറഞ്ഞാൽ പരാധീനതകൾ കൂടുകയോ കുറയുകയോ ചെയ്യുക എന്നറിഞ്ഞുകൂടാ..." എന്ന സന്ദേഹത്തോടെ 1997-ൽ സുകൃതം ചെറുമാസികകളുടെ മണ്ണിൽനിന്ന് മറഞ്ഞുപോയി.

'സരോവര'ത്തിലൂടേയും 'സുകൃത'ത്തിലൂടേയും ചെറുമാസികകളുടെ പൊതുവേയുള്ള ലക്ഷ്യങ്ങളായിരുന്ന തീവ്രരാഷ്ട്രീയമോ ആത്മീയതയോ രഘുരാമൻ മുന്നോട്ട് വെച്ചില്ല. ബദൽ രാഷ്ട്രീയ-സാമൂഹ്യ-സാംസ്കാരിക ധാരകളുടെ ഒഴുക്കായിരുന്നില്ല അവയുണ്ടായിരുന്നത്. മലയാളത്തിലെ മുഖ്യധാരാ സാംസ്കാരിക മാസികകളുടെ ഉള്ളടക്കം തന്നെയായിരുന്നു അവയ്ക്ക്. എഴുത്തുകാരും വ്യത്യസ്തരായിരുന്നില്ല. ആനന്ദും എം.ടി.യും സച്ചിദാനന്ദനും എം. ഗോവിന്ദനും എം.കമറുദ്ദീനും അഷ്ടമൂർത്തിയും പി.മോഹനനും ഗോപിനാഥനും നീലനും ഐ.ഷൺമുഖദാസും വി.പി. ശിവകുമാറും അടൂർ ഗോപാലകൃഷ്ണനും പി. സുരേന്ദ്രനുമെല്ലാം അവയിലുണ്ടായിരുന്നു. ഒപ്പം മണി മാധവചാക്യാരും സത്യജിത്റേയും വാൻഗോഗും എ.സി. കണ്ണൻ നായരും ആനന്ദശിവറാമും താർക്കോസ്കിയും ഫുക്കുവോക്കയും ഗുന്തർഗ്രസ്സും ജ്ഞാനപീഠ പ്രസംഗപരമ്പരകളിലൂടെ ജ്ഞാനപീഠജേതാക്കളും അസഗർ അലി എഞ്ചിനീയറും.

കഥാകൃത്തായ രഘുരാമന്റെ ഒരു കഥയോ മലയാളം എക്സ്പ്രസ്സിനു വേണ്ടി എഴുതിയിരുന്ന 'ബാംഗ്ളൂർ കത്ത്'പോലുള്ള രാഷ്ട്രീയ ലേഖനങ്ങളോ രഘുരാമൻ, തന്റെ രണ്ട് മാസികകളിലും അച്ചടിക്കുകയുണ്ടായില്ല. എന്തിനധികം 'സരോവര'ത്തിനും 'സുകൃത'ത്തിനും എഡിറ്റോറിയൽ പോലുമുണ്ടായിരുന്നില്ല. രഘുരാമന്റേതായി ആകെക്കൂടി പതിനഞ്ച് വാചകങ്ങളിൽ കൂടുകയില്ല 'സരോവര'ത്തിന്റേയും 'സുകൃത'ത്തിന്റേയും എല്ലാം ലക്കങ്ങളും കൂടി വായിച്ചെടുത്താൽ. 1987 ഡിസംബർ ലക്കത്തിലാണ് രഘുരാമന്റേതായ ഒരു വീക്ഷണമുള്ളത്; സ്ത്രീകളോട് എഴുതാൻ അഭ്യർത്ഥിച്ചുകൊണ്ട്:

"സ്ത്രീകൾ ആർക്കും എഴുതുന്നില്ല... എല്ലാ മഹാകാവ്യങ്ങളേയും അതിശയിക്കുന്ന ജീവനുള്ള സൃഷ്ടികളുടെ രചയിതാക്കളാണ് തങ്ങളെന്ന് അറിവതിനാലാണോ...? ദൈവമില്ല പ്രകൃതിയും സ്ത്രീയും (ദൈവം ആണൊരുത്തനാണല്ലോ അന്നും എന്നും) പ്രകൃതി ആർക്കും എഴുതുന്നില്ല. സൃഷ്ടികൾക്കുപോലും. സ്ത്രീയും എഴുതുന്നില്ല."

എന്തുകൊണ്ട് രഘുരാമൻ മാസികകൾ ആരംഭിച്ചു എന്ന ചോദ്യത്തിലെത്തുന്നു. രഘുരാമന്റെ ചങ്ങാതിയായിരുന്ന എം. ഗോവിന്ദൻ 'സമീക്ഷ'യും 'കോലാ'യും തുടങ്ങിയത് തന്റെ മൗലികമായ ലോകവീക്ഷണങ്ങളെ കേരളീയ സമൂഹത്തിനു മുമ്പിൽ അവതരിപ്പിക്കാനാണ്. ഗോവിന്ദനൊപ്പം ഗോവിന്ദനുമായി തർക്കിച്ചും സംവദിച്ചും

വിയോജിച്ചും അടുത്തും അകന്നും അന്വേഷിച്ചും, എഴുത്തുകാരും ബുദ്ധിജീവികളും സിനിമാക്കാരും നാടകക്കാരും രാഷ്ട്രീയക്കാരും ഒക്കെയുണ്ടായിരുന്നു. ഗോവിന്ദൻ കവിതയായും നാടകമായും സിനിമയായും ഉപന്യാസങ്ങളായും ധാരാളം എഴുതുകയുണ്ടായി. രഘുരാമന് ഇവരിൽ പലരേയും അറിയാമായിരുന്നെങ്കിലും അയാൾ ഗോവിന്ദന്റെ ശിക്ഷ്യനായോ ഗോവിന്ദന്റെ തുടർച്ചക്കാരനായോ അല്ല ജീവിച്ചത്. അയാൾ മൗലികമായി അയാൾ തന്നെയായിരുന്നു. അയാളനുഭവിക്കുന്ന ശൂന്യതയും അയാളുമായി ബന്ധപ്പെട്ടവരനുഭവിക്കുന്ന ശൂന്യതയും നികത്താനുള്ള ശ്രമങ്ങളായിരുന്നു അയാളുടെ മാസികകൾ. "ഉപ്പു പോലും തൊട്ടുകൂട്ടാത്ത നമ്മളെ തിന്നുന്ന കാലത്തിൽ ജീവിച്ചുകൊണ്ടു തന്നെ നമ്മൾ തിന്നുപോരുന്ന കാലത്തിന്റെ ജീവത്തായ ഭൂത-ഭാവി-വർത്തമാനങ്ങളാകാനുള്ള" ജീവിതമായിരുന്നു രഘുരാമന്റേത്.

അതുകൊണ്ടാണ് രഘുരാമന്റെ അനുസ്മരണത്തിൽ നന്ദിപറഞ്ഞ അപ്രശസ്തനായ സിനിമാ നടനും രഘുരാമന്റെ സഹചാരിയുമായിരുന്ന പ്രകാശൻ ഇങ്ങിനെ വിതുമ്പിയത്:

"ശൂന്യമായെത്തിയവരെ രഘുരാമൻ നിറച്ചു. നിറഞ്ഞെത്തിയവരെ ശൂന്യമാക്കി, വീണ്ടും നിറച്ചു."

സത്യത്തിൽ പ്രകാശന്റെ വാക്കുകൾ അർത്ഥവത്താകുന്നത് 1997-ൽ മാസികാ പ്രവർത്തനം നിലച്ചതോടെയാണ്. അതോടെ, തൃശ്ശൂർ പടിഞ്ഞാറെ ചിറയുടെ കരയിലുള്ള രഘുരാമന്റെ ഗുഡ്‌ലുക്ക് കമ്മ്യൂണിക്കേഷൻ ഓഫീസിൽനിന്ന് എഴുത്തുകാർ ഏറെയും അപ്രത്യക്ഷരായി. മനോരോഗികൾ, ഒട്ടോറിക്ഷ തൊഴിലാളികൾ, വീട്ടുപണിയ്ക്ക് പോകുന്ന സഹോദരിമാർ, തൊഴിലില്ലാത്തവർ, പറയാൻ മടിക്കുന്ന വലിയ സ്വപ്നങ്ങളുമായി എത്തുന്നവർ, ആത്മീയാന്വേഷികൾ തുടങ്ങിയവരുടെ ഇടമായി രഘുരാമന്റെ ഇടം. അയാൾ രാവിലെ മുതൽ വൈകീട്ട് വരെ അവരുമായി സംസാരിച്ചു. അവരുടെ പൊള്ളുന്ന ജീവിതപ്രശ്നങ്ങളിൽ ഇടപെട്ടു. അവരിൽ പലരുടേയും സാമ്പത്തിക പ്രശ്നങ്ങൾക്ക് തന്റെ ജാമ്യത്തിലും ഈടിലും പരിഹാരം കണ്ടു. പലപ്പോഴും കടക്കെണിയിലായി. അവർക്കായി നാഡിജ്യോതിഷക്കാരെ കണ്ടു. ആത്മീയ ഗുരുക്കന്മാരെ ചൂണ്ടിക്കാട്ടി. സത്സംഗങ്ങൾ സംഘടിപ്പിച്ചു. അതിൽ പങ്കാളിയായി. സ്വപ്നങ്ങൾ കാണാൻ പ്രേരിപ്പിച്ചു. സ്വപ്നങ്ങൾ യാഥാർത്ഥ്യമാക്കാനുള്ള വഴികൾ പറഞ്ഞുകൊടുത്തു. അവർക്കൊപ്പം ചായ കുടിച്ചു. സിഗരറ്റ് വലിച്ചു. അയാൾ ഒരു വേദിയിലും പ്രസംഗിച്ചില്ല, പലേ വേദികളുടേയും പിന്നിൽ നിഴലായി അയാളുണ്ടായിരുന്നു. തന്റെ സ്വകാര്യ ജീവിതത്തിലെ വേദനകളോ പരാധീനതകളോ അയാൾ ആരോടും പറഞ്ഞില്ല. ഭാര്യ ഇന്ദിരയുടെ ക്യാൻസർ പോലും ഞങ്ങൾ അറിഞ്ഞത്

അവർ മരണാസന്നയായ സമയത്താണ്. അയാളുടെ മരണം പോലും മണിക്കൂറുകൾ കഴിഞ്ഞാണ് പുറംലോകം അറിഞ്ഞത്. കാലത്തെ തൊട്ടറിഞ്ഞ നിശ്ശൂന്യനായ ഒരുവന്റെ മരണമായിരുന്നു അയാളുടേത്.

(4/6/18)

സ്യൂസിനെ വെല്ലുവിളിക്കുന്ന പ്രോമിത്യൂസ്

ഒറ്റപ്പെടലിന്റെയും അപകർഷതകളുടെയും ഇരുട്ടിന് വാക്കുകളിലൂടെ രൂപം കൊടുക്കുവാ നാണ് ഞാൻ എഴുതി തുടങ്ങിയത്. പ്രകൃതിയായിരുന്നു അഭയം. ഇന്നും. എന്റെ സാഹിത്യജീവിതത്തിന്റെ തുടക്കം ആധുനികതയുടെ വൈകാരികതയിൽ നിന്നാണ്. എൺപതുകളുടെ ആദ്യത്തി ലാണ് മനുഷ്യൻ വിതച്ച യുദ്ധങ്ങളുടെയും ദുരന്തങ്ങളുടെയും ശവപ്പറമ്പുകളിൽ നിന്നാണ് ആധുനികത ഉയിരെടുത്തതെന്ന യാഥാർത്ഥ്യം തിരിച്ചറിഞ്ഞത്. അച്ഛന്റെ അരാജക ജീവിതം ക്ഷയിപ്പിച്ച ഒരു മദ്ധ്യവർഗ്ഗി കുടുംബത്തിന്റെ കനത്ത സാമ്പത്തിക ഭാരം, അമ്മയുടെ ആത്മഹത്യ ഒഴിവാക്കാനും സഹോദരങ്ങളുടെ സൗഖ്യത്തിനുവേണ്ടിയും കഴുതയെപ്പോലെ ചുമന്ന് ഏന്തിവ ലിക്കുന്ന കാലമായിരുന്നു. ശാരീരിക പീഢകളും സാമൂഹ്യ അനീതികളും ഇടതടവില്ലാതെ ഏറ്റുവാങ്ങിക്കൊണ്ടിരുന്ന പരമേശ്വരന്റെ തീക്ഷ്ണയൗവനത്തിന്റെ മദ്ധ്യദശ. ഈ സന്ധിയിലാണ് ഞാനദ്ദേഹത്തെ കണ്ടുമുട്ടുന്നത്.

പഴയ നിയമത്തിലെ യഹോവയെപ്പോലെ ആസകലം തീപിടിച്ച പരമേശ്വരനെ പരിചയപ്പെ ട്ടമ്പോൾ എനിക്കൽപ്പം പതർച്ചയുണ്ടായിരുന്നു. അദ്ദേഹത്തിന്റെ പ്രതിഭയോ രാകി കൂർപ്പിച്ച ധിഷണയോ വിശകലനപാടവമോ കുത്തിത്തുളയ്ക്കുന്ന കറുത്ത ഹാസ്യമോ വാദിക്കാനുള്ള സാമർത്ഥ്യമോ എനിക്കില്ല. ഒരു ഗാന്ധിയൻ നേരിന്റെ ബലം നല്കിയ അദ്ധ്വാനമായിരുന്നു എന്റെ പ്രതിഭ. പ്രാകൃതമായ ഒരുതരം INTUTION നാണ് എന്നെ മുന്നോട്ട് തള്ളിയത്. എന്നാൽ, പരമേശ്വരന്റെ കത്തുന്ന ക്രോധത്തിന്നടിയിൽ കേരളത്തിന്റെ നവോത്ഥാന ധാതുക്കളിലൂടെയും ഗാന്ധിയൻ ധാർമ്മികതയിലൂടെയും മാർക്സിന്റെ മാനവീക ദർശനങ്ങളിലൂടെയും കൺഫ്യൂഷ്യ സിന്റെയും

ലാവോസിന്റെയും ആരുബലമുള്ള ചൈനീസ് സംസ്കൃതിയുടെ പ്രയോഗിക പാഠ ങ്ങൾ അനുശീലിച്ച മാവോയിലൂടെയും സമ്പന്ന മായ സഹജീവി സ്നേഹത്തിന്റെ നീരൊഴുക്കു കളുണ്ടായിരുന്നു. പരമേ ശ്വരനൊപ്പം ഭൗതികമായും ആത്മീയമായും അനുയാത്ര ചെയ്യുമ്പോൾ ഈ കുളിർമ എനിക്കനുഭവപ്പെട്ടിട്ടുണ്ട്. ഞങ്ങളുടെ ചങ്ങാത്തത്തിൽ പരമേശ്വരനോ ഞാനോ ഏതെങ്കിലും തരത്തിലുള്ള സൗജന്യങ്ങൾ ആവശ്യപ്പെട്ടിട്ടില്ല. ഒരിക്കലും.

ഞങ്ങൾക്കിടയിൽ വേലിക്കെട്ടുകൾ കുറവായിരുന്നു. രണ്ട് വ്യത്യസ്ത മനുഷ്യജീവിക ളാകയാൽ തീരെയില്ലെന്നു പറയുന്നത് അഹന്തയായിരിക്കും. ബദൽ - രാഷ്ട്രീയ- സാമൂഹ്യ - പരിസ്ഥിതി പ്ര സ്ഥാനങ്ങളിൽ പതിനഞ്ചുകൊല്ലം പ്രവർത്തിച്ചതിന്റെ ഫലശൂന്യത തിരിച്ചറിഞ്ഞ് ഞാൻ നിശബ്ദതയിലേക്ക് പിൻവാങ്ങിയ സന്ദർഭ ത്തിലാണ് (1997) തൃശ്ശൂരിൽ ഒരു പെയിൻ ആന്റ് പാലിയേറ്റീവ് കെയർ ക്ലിനിക്ക് തുടങ്ങുന്നതിന്റെ ഭാഗമായി എന്നെ ഇടശ്ശേരിയുടെ മ കൻ ഡോ: ഇ. ദിവാകരന് പരമേശ്വരൻ പരിചയപ്പെടുത്തുന്നത്. പെയിൻ ആന്റ് പാലിയേറ്റീവ് കെയർ സൊസൈറ്റിയുടെ ഏഴ് സ്ഥാപകാംഗങ്ങളിൽ ഒരാളെന്നതിനപ്പുറം അതിന്റെ ദൈനംദിന പ്രവർത്തനങ്ങളിൽ പങ്കാളിയായില്ല പരമേശ്വരൻ.

ഭൗതികമായ സുഖസൗകര്യങ്ങൾ അനുഭവിക്കുന്ന മദ്ധ്യവർഗി സാധുക്കൾക്കിനിയാരുണ്ട് എന്ന് ഒരു ശീലംപോലെ ചോദിക്കാ റുണ്ട്. ദുരിതസമുദ്രത്തിന്റെ തീരത്തുനിന്നുകൊണ്ട് അല്ലറ ചില്ലറ ജീവകാരുണ്യ പ്രവർത്തനങ്ങളിലേർപ്പെട്ടെങ്കിലും ചോദ്യത്തിന്റെ ഈ കാപട്യത്തെ നേർ പ്പിക്കാനാവുമോയെന്ന് പരമേശ്വരൻ സ്വയം പരിഹസിക്കുന്നുണ്ട്. തന്റെയീ ദൗത്യത്തിന് അനു യോജ്യനായ ഒരു സ്നേഹിതനെന്ന നിലയിലായിരിക്കാം അദ്ദേഹം എന്നെ ഡോ. ദിവാകരന് പരിചയപ്പെടുത്തിയത്. സാഹിത്യ ജീവിതത്തിനൊപ്പം രണ്ട് ദശകങ്ങളായി തൃശ്ശൂരിലെ പെയിൻ ആന്റ് പാലിയേറ്റീവ് കെയർ ക്ലിനിക്കിന്റെ രക്തവും മാംസവും ആയി ഞാൻ മാറിയപ്പോൾ പരമേശ്വരൻ അതിൽ സഹഭാവം അനുഭവിക്കുന്നുണ്ട്. വേദന ആഹരിക്കുന്ന അദ്ദേഹം അതിന്റെ കാരുണ്യത്തിലൂന്നുന്ന മനുഷ്യാ വകാശ പ്രവർത്തനങ്ങളെപ്പറ്റി വിശുദ്ധിയോടെ ഇടക്കിടെ അന്വേ ഷിക്കാറുണ്ട്.

സാഹിത്യവും കാമവും ആത്മീയതയും പ്രാദേശിക - ദേശീയ - അന്തർദേശീയ രാഷ്ട്രീയ വും ആദിവാസി - ദളിത് - പരിസ്ഥിതി - ലിംഗ വിഷയങ്ങളും ശാസ്ത്രവും സാങ്കേതിക വിദ്യയും മതവും ദൈവങ്ങളും ബുദ്ധനും മാർക്സും ഗാന്ധിയും മാവോയും നാരായണ ഗുരുവും ചെകു ത്താനും ഞങ്ങൾ പച്ചയായി സംസാരിച്ചു. മിക്കപ്പോഴും അവയിലെ സ്ഥായിയായ പ്രമേയങ്ങൾ ഒന്നായിരുന്നു. അധികാരവും

വാക്കും പ്രവൃത്തിയും അനീതിയും അസമത്വവും അധർമ്മവും.

സദാചാരത്തിന്റെയും സന്മാർഗ്ഗികതയുടെയും ചാപ്പകുത്തലി നോട് ഞങ്ങൾ രണ്ടുപേർക്കും താല്പര്യമുണ്ടായിരുന്നില്ല. തീർത്താൽ തീരാത്ത ലൈംഗിക കാമത്തിന്റെ ചൂട് അത്രയ്ക്കു ണ്ടായിരുന്നു പരമേശ്വരനിലും, എന്നിലും.

അധികാരത്തിന്റെ പ്രീണനത്തോടും തലോടലിനോടും മുഷ്ടിചു രുട്ടലിനോടും, അടിയറവ് പറയുന്ന വാക്കിനെയും പ്രവൃത്തിയെയും പരമേശ്വരൻ അതിനിശിതമായി വിമർശനത്തിനിര യാക്കി. എത്ര ഉറ്റബന്ധുവായാലും ചങ്ങാതിയായാലും മേലധികാരിയായാലും അത്തരം അ ധാർമ്മികത ന്യായീകരിച്ചില്ല.

എഴുപതുകളിൽ തന്റെ ഒപ്പമുണ്ടായിരുന്ന കെ.ജി. ശങ്കരപ്പിള്ളയും സച്ചിദാനന്ദനും, വേദ വേദാന്തപട്ടു സുകുമാർ അഴിക്കോടും ബുദ്ധി ജീവികളെ മന:ശാസ്ത്ര മാന്ത്രികതയാൽ മയക്കിയ എം. എൻ. വിജ യനുമെല്ലാം ആ ഖണ്ഡന വിമർശനത്തിന്റെ അമ്പുകൊണ്ടവരാണ്. സാഹിത്യ വിമർശനത്തിൽ പരമേശ്വരന്റെ വഴികാട്ടി കുട്ടികൃഷ്ണമാ രാരാണ്.

തന്റെ ഏകനോവലായ പ്രകൃതി നിയമത്തിന് ആദ്യത്തെ ആസ്വാദനമെഴുതിയ സഹോദരീ തുല്യയെന്ന് പരമേശ്വരൻ വിശേ ഷിപ്പിക്കുന്ന ലീലാവതി ടീച്ചർ അധികാരികൾക്ക് സ്തുതിഗീതി പാടിയപ്പോഴെല്ലാം പരമേശ്വരൻ അവരെ കടുത്ത വാക്കുകളിൽ മുറിവേല്പിച്ചു. മലയാള കവിതാ പാരമ്പര്യത്തിന്റെ ഓരോ കണ്ണിയും സൗന്ദര്യാത്മകമായ വസ്തുനിഷ്ഠതയോടെ സ്വയം അഭ്യസി ച്ചിട്ടു ണ്ട് പരമേശ്വരൻ. കുമാരനാശാൻ മുതൽ ഇങ്ങോട്ട് സോഷ്യൽ മീഡിയായിലെ ഉത്തരാധുനി കരുടെ കവിതകൾ വരെ പരമേശ്വരൻ സത്യസന്ധമായി വിലയിരുത്താറുണ്ട്. നോവലിലും കഥ യിലും ഇതിന്റെ തുടർച്ച കാണാം. ഒഎൻവി കുറുപ്പിന് ജ്ഞാനപീഠം ലഭിച്ച സന്ദർഭത്തിൽ പര മേശ്വരന്റെ കമന്റ് ഇങ്ങനെയായിരുന്നു: ‘മുട്ടറ്റം ആഴമുള്ള മഹാസാഗരം’. അതേസമയം ആദ്യകാല കമ്മ്യൂണിസ്റ്റ് പ്രവർത്തകനെന്ന നിലയിലുള്ള ഒഎൻവിയുടെ സ്ഥാനം അംഗീകരി ച്ചിരുന്നു. വാക്കിലെ അസത്യം, പ്രവൃത്തിയിലെ അധാർമ്മികത, അധികാരത്തിന്റെ അനീതികൾ - അസമത്വം പരമേശ്വരൻ ക്ഷുഭി തനായി വിളിച്ച് പറഞ്ഞു.

ആഗോളവൽക്കരണത്തിന്റെ ആഗമനത്തോടെ കേരളജനത യുടെ മുൻഗണനകളിൽ വലി യൊരട്ടിമറി സംഭവിച്ചു. വ്യക്തിയിലും സമൂഹത്തിലും സംഘടനകളിലും. ആ തകർച്ച ഒഴിവാ ക്കാൻ എൺപതുകളിൽ സജീവമായിരുന്ന ബുദ്ധിജീവികൾക്ക് കഴിയുമാ യിരുന്നോയെന്ന് ചർച്ച യാകാം. എന്നാൽ അധികാരത്തിനോട് അകന്നുനിന്നിരുന്നെങ്കിൽ അവർക്ക് ഒരു കടുത്ത പ്രതി രോധം

സൃഷ്ടിക്കാമായിരുന്നു. അതിനുപകരം അനോമി എന്ന രോഗാവസ്ഥ യ്ക്ക് അടിമപ്പെട്ടു കയായിരുന്നു അവർ. ജീർണിച്ച ശവങ്ങൾ പോലുള്ള രാഷ്ട്രീയ കക്ഷികളോടും ജാതിമത സം ഘങ്ങളോടും സഹശയനം നടത്താനാണ് അവരും പൊതുസമൂഹവും ഇഷ്ടപ്പെട്ടത്. പരമേശ്വ രന്റെ വേദനയും ദുഃഖവും അതിൽ നിന്നാണ്. അങ്ങിനെയൊരു പൊതുസമൂഹത്തിനോടോ വായനാസമൂഹത്തിനോടൊ സംവദിക്കു ന്നതിൽ എന്ത് കാര്യം? പരമേശ്വരൻ ചോദിക്കുന്നു.

നിതാന്ത സംശയാലുവായ പരമേശ്വരൻ പറയുന്നുണ്ട്: 'പണ്ടീ ഊഷര ലോകം സഹ്യമാ ക്കിയിരുന്നത് എന്നിലുള്ള സംഘബോ ധമാണ്. യൗവനത്തിൽ കലഹിച്ചും സ്നേഹിച്ചും സംവദി ച്ചിരുന്ന ഞാനറിയുന്ന നക്സലൈറ്റുകൾ മുതൽ കൽക്കട്ടയിലെയും, വിയ റ്റ്നാമിലെയും ഫ്രാൻ സിലെയും ലാറ്റിനമേരിക്കയിലെയും തെക്ക് കിഴക്കൻ ഏഷ്യയിലെയും ഞാനറിയാത്ത ലക്ഷക്ക ണക്കിന് സുഹൃ ത്തുക്കൾവരെ ഉൾപ്പെടുന്ന സംഘത്തിലെ ഒരംഗമാണ് എന്നബോധം കേവലം കാല്പനികമായിരുന്നില്ല'. സാമൂഹികമായ ശരിയും തെറ്റും, അധികാരത്തിന് എതിരേത് അനുകൂ ലമേത് എന്നീ ചോദ്യങ്ങൾക്ക് ചില ഉൾക്കാഴ്ച നല്കുവാൻ പോന്നതായിരുന്നു അക്കാലത്തെ സുഹൃദ് സംഘങ്ങൾ. സാഹിത്യത്തിൽ സമകാലികരായ മറ്റെഴുത്തുകാർ തന്നെ പൂരിപ്പിച്ചു കൊള്ളുമെന്ന വിശ്വാസവുമുണ്ടായിരുന്നു. എന്നാൽ നിഷ്ഠുരമായ സോഷ്യൽ ഡാർവിനിസം വീശിയടിക്കുമ്പോൾ, ഇതിനൊന്നും പ്രസക്തിയില്ലാതാവുന്നു. എല്ലാവരിൽ നിന്നും ഒറ്റ പ്പെട്ട്, അപ്പോഴും എല്ലാനെരിപ്പോടിലും തലയിട്ട്, വെന്ത് നീറുന്നു.

ഒരു സുനാമിയായി ഏത് സമയത്തും ആഞ്ഞടിച്ച് നിലം പരിശാ ക്കാൻ ശരീരത്തിൽ സഹവസിക്കുന്ന മറുപാതിയാണ് പരമേശ്വര നിലെ രോഗം. ഒരു കാലത്തും അത് മെരുങ്ങിയിട്ടില്ല. രോഗത്താൽ ജീർണ്ണിച്ച് വികൃതമായിപ്പോയ കൈകാൽ വിരലുകളും സൊറിയാ സിസിന്റെ അക്ര മണത്താൽ ഇളകിപ്പൊഴിയുന്ന ത്വക്കും ഭംഗം സംഭവിച്ച നട്ടെല്ലും സമൂഹത്തിനേറ്റ ക്ഷതങ്ങളുടെ അടയാളപ്പെടുത്ത ലുകളാണ്. സാമൂഹ്യമായ തോൽവികൾ നിരന്തം കണ്ടുകൊണ്ടിരിക്കു ന്ന, സ്വശരീരത്തിലും മനസ്സിലും ഏറ്റെടുത്തുകൊണ്ടിരിക്കുന്നവനിൽ എന്ത് പ്രതീക്ഷയാണ് ശേഷി ക്കുന്നത്? ഒരു കാലത്ത് സുന്ദരനായ പരമേശ്വരന്റെ മുഖത്ത് ഒളിമിന്നുന്ന പ്രതീക്ഷയുടെ മിന്നൽ ഇപ്പോ ഴുമുണ്ടോ? ഞാൻ ശ്രദ്ധിക്കാറുണ്ട്.

'സാമൂഹ്യമായ തോൽവികൾ നിരന്തരം കണ്ടുകൊണ്ടിരിക്കുന്ന ഒരാൾക്ക് അതെല്ലാം വ്യക്തിപരമായ തോൽവികൾ ആയി അനുഭ വപ്പെടും. ഓരോ സാമൂഹിക തോൽവിയും അയാളെ ശാരീരികമായി ബാധിക്കും. തോറ്റ ലോകം ഉള്ളിൽ നിറയും'. പരമേശ്വരൻ തന്നെ സ്വയം വിലയിരുത്തുന്നുണ്ട്.

ക്രൂരമായ രോഗപീഡയാൽ കട്ടിലിന്റെ ദീർഘചതുരത്തിലേയ്ക്കോ ചാരുകസേരയിലേ യ്ക്കോ അടിഞ്ഞുപോകുമോയെന്ന് ഞാൻ ആശങ്കപ്പെട്ടിട്ടുള്ള സന്ദർഭങ്ങളിലൊക്കെ ഒരു ഫിനീ ക്സ് പക്ഷിയായി ഉയിർത്തെണീക്കാറുണ്ട് പരമേശ്വരൻ. ജീവിക്കാനുള്ള അദമ്യമായ ആഗ്രഹമി ല്ലെങ്കിൽ ഇത് സാധ്യമല്ല. അതിനെ ശരിവെയ്ക്കു ന്നതുമായിരുന്ന പരമേശ്വരന്റെ ആത്മഹത്യയെ പ്പറ്റിയുള്ള കാഴ്ചപ്പാട്. നമ്മുടെ ഈ ദൂഷിച്ച കാലം ഒരാത്മഹത്യ അനിവാര്യമാക്കുന്നുണ്ടെന്ന എന്റെ മനസ്സിനോട് പരമേശ്വരൻ ഒരിക്കൽ പോലും പൊരുത്തപ്പെട്ടി ട്ടില്ല. ഒരു വെറും കാഴ്ചക്കാര നായി തന്റെയീ ചെറുജീവിതം തനിക്കി ഷ്ടപ്പെട്ട സിനിമകളും പുസ്തകങ്ങളും ലളിത ഭക്ഷണങ്ങ ളുമായി ജീവിച്ചു തീർക്കണമെന്നാണ് പരമേശ്വരൻ പറയുക. പക്ഷേ, കാഴ്ചക്കാരനായി ഇരിക്കു കയെന്ന സന്യാസീ തുല്യമായ നിർവ്വികാരമായ ശാന്തിയി ലേയ്ക്കെത്താൻ അദ്ദേഹത്തിന് കഴി ഞ്ഞിട്ടില്ല. അദ്ദേഹത്തിനത് കഴിയുകയുമില്ല. സമൂഹത്തിന്റെ അധികാരം തീർക്കുന്ന അധർമ്മവും അനീതിയും അസമത്വവും അദ്ദേഹത്തെ കനലിൽ ചാടിയ നായിനെ പ്പോലെ പിന്തുടരും. അതിന്ന ദ്ദേഹം ബലി കൊടുക്കുന്ന ഊർജ്ജം എന്തുകൊണ്ട് പുതിയൊരു നോവൽ രചനയ്ക്കായി ഉപ യോഗി ക്കുന്നില്ലെന്ന് ഞാൻ ചോദിക്കാറുണ്ട്. അത്തരം കഠിനമായൊരു ജോലിയെടുക്കാനുള്ള ഊർജ്ജമില്ല; മാത്രമല്ല. ആർക്ക് വേണ്ടിയാണ് എഴുതുന്നത്? എന്നാണ് പരമേശ്വരൻ വ്യാകുല പ്പെടുക.

അറിയാത്ത ദേശങ്ങളിലേയ്ക്കുള്ള യാത്രകൾ പരമേശ്വരന് ഹരമാണ്. കേരളമായാലും വടക്ക് കിഴക്കൻ പ്രിവിശ്യകളായാലും ഉത്തരേന്ത്യയായാലും അമേരിക്കയായാലും. അവിടവിട ങ്ങളിലെ ഭൂമിശാസ്ത്രവും ചരിത്രവും പരമേശ്വരൻ ഒരു വിദ്യാർത്ഥിയായി സ്വായത്തമാക്കും. അപരിചിതരായ മനുഷ്യരുടെ സുഖദു:ഖങ്ങളും കാമങ്ങളും കാമനകളും സ്വഭാവ സവിശേഷ തകളും ഒരു വിശ്വമാന വന്റെ കണ്ണോടെ ഉൾക്കൊള്ളും. പരമേശ്വരന്റെ ഏത് രോഗാവസ്ഥയ്ക്കു മുള്ള ഔഷധം സ്റ്റീറോയിഡല്ല, യാത്രയാണ്.

എഴുപതുകളിലെ നക്സലൈറ്റുകളോട് പരമേശ്വരൻ ആത്മബന്ധം പുലർത്തിയിട്ടുണ്ട്. അവരുടെ മനുഷ്യാവകാശങ്ങൾക്കുവേണ്ടി പ്രവർ ത്തിച്ചിട്ടുണ്ട്. എന്നാൽ, അവരിലെ കാല്പനി കതയെ കുത്തിപ്പൊട്ടിച്ചു. ബദൽ രാഷ്ട്രീയ - സാമൂഹ്യ - പരിസ്ഥിതി - ദളിത് - സ്ത്രീ പ്രസ്ഥാന ങ്ങളോട് അനുഭാവമുണ്ടായിരുന്നു. അവരുടെ അത്യുക്തികളെയും വസ്തുതകളിൽ ഊന്നാത്ത സമരമുന്നേറ്റങ്ങളെയും വിമർശിച്ചു. പരമേശ്വരനിൽ എന്നും ഒരു മാർക്സിസ്റ്റ് വൈരുദ്ധ്യാത്മിക വാദി ഒളിഞ്ഞിരിപ്പുണ്ട്. അത് ഒരു ശങ്കരനായി 'നേതി നേതി'(അതല്ല, അതല്ല) എന്ന് ആവർത്തി ക്കാറുണ്ട്. എ. കെ. ജി, കൃഷ്ണപിള്ള തുടങ്ങിയ ത്യാഗധനരായ മുൻകാല കമ്മ്യൂണിസ്റ്റ് നേതാക്ക ളെയും

അവരുടെ ജനങ്ങളിലൂന്നിയ പ്രവർത്തനങ്ങളെയും സർവ്വാത്മനാ അംഗീകരിച്ചു. അതേ സമയം, ഇഎംഎസ് മുതൽക്കിങ്ങോട്ടുള്ള സോഷ്യൽ ഡാർവിനിസ്റ്റുകളുടെ വിതണ്ഡവാദ ങ്ങളെയും അധികാരത്തിനായുള്ള വർഗീയ - ജാതീയ പ്രീണനങ്ങളെയും ആദിവാസി - ദളിത് ജനവിഭാഗങ്ങളെ കുടിയേറ്റക്കാർക്കും മാഫിയാകൾക്കുമായി ഒറ്റികൊടുക്കുന്നതിനെയും ഭർ ത്സിച്ചു; പരിഹസിച്ചു.

ടി.പി. ചന്ദ്രശേഖരൻ തുടങ്ങി നൂറുകണക്കിനു മനുഷ്യരെ അവർ പാർട്ടിയുടെ ആജ്ഞകൾ ക്കെതിരെയായിരുന്നുയെന്നതുകൊണ്ടു മാത്രം മാർക്സിസ്റ്റുകാർ കൊലപ്പെടുത്തുന്നതിനെതിരെ പരമേശ്വരൻ രോഷാകുലനായി. മാർക്സിസ്റ്റുകാരുടെ കങ്കാരു കോർട്ടിൽ ഷുക്കൂറിനെ കല്ലെറി ഞ്ഞു കൊന്നതിലെ പ്രാകൃതത്തം ഐ. എസ്സിന്റെ പ്രാകൃത കൊലയിൽ നിന്നും ഏത് തരത്തിലാ ണ് വ്യത്യസ്തമാകുന്നതെന്ന് പരമേശ്വരൻ ചോദിക്കുന്നു. പുതിയ ലോകം വലതുപക്ഷമെന്ന കാലപുരുഷന്റെ പരിരംഭണത്തിലാണെന്ന് അടിവരയിടുന്ന പരമേശ്വരൻ കേരളത്തിൽ ആർ. എസ്.എസ്സ് എന്ന വിഷവൃക്ഷത്തിന് വളംവെയ്ക്കുന്നത് മാർക്സിസ്റ്റുകാരുടെ ന്യൂനപക്ഷ വർഗീ യ പ്രീണനവും ഹിംസയുമാണെന്ന് തുറന്നെഴുതുന്നു.

ഗൾഫ് പത്തിരിതിന്ന് മാനവീകതയുടെ പൊയ്മുഖവുമായി ഇറങ്ങുന്ന ഇസ്‌ളാം തീവ്രവാ ദം ഒളിച്ചുകടത്തുന്ന പത്രമാസികകൾക്ക് കൈയ്യൊപ്പ് ചാർത്തുന്ന ഇടതുപക്ഷ ബുദ്ധിജീവികളെ യും എഴുത്തുകാരെയും പരമേശ്വരൻ തുറന്ന് കാട്ടി. മാനവീക മൂല്യങ്ങൾക്കുമുമ്പിൽ മതസ്വത്വ ങ്ങളൊക്കെ എത്രനിസ്സാരമെന്ന് വളരെ മുമ്പേ എഴുതിയ ഇടശ്ശേരിയെപ്പോലുള്ള മനുഷ്യസ്നേ ഹികളായ കവികളെ തലകുത്തി നിർത്തി വായിച്ച് ഇസ്‌ളാമിസ്റ്റുകളുടെ നല്ല പിള്ള ചമയുന്ന രാമനുണ്ണിമാരെ ക്രൂരമായി പരിഹസിച്ചു.

ന്യൂനപക്ഷ ലേബലിൽ ഇസ്‌ളാം മതത്തിന്റെയും ക്രിസ്ത്യൻ മതത്തിന്റെയും വർഗീയ വേഷങ്ങൾക്കും ബലാൽസംഗങ്ങൾക്കും പ്രകൃതി ചൂഷണത്തിനും പരമേശ്വരൻ മാപ്പ് നല്കുന്നി ല്ല. വർത്തമാന സന്ദർഭത്തിൽ ഹിന്ദുവർഗീയ വിഷമാണ് കൂടുതൽ ആപത്ത്; അതിനെതിരെ ഇസ്‌ളാം ക്രിസ്ത്യൻ വർഗീയതകളെ തൽക്കാലം മറന്ന്, ജീർണ്ണിച്ച ഇടതുപക്ഷ പ്ലാറ്റ്ഫോമിൽ ഹാജരാകണമെന്ന പൊതു ബുദ്ധിജീവി ന്യായത്തിന്റെ പ്രചാരകനാകുന്നതിൽ കടുത്ത അധാർ മ്മികതയുണ്ടെന്ന് ഓർമ്മപ്പെടുത്തി. താനെത്ര ഒറ്റപ്പെട്ടാലും അതിന് തന്നെ കിട്ടില്ലെന്നും.

പ്രകടമായ രാഷ്ട്രീയം എഴുത്തുകാരനുണ്ടാകേണ്ടതില്ല. എന്നാൽ 'എഴുത്തുകാരന്റെ ലോകവീക്ഷണം സത്യത്തെയും മനുഷ്യനെയും യാഥാർഥ്യത്തെയും മൂല്യങ്ങളെയും ആസ്പദ മാക്കി ലോകത്തെ വ്യാഖ്യാനിക്കാനും അതിനോട് പ്രതിപ്രവർത്തിക്കാനും ഉപയോഗിക്കുന്ന

നിരതിശയമായ ചട്ടക്കൂട്ടാണ്. തന്റെ കാലത്തിന്റെ രാഷ്ട്രീയർത്ഥ ങ്ങളും ദാർശനിക സംഘർഷ ങ്ങളും പരോക്ഷമായി സ്മരിക്കാത്ത മഹാസാഹിത്യം ഇല്ല'. ഈ തലമുറയിലെ നല്ലൊരു പങ്ക് എഴുത്തു കാരും പിന്തുടരാൻ ശ്രമിക്കുന്നത് വെല്ലുവിളികളെയല്ല, എളുപ്പവഴി കളെയാണ്. ദൃശ്യപരതയിൽ അഭിരമിക്കുന്ന വായനക്കാരന് മീഡി യോക്രിറ്റിയിൽ നിന്ന് പിന്തള്ളുന്ന സാഹിത്യമേ രുചിക്കൂ. നമ്മുടെ കാലത്തെ സാഹിത്യത്തിന്റെ ദുരന്തവും അതാണ്. മീഡിയോക്രി റ്റിയെ വാഴ്ത്താനും അതിനോട് രാജിയാവാനും പരമേശ്വരനില്ല. മരുവൽക്കരിക്കപ്പെട്ടുകൊണ്ടിരി ക്കുന്ന സമൂഹത്തിന്റെയും കാല ഘട്ടത്തിന്റെയും പ്രതിഭാക്ഷയം തന്നെയാണ് എഴുത്തുകാ രന്റെയും. പരമേശ്വരൻ ചൂണ്ടിക്കാണിക്കുന്നു: എഴുത്തുകാരനെതിരായ ഏറ്റവും വലിയ പ്രതിരോ ധം തന്റെത്തന്നെ കാലമാണ്.

മുതലാളിത്തത്തിന് അനുകൂലമാണ് മനുഷ്യപ്രകൃതം. ഗാന്ധിസവും മാർക്സിസവും ബുദ്ധിസവുമെല്ലാം ചില തിരുത്തലുകളാണ്, മുതലാ ളിത്തത്തിന്റെ സേഫ്റ്റി വാൾവുകൾ. കഴ ത്തറപ്പൻ മുതലാളിത്തം വിതയ്ക്കുന്ന കൊടിയ ദുരന്തങ്ങൾക്കെതിരെ പ്രതിരോധിക്കുന്നതാണ് മാനുഷികത. സ്യൂസ് ദേവന്റെ സർവ്വശക്തതയെ അറിയാതെയല്ല പ്രോമിത്യൂസ് അയാളെ വെല്ലുവിളിച്ചത്. പാറക്കല്ലിൽ തലയിട്ടടിച്ച് അലറി വിളിക്കുന്നവനും കുന്നിൻമുകളിലേയ്ക്ക് പാറ കല്ലുരുട്ടിക്കേറ്റി അത് താഴേയ്ക്കുരുണ്ടു പോകുന്നത് നിസ്സഹായനായി നോക്കിക്കാണു ന്നവനും തീയെന്നറിയാതെ അതിനെ വാരിപ്പിടിക്കുവാൻ ചെല്ലുന്ന നിഷ്ക്കളങ്കരായ കുഞ്ഞുങ്ങളല്ല. പാറ കല്ലിൽ ചിതറുന്നത് തന്റെ തലച്ചോറും ചോരയും ആണെന്ന് അയാൾക്കു കാലേക്കൂട്ടിയറിയാം. പക്ഷേ, അതിന്നയാൾക്ക് ഒരുങ്ങാതെ വയ്യ. അതാണയാൾ; ആ മനുഷ്യൻ.

മേഷ്ടാക്കളുടെയും കൊലപാതകികളുടെയും ചൂഷകരുടെയും ഒറ്റുകാരുടെയും ഭാത്യ ഘാതകരുടെയും ദുഷ്ചെയ്തികൾ നാലുപതിറ്റാ ണ്ടുകളായി ഉറങ്ങാതെ നിരീക്ഷിച്ച് കാതുള്ള വർക്ക് മാത്രം കേൾക്കാ നായി വിളിച്ചു പറഞ്ഞു കൊണ്ടിരിക്കുന്ന മരുഭൂമിയിലെ ഒറ്റപ്പെട്ട ഒരു പ്രാകൃത സഞ്ചാരിയാണ് പരമേശ്വരൻ. അദ്ദേഹത്തിന്റെ 'നിങ്ങളുടെ ചോദ്യങ്ങൾ' എന്ന പുസ്ത കത്തിലെ കുറിപ്പുകളും സംഭാഷണങ്ങളും വായനക്കാരനുമുമ്പിൽ അവതരിപ്പിക്കാൻ എന്നെ ഏല്പിച്ചതിൽ സന്തോഷമുണ്ട്. തെല്ലൊരഭിമാനവും.

(31/12/16)

ഗോവിന്ദനിലെ 'സിദ്ധാർത്ഥൻ'

2018 ഡിസംബറിൽ എന്തുകൊണ്ട് എം. ഗോവിന്ദൻ നിങ്ങളും ഞാനുമടങ്ങുന്ന നമ്മുടെ വർത്തമാന കാലത്തിന് പ്രസക്തനാകുന്നു?

ഈയൊരൊറ്റ ചോദ്യമാണ് ഗോവിന്ദനെപ്പറ്റി എഴുതാൻ എന്നെ പ്രേരിതനാക്കുന്നത്. ഈയിടെ അന്തരിച്ച എന്റെ സമകാലീനനായ സുഹൃത്ത് കെ. ജി. രഘുരാമനെപ്പോലെ ഗോവിന്ദനുമായി അടുത്ത ബന്ധം പുലർത്തിയിരുന്ന ആളല്ല ഞാൻ. ഗോവിന്ദനെ ഞാനറിയുന്നത് ഗുരുതുല്യനായ സി.പി. ഗംഗാധരൻ മാഷിലൂടെയാണ്. മൂന്നരപതിറ്റാണ്ടിന്റെ ഞങ്ങളുടെ സ്നേഹനിർഭരമായ ബന്ധത്തിൽ ഗോവിന്ദൻ അനേകം തവണ കടന്ന് വന്നിട്ടുണ്ട്. ജീൻപോൾ സാർത്രിനെപ്പറ്റി ഗോവിന്ദന്റെ 'സമീക്ഷ'യിൽ ലേഖനമെഴുതിയതിന്റെ ചരിത്രം ഗംഗാധരൻ മാസ്റ്റർ പറഞ്ഞിട്ടുണ്ട്. ഒരേ സമയം അനേകം കാലങ്ങളെ സ്പർശിക്കാൻ കഴിയുന്ന ഒരു ധിഷണശാലിയുടെ ജീവസ്സുറ്റ ചിത്രമാണ് ഗംഗാധരൻ മാഷിലൂടെ എന്നിലേയ്ക്ക് സംക്രമിച്ചിട്ടുള്ളത്. തന്റെ തലമുറയിലെയും പുതു തലമുറയിലെയും അന്വേഷികളെ തന്റെ ധീഷണയുടെ കാന്തീയതയാൽ ആകർഷിക്കുന്ന തീക്ഷ്ണതയും യുക്തിയും ധാർമ്മികതയും സ്നേഹവും തുളുമ്പുന്ന ഒരു മനുഷ്യനെ ഞാൻ ഗോവിന്ദനിൽ കണ്ടെത്തിയിട്ടുണ്ട്. ഗോവിന്ദന് എന്താണ് നമ്മുടെ ഈ കാലത്തോട്, വരും കാലത്തോട് പറയാനുള്ളത്? അതാണീ ലേഖനത്തിൽ അന്വേഷിക്കാൻ ശ്രമിക്കുന്നത്. ഗോവിന്ദന്റെ കഥകളുടെയും കവിതകളുടെയും സിനിമയുടെയും വായനക്കാരനാണ് ഞാനെങ്കിലും അവയൊന്നും ഈ ലേഖനത്തിൽ പരാമർശിക്കപ്പെടില്ല.

സംഭാഷണം നിലച്ചുപോയ നമ്മുടെ കാലം

നവലിബറൽ മുതലാളിത്തത്തിന്റെ അധിനിവേശത്തോടെ

നമ്മിൽ നിന്ന് പരസ്പര സംവാദത്തിന്റെ ഇടങ്ങളും ഒലിച്ചു പൊയ്ക്കൊണ്ടിരിക്കുകയാണ്. കിഴക്കനാഫ്രിക്കയിൽ നിന്ന് 60000-70000 വർഷങ്ങൾക്ക് മുമ്പ് യാത്രയാരംഭിച്ച നിങ്ങളും ഞാനുമടങ്ങുന്ന മനുഷ്യർ വരെ പരസ്പരം സംവദിച്ചും സംവാദത്തിലൂടെ ധാരണകൾ തിരുത്തിയും പുതിയവ നിർമ്മിച്ചുമാണ് ഇതുവരെയെത്തിയിട്ടുള്ളത്. ഭാഷകളും സംസ്കാരങ്ങളും സംവാദത്തിന്റെ ശരീരമാണ്.

സൂക്ഷ്മതലത്തിൽ മനുഷ്യനും മനുഷ്യനും തമ്മിൽ മാത്രമല്ല വിനിമയം നടക്കുന്നത്. മനുഷ്യനും മനുഷ്യേതര ജീവികളും തമ്മിൽ സംഭാഷണമുണ്ട്. അദൃശ്യമായും ദൃശ്യമായും മൃഗങ്ങളും പക്ഷികളും പൂമ്പാറ്റകളും ഇഴജീവികളും പുഴുക്കളും തമ്മിൽ സംവാദമുണ്ട്. വൻവൃക്ഷങ്ങളും മരങ്ങളും വള്ളികളും സസ്യങ്ങളും സംഭാഷണത്തിലേർപ്പെടുന്നുണ്ട്. എന്തിനേറെ, പ്രകൃതിയിലെ അചേതനമായ വസ്തുക്കൾ തമ്മിൽ-ജലത്തുള്ളികൾ, മൺത്തരികൾ, മേഘങ്ങൾ, പാറകൾ, കുന്നുകൾ, പുഴകൾ- തമ്മിൽ സംഭാഷണമുണ്ട്. അവ മനുഷ്യരടക്കമുള്ള ജീവികളുമായി സംസാരിക്കുന്നുണ്ട്. വിനിമയങ്ങളുടെ, സംവാദങ്ങളുടെ, സംഭാഷണങ്ങളുടെ പരസ്പര ബന്ധിതമായ ഒരു മഹാശൃംഖലയാണ് ഭൂമി. ഈ ശൃംഖലയിലെ ഓരോ കണ്ണിയുമായും ഗോതമ സിദ്ധാർത്ഥന് സംവദിക്കാനായി. അവർക്ക് അദ്ദേഹവുമായും. അതായിരുന്നു സിദ്ധാർത്ഥനെ ബുദ്ധനാക്കിയത്. സംവാദത്തിനാവശ്യം ജാഗ്രതയോടെയുള്ള കേൾവിയാണെന്ന് സിദ്ധാർത്ഥൻ പറഞ്ഞു.

പ്രകൃതിയിലെ മഹാശൃംഖലയിൽ ഒരെണ്ണത്തിന് പരിക്ക് പറ്റിയാൽ അതിനെ പരിചരിച്ച് പൂർവസ്ഥിതിയിലാക്കാൻ പ്രകൃതിയുടെ കാരുണ്യത്തിന് കഴിയും. പക്ഷേ, മനുഷ്യൻ കഴിഞ്ഞ അഞ്ഞൂറ് വർഷമായി പ്രകൃതിക്കുമേൽ നടത്തുന്ന ക്രൂരമായ ആക്രമണത്തെ, പ്രകൃതിക്ക് താങ്ങാനാവുന്നില്ല. കാലാവസ്ഥാവ്യതിയാനവും പേമാരിയും വരൾച്ചയും അതിന്റെ അനന്തര ഫലങ്ങളാണ്. കേരളത്തിൽ ആഗസ്റ്റിലുണ്ടായ പ്രളയം പ്രകൃതിയുമായി കേരളീയർ നടത്തേണ്ടിയിരുന്ന തുടർ സംഭാഷണങ്ങൾ നിലച്ചുപോയതിനാലാണ്.

മനുഷ്യനും മനുഷ്യനും തമ്മിലുള്ള സംഭാഷണം സ്തംഭിക്കുമ്പോഴാണ് വെറുപ്പിന്റെ വൈറസ്സുകൾ യുദ്ധം വിതയ്ക്കുന്നത്. സംവാദം ജനാധിപത്യത്തിന്റെ ജീവവായുവാണ്. പുതിയകാലത്ത് സാമൂഹ്യമാദ്ധ്യമങ്ങൾ സംവാദത്തിന്റെ ഇടങ്ങളാകേണ്ടതാണ്. പക്ഷേ, കോർപ്പറേറ്റ് ഭീമന്മാരും അവർ നിയന്ത്രിക്കുന്ന ഭരണകൂടങ്ങളും അതിന് കീഴ്പ്പെട്ട ജനങ്ങളും അതിനെയും ഹിംസാത്മകമായ ആക്രോശങ്ങളുടെയും വിഭാഗീയതയുടെയും യുദ്ധക്കളമാക്കുന്നു.

മതവും മതവും തമ്മിൽ സംവാദം ഇന്ന് നടക്കുന്നില്ല. ഭൂരിപക്ഷമതം, ഏത് രാജ്യത്തായാലും, ന്യൂനപക്ഷ മതങ്ങളെ ആക്രമിക്കുന്നു. ഇതിൽ ജനാധിപത്യമെന്നോ, മതാധിഷ്ഠതയെന്നോ,

കമ്യൂണിസ്റ്റെന്നോ ഏകാധിപത്യമെന്നോ വേർ തിരിവില്ല. ഇന്ത്യയുടെ ജാതിവ്യവസ്ഥയിൽ സംവാദത്തിന്റെ ഇടമേയില്ല. ദളിതനും ശൂദ്രനും ക്ഷത്രിയനും ബ്രാഹ്മണനും ആദിവാസിയും തമ്മിൽ സംവാദമുണ്ടായിരുന്നെങ്കിൽ ഇന്ത്യയും കേരളവും ഈ പതനത്തിൽ എത്തുമായിരുന്നില്ല. പുരുഷനും സ്ത്രീയും തമ്മിൽ ആൺകോയ്മയുടെ അധികാരത്തിലൂടെയല്ലാതെ സംവാദത്തിന്റെ ഭാഷയിലാണ് സംസാരിക്കുന്നതെങ്കിൽ ശബരിമല സ്ത്രീപ്രവേശനം ഒരു വിഷയമേ ആകുമായിരുന്നില്ല.

ഡൊണാൾഡ് ട്രമ്പും നരേന്ദ്രമോദിയും പിണറായി വിജയനും സംവാദം ഭയപ്പെടുന്നവരാണ്. അവരുടെ ശരീരഭാഷയും വാക്കും ഏതു നിമിഷവും സംവാദത്തെ തോക്കിലൂടെയും വാക്കിലൂടെയും ബോംബിലൂടെയും നശീകരിക്കാൻ ശ്രമിച്ചേക്കും. അവരുടെ അനുയായികളായി 'ജനാധിപത്യ പ്രക്രിയ'യിൽ പങ്കെടുക്കുന്ന നമ്മളും, വീട്ടിലും തെരുവിലും കലാലയത്തിലും സംവാദങ്ങളിൽ നിന്ന് ഓടിയൊളിക്കുന്നവരാണ്.

ആധുനിക വികസനത്തിൽ സംവാദത്തിന്റെ ഉറസ്സില്ല. അക്രമവും പിടിച്ചടക്കലും പിഴുതെറിയലും മാത്രമാണുള്ളത്. അതുകൊണ്ടാണ് സ്വതന്ത്ര ഇന്ത്യയുടെ ചരിത്രം വികസനം മൂലം പിഴുതെറിയപ്പെട്ട ആദിവാസികളെയും ദളിതരെയും ദരിദ്രരെയും അഭയാർത്ഥികൾ പോലുമായി കാണാത്തത്. ജനാധിപത്യ സംവാദം നടന്നിരുന്നെങ്കിൽ ദില്ലിയിൽ സിഖ് വംശീയഹത്യയോ (1984) ഗുജറാത്തിലെ മുസ്ലിം വംശീയഹത്യയോ (2002) കാന്ധമലിൽ ക്രിസ്ത്യൻ വംശീയഹത്യയോ (2008) ഉണ്ടാകുമായിരുന്നില്ല.

ആപത്ഘട്ടങ്ങളിലാണ് ഒരു സമൂഹം അതിന്റെ സർഗ്ഗാത്മ ധാതുക്കൾ ചരിത്രത്തിൽ നിന്നും വലിച്ചെടുക്കുന്നത്. ശരീരം രോഗാതുരമാകുമ്പോൾ ശരീരത്തിനുള്ളിൽ നിന്നുതന്നെ പ്രതിരോധത്തിന്റെ വൈറസുകൾ ഉണ്ടാകുന്നതുപോലെയാണത്. വൈകുണ്ഠസ്വാമികൾ, അയ്യങ്കാളി, പൊയ്കയിൽ കുമാരഗുരുദേവൻ, നാരായണഗുരു, വാഗ്ഭടാനന്ദൻ, ചട്ടമ്പി സ്വാമികൾ, ബ്രഹ്മാനന്ദ ശിവയോഗി, വി.ടി ഭട്ടതിരിപ്പാട്, കേളപ്പൻ എന്നിവർ ജനങ്ങളുമായി നിരന്തരം നടത്തിയ സംവാദങ്ങൾ കേരളത്തെ ഭ്രാന്താലയമാകുന്നതിൽ നിന്ന് തടഞ്ഞ് നിർത്തിയത്. കേരളത്തിന്റെയല്ല, ഈ ഭൂമിയുടെ സമഗ്രമായ അതിജീവനം സംവാദത്തിലൂടെയേ സാധിക്കൂ.

സോക്രട്ടീസിയൻ ധാരയിലെ ഗോവിന്ദൻ

മേൽപറഞ്ഞ സംവാദത്തിന്റെ ഒരു നീരൊഴുക്കായിരുന്നു ഗോവിന്ദൻ. അദ്ദേഹത്തിന്റെ അർധനഗ്നമായ ശരീരവും താടിയും രൂപവും കണ്ണുകളിലെ തീക്ഷ്ണതയും ഊർപ്പവും കാണുമ്പോൾ നമുക്ക് യാജ്ഞവൽക്യനെ ഓർമ്മവരും, ഗാർഗിയുമായുള്ള സംഭാഷണവും.

പഴയ നിയമത്തിലെ യഹോവയായിരുന്നില്ല പുതിയ നിയമത്തിലെ ക്രിസ്തു. ക്രിസ്തുവിൽ സംവാദത്തിന്റെ വിശാലഭ്രമികളുണ്ടായിരുന്നു. ഗീതയെന്ന സാങ്കല്പിക കഥയിൽ അർജ്ജുനനും കൃഷ്ണനും തമ്മിലുള്ള സംഭാഷണം ശ്രദ്ധിച്ചിട്ടില്ലേ! രാമകൃഷ്ണ പരമഹംസർ വിവേകാനന്ദനടക്കമുള്ള ശിഷ്യരുമായി സംസാരിച്ചുകൊണ്ടിരുന്നു. നാരായണ ഗുരുവും ശിഷ്യരും. ഗാന്ധിയും അനുയായികളും. ഗാന്ധി തന്റെ ജീവിതത്തിൽ അഞ്ച് ലക്ഷം കത്തുകളെഴുതിയിട്ടുണ്ട്. നിഷ്കളങ്കനായ കുഞ്ഞിനോടും ബ്രിട്ടീഷ് വൈസ്രോയിയോടും അദ്ദേഹം സംസാരിച്ചു. അദ്ദേഹം പ്രസംഗിക്കുകയല്ല, സംസാരിക്കുകയാണ്, സംവദിക്കുകയാണ്.

സോക്രട്ടീസും ശിഷ്യരുമായുള്ള സംവാദങ്ങൾ പ്രസിദ്ധമാണ്. ബുദ്ധനെപ്പോലെയായിരുന്നു ഏതാണ്ട് ബുദ്ധകാലത്തിനടുത്ത് ജീവിച്ച സോക്രട്ടീസ്. അദ്ദേഹം ക്രിസ്തുവിനു മുമ്പ് അഞ്ചാം നൂറ്റാണ്ടിൽ ഗ്രീക്കിലാണ് ജീവിച്ചത്. ഗ്രീക്കിലെ അഥീനിയൻ ദേവതകളുടെ അസ്തിത്വത്തെ അദ്ദേഹം വിമർശിച്ചു. ആഥൻസിലെ നീതിവ്യവസ്ഥയെയും. ഭരണകൂടം അദ്ദേഹത്തിന് വിഷം കൊടുത്ത് കൊന്നു. ഗോവിന്ദനെ ഭരണകൂടം കൊന്നില്ല. സി.ഐ.എ ഏജന്റായി കമ്മ്യൂണിസ്റ്റുകാർ ചാപ്പകുത്തി. മറ്റ് രാഷ്ട്രീയക്കാരും വ്യവസ്ഥിതിയുടെ ദല്ലാളുമാരും അദ്ദേഹത്തെ അവഗണിച്ചു.

ഗോവിന്ദന്റെ സദസ്സുകൾ ചെറുതായിരുന്നു. സോക്രട്ടീസിന്റേതുപോലെ. ഒരു ചെറിയ മുറിയിൽ കൂടാവുന്ന പത്തോ പന്ത്രണ്ടോ പേർ. മദിരാശിയിലെ ഹാരിസ് റോഡിലെ 77 ബി എന്ന വീട്ടിലെ തളമായിരുന്നു, ഏറെയും അദ്ദേഹത്തിന്റെ സംവാദഭ്രമി. ചെറിയ മുറികളിലിരുന്നാണ് അദ്ദേഹം തന്നോടൊപ്പമുള്ളവരുമായി വലിയ കാര്യങ്ങൾ സംസാരിച്ചത്. തർക്കിച്ചത്, അവരെ തിരുത്തിയത്, സ്വയം തിരുത്തിയത്, അവർക്ക് ആത്മവിശ്വാസവും ഉത്തേജനവും പകർന്നത്. 1919 മുതൽ 1989 വരെയുള്ള തന്റെ ജീവിതകാലത്ത് ഒരന്വേഷിയും ഗോവിന്ദനെ തേടിയെത്താതിരുന്നിട്ടില്ല. പുത്തൻ ഉണർവിന്റെയും സർഗ്ഗാത്മകതയുടെയും ഏത് പുൽനാമ്പുകണ്ടാലും ഗോവിന്ദൻ അവരെ തിരിച്ചറിഞ്ഞു. ഒരു കഥയാകട്ടെ, കവിതയാകട്ടെ, ശില്പമാകട്ടെ, സിനിമയാകട്ടെ, പുത്തൻ ആശയമാകട്ടെ. ഗോവിന്ദൻ അതുമായി സംവദിച്ചു. അതിൽ വലുപ്പച്ചെറുപ്പങ്ങളില്ലായിരുന്നു. ആർക്കും ഗോവിന്ദനുമായി തർക്കിക്കാം, ഗോവിന്ദനെ വിമർശിക്കാം, വിയോജിക്കാം. ഗോവിന്ദന് പരാതിയില്ല. ഗോവിന്ദൻ മുൻകയ്യെടുത്ത് നടത്തിയിരുന്ന ഏത് പ്രസിദ്ധീകരണവും (സമീക്ഷയും) വ്യത്യസ്ത സംവാദ രൂപങ്ങളുടെ പരീക്ഷണങ്ങളായിരുന്നു. സംവാദത്തിലൂടെ അദ്ദേഹം തന്നിലേയ്ക്കെത്തിയ ചങ്ങാതിമാരെയും തന്നെയും പുനഃനിർമ്മിച്ചു. ഒരിക്കലും കെട്ടിക്കിടക്കുന്ന വെള്ളമായിരുന്നിട്ടില്ല ഗോവിന്ദൻ.

ഗോവിന്ദന്റെ ചെറുസദസ്സുകളിലെ അംഗങ്ങൾ കേരളത്തിന്റെ ധൈഷണിക മണ്ഡലത്തിൽ പ്രമുഖരായ വ്യക്തികളും ചരിത്രത്തിൽ ഇടം പിടിക്കാത്ത സാധാരണക്കാരും തൊഴിലാളികളുമുണ്ടായിരുന്നു.

ഗോവിന്ദൻ സംവദിച്ചിരുന്നത് കേരളത്തിലെ എഴുത്തുകാരും ബുദ്ധിജീവികളും ശില്പികളും സിനിമാക്കാരും നാടകക്കാരും ആയിട്ടുമാത്രമല്ല. തമിഴ്നാട്ടിലെയും കർണാടകയിലെയും ഉത്തരേന്ത്യൻ പ്രവിശ്യകളിലെയും എഴുത്തുകരുമായും ഗോവിന്ദന് ബന്ധമുണ്ടായിരുന്നു, ലോകസാഹിത്യത്തിലെ പുതിയ എഴുത്തുകാരുമായും. ഗോവിന്ദന്റെ ലോകം അതിവിശാലമായിരുന്നു. അതിലൂടെ കടന്നുപോയവരും വൈവിധ്യമുള്ളവരായിരുന്നു. സംവാദത്തിന്റെ ബഹുസ്വരതയും ബഹുമുഖത്ത്വവും ചട്ടുലതയും ജൈവീകതയും അദ്ദേഹം എപ്പോഴും പുലർത്തി.

കാലത്തിന് മുമ്പേ നടന്നവർ

ഒ.വി.വിജയൻ എഴുതുന്നു: "ഗോവിന്ദൻ തന്റെ തലമുറയുടെ ഒരര ത്തലമുറ മുമ്പിലായിരുന്നു എന്നതാണ് അദ്ദേഹത്തിന്റെ ദുരന്തം. പ്രാദേശികങ്ങളും പരിമിതങ്ങളുമായ താത്ത്വിക സാഹിതിയെ പുകഴ്ത്താൻ പഠിച്ച കൈരളിയും ഗോവിന്ദനെ അവഗണിച്ചു...

"മൗലികതയോടു ശത്രുത പുലർത്തുകയെന്നത് സ്ഥാപനവൽകൃത താൽപര്യങ്ങളുടെ സ്വഭാവമാണ്. തന്റെ മൗലിക ചിന്തയുടെ ഫലമായി ഗോവിന്ദൻ അണിനിരത്തിയ ശത്രുസഞ്ചയം ഇതിനു തെളിവാണ്... ചിന്തകനായോ, കവിയായോ ഗോവിന്ദനെ നാം വേണ്ടത്ര അംഗീകരിച്ചിട്ടില്ലെങ്കിൽ കുറ്റം ഗോവിന്ദന്റേതു തന്നെ. കാരണം ഗോവിന്ദൻ നമ്മേക്കാൾ അരത്തലമുറ മുമ്പിലായിരുന്നല്ലോ" (പുറം : ഒ.വി.വിജയന്റെ ലേഖനങ്ങൾ: 2005)

1963 ഡിസംബർ 27, 28, 29 തീയതികളിൽ കോട്ടയത്ത് കൂടിയ ജനാധിപത്യവേദിയുടെ സെമിനാറിൽ ഗോവിന്ദനും കൂട്ടരും നടത്തിയ സംവാദം, കാലത്തിനു അരത്തലമുറ മുമ്പേ നടന്ന ക്രാന്തദർശിയുടെ ആശങ്കകളും വിചാരങ്ങളും അടയാളപ്പെടുത്തുന്നു. 53 വർഷങ്ങൾക്കു ശേഷം അവ നമ്മുടെ സമൂഹത്തിൽ നടക്കുന്ന ഹിംസാത്മക ലോകങ്ങളുടെ മുന്നറിയിപ്പുകളായി ശേഷിക്കുന്നു. "അഴിമതി, അധികാരം, വർഗ്ഗീയത" എന്നാണ് ആ സെമിനാർ പുസ്തകമാക്കിയപ്പോൾ സ്വീകരിച്ച പേര്. (1964: ഫാബിയൻ ബുക്സ്) തുടർന്നുള്ള ലേഖന ഭാഗങ്ങളിൽ ഗോവിന്ദന്റെ ഈ വിഷയങ്ങളിലുള്ള നിലപാട് എങ്ങിനെ നമ്മുടെ കാലത്തെ അന്വേഷിക്കുന്നതിനും അറിയുന്നതിനും പരിവർത്തനപ്പെടുത്തുന്നതിനും സഹായകമാകുന്നു എന്ന് അന്വേഷിക്കുകയാണ്.

1. അധികാരം

'അധികാരത്തിന്റെ മനഃശാസ്ത്രത്തിൽ' ഗോവിന്ദൻ എഴുതുന്നു: അധികാരം പടർന്നു പിടിക്കുന്ന ഒരുതരം മാനസികരോഗമാണ്. അധികാരാസക്തി മനുഷ്യമനസ്സിലാണ് രൂപം കൊള്ളുന്നത്. സാധാരണ കാമത്തേക്കാൾ ആപൽക്കരമാണ് അധികാര കാമം. അധികാരമോഹിയായ ഏതൊരു മനുഷ്യനിലും ഒരു സമുദായദ്രോഹി ഒളിഞ്ഞിരിപ്പുണ്ട്. "സഹജീവികളിൽ ആധിപത്യം സ്ഥാപിക്കാനും അതിൽ നിന്ന് ആനന്ദം നേടാനുമുള്ള മസോക്കിസ്റ്റ് മനോഭാവം. ജനഗണമന അധിനായകനെന്ന അപദാനം കേൾക്കാനുള്ള കൊതി. ആശ്രിതവ്യൂഹങ്ങളുടെ ആർപ്പുവിളികൾക്കിടയിൽ അത്ഭുത പുമാനായി വിലസുന്നതിനുള്ള ചാരിതാർത്ഥ്യം, അഹന്തയ്ക്ക് സസൈ്വരം വിഹരിക്കാൻ വിശാല മേഖലകൾ സജ്ജീകരിക്കുവാനുള്ള അടങ്ങാത്ത അഭിലാഷം, അനാഥരും അശരണരുമായവയരുടെ രക്ഷാപുരുഷനാണെന്ന അഹംഭാവം, കുറുക്കുവഴികളിലൂടെ സ്ഥാനമാനങ്ങൾ നേടി, വ്യക്തിപ്രഭാവം വികസിപ്പിക്കാനുള്ള സാധ്യത..." നമ്മുടെ പ്രധാനമന്ത്രി നരേന്ദ്രമോദിയുടെ മനഃശാസ്ത്രം പരിശോധിക്കപ്പെടുകയാണെങ്കിൽ മേൽപറഞ്ഞവയെല്ലാം അദ്ദേഹത്തിന് നന്നായി ചേരും. മനുഷ്യൻ മുഴുവൻ അതിജീവിച്ചിട്ടില്ലാത്ത മൃഗീയ പാരമ്പര്യത്തിന്റെ അവശിഷ്ടമാണ് അധികാരം. 2002ലെ ഗുജറാത്ത് വംശീയഹത്യയിൽ നരേന്ദ്രമോദിയുടെ "കുറ്റകരമായ" മൗനം ഇതിന്റെയൊക്കെ ഭാഗമല്ലേ? ഇത് തന്നെയല്ലേ ഇന്ദിരാഗാന്ധിയെ അടിയന്തരാവസ്ഥയിലെത്തിച്ചതും അവരുടെ മകൻ രാജീവ്ഗാന്ധിയെ 1984 ലെ സിഖ് വംശീയഹത്യയുടെ ഉപകരണമാക്കിയതും!

"തൊഴിലാളികളെയും സംഘടനയെയും ഞങ്ങൾക്കു തരിക; ഞങ്ങൾ ലോകം പുനഃനിർമ്മിക്കാം." ആ ലോക പുനർ നിർമ്മാണം ചെന്നവസാനിച്ചത് സ്റ്റാലിനിസം നടത്തിയ നരമേധത്തിലും തടവറയിലും ലേബർ ക്യാമ്പുകളിലുമാണ്. തൊട്ടപ്പുറത്ത് ജർമ്മനിയിൽ ഹിറ്റ്ലറുടെ "നരകത്തിന്റെ സിദ്ധാന്തത്തിലും പ്രയോഗത്തിലും." "അധികാരം ഞങ്ങളെ ഏല്പിക്കുക; ഞങ്ങൾ എല്ലാം ശരിപ്പെടുത്താം" - ഏതാണ്ടിതേ മുദ്രാവാക്യം കഴിഞ്ഞ അസംബ്ളി തെരഞ്ഞെടുപ്പിൽ കേരളം മുഴുവൻ നാം കണ്ടതാണ്. ഇന്ന്, എവിടെയാണ് കമ്യൂണിസ്റ്റ് ഇടതുപക്ഷ ഭരണം എത്തിനിൽക്കുന്നത്?

"അധികാരത്തിന്റെ മിശിഹകളുടെ തിരു അവതാരം പ്രതീക്ഷിച്ച് വാഴുന്ന സമൂഹ മനഃശാസ്ത്രത്തിലും മാറ്റം വരണം. സമൂഹത്തിന്റെ ആലസ്യം കാരണമാണ് അധികാര കേന്ദ്രീകരണമുണ്ടാകുന്നതും അത് ആവശ്യത്തിലധികമായി ആപൽക്കരമായി ഭവിക്കുന്നതും. എന്തു വിലകൊടുത്തും- അത് അടിമത്തമായാലും ശരി- ഭദ്രതയാഗ്രഹിക്കുന്ന ഒരു സമൂഹം അധികാരത്തിന്റെ പ്രശ്നം

ഉൽക്കടമാക്കുന്നു. സ്വാതന്ത്ര്യമോ ഭദ്രതയോ എന്ന ചോദ്യത്തിന് ഭദ്രത എന്നു നിസ്സംശയം പ്രത്യുത്തരമുരയ്ക്കുന്ന സമുദായം സമഗ്രാധിപത്യത്തിലകപ്പെടും. സ്വാതന്ത്ര്യത്തിന്റെ അഭാവത്തിൽ യാതൊരുവിധ ഭദ്രതയുമില്ലെന്നു പൂർണബോധ്യമുള്ള ജനസമൂഹം അധികാര പ്രശ്നത്തെ പരിഹരിക്കുന്നതിൽ വിജയിച്ചേക്കും" - ഇന്ന് ഇന്ത്യ നേരിടുന്നത് എന്തടിമത്തമായാലും സാമ്പത്തിക ഭദ്രതയാവശ്യപ്പെടുന്ന, ഉപഭോഗപരതയിൽ ആറാടാൻ തയ്യാറായി നിൽക്കുന്ന, അതിന് സ്വാതന്ത്ര്യം ഇല്ലാതായാലും കുഴപ്പമില്ലെന്ന് വിശ്വസിക്കുന്ന നാഗരിക മധ്യവർഗിയും, മണ്ണിന്റെയും മനസ്സിന്റെയും സ്വാതന്ത്ര്യമാണ് ആവശ്യമെന്ന് നിശബ്ദമായി വിശ്വസിച്ചു പറയുന്ന കർഷകനും ദളിതനും ആദിവാസിയും സാധാരണക്കാരനും ന്യൂനപക്ഷങ്ങളും അടങ്ങുന്ന അസംഘടിത വർഗ്ഗത്തിന്റെയും സംഘർഷമാണ്. 2019 ലെ തെരഞ്ഞെടുപ്പ് അതിനുള്ള ഉത്തരം താൽക്കാലികമായിട്ടെങ്കിലും നൽകും.

അധികാരത്തിന്റെ ദുർവിനിയോഗമാണ് അഴിമതിയിലേക്ക് അധികാരത്തിലിരിക്കുന്നവരേയും സമൂഹത്തെയും നയിക്കുന്നതെന്നാണ് ഗോവിന്ദന്റെ ശരിയായ കണ്ടെത്തലുകൾ. അധികാരകാമത്തിന്റെ മനഃശാസ്ത്രത്തെ തിരുത്താനായാൽ അഴിമതിയിലേക്ക് നയിക്കുന്ന സാമൂഹ്യമനഃശാസ്ത്രത്തെയും നിയന്ത്രിക്കാനാവും. അഴിമതി സാമൂഹ്യ-സാമ്പത്തിക പ്രശ്നം മാത്രമല്ല. അത് സംസ്കാരിക പ്രശ്നം കൂടിയാണ്. നമ്മുടെ എഴുത്തുകാരും ബുദ്ധിജീവികളും അഞ്ച് വർഷം കൂടി ഭരണം മാറുമ്പോൾ അക്കാദമികളിലും സർവ്വകലാശാലകളിലും കയറിപ്പറ്റാൻ ഏത് കഴുതക്കാലും പിടിച്ച് അധികാരത്തിന്റെ അപ്പക്കഷ്ണങ്ങൾക്കു വേണ്ടി കടിപിടികൂടുന്ന കാഴ്ച ദുഃഖകരമാണ്. അതിൽ വലുതെന്നോ ചെറുതെന്നോ ഭേദമില്ല. കേരളത്തിൽ ഇതിനപവാദമായിട്ടുള്ളവർ ഏറെയൊന്നുമില്ല. ഇവരിൽ നിന്ന് ഭിന്നനായി തലയെടുപ്പോടെ ഒറ്റയാനായി ഉയർന്നുനിന്നവനാണ് ഗോവിന്ദൻ. "സാഹിത്യകാരനായ ഗോവിന്ദൻ,... കേന്ദ്രസാഹിത്യ അക്കാദമിയുടെ കൗൺസിലിൽ കയറിയത് ലളിതകലാ അക്കാദമിയുടെ നോമിനിയായിട്ടാണ്" എന്ന് ഒ.വി.വിജയൻ രേഖപ്പെടുത്തുന്നു. ഗോവിന്ദൻ ഏതെങ്കിലും രാഷ്ട്രീയപാർട്ടിയിലോ സംഘടനയിലോ അംഗമായിരുന്നിട്ടില്ല.

2. വർഗ്ഗീയത; ജാതീയത

"വസ്തുനിഷ്ഠമായി വർഗ്ഗീയതയെ വിശകലനം ചെയ്യാനെളുപ്പമാണ്. ഇന്ത്യയ്ക്കു പുറമേ ജീവിക്കുന്ന ഒരാൾക്കു വർഗ്ഗീയതയെ അപഗ്രഥിക്കുമ്പോൾ നിസ്സംഗത സാധ്യമായേയ്ക്കും." പക്ഷേ, ഇന്ത്യക്കാർക്കത് സാധ്യമല്ല. ഇന്ത്യയിൽ നൂറ്റാണ്ടുകളായി നിലനിന്ന ജാതിവ്യവസ്ഥ ഇവിടത്തെ മനുഷ്യരേല്പിച്ച ക്ഷതം മാറാൻ പ്രയാസമാണ്. മറ്റൊരു

രാജ്യത്തും ഇന്ത്യയിലേതു പോലുള്ള ചാതുർവർണ്യമില്ല." കേരളത്തിലാകട്ടെ അതിന്റെ ഇരട്ടിപ്പുകളും ഉൾപ്പിരിവുകളും തെല്ലല്ല. ശ്വാസോച്ഛ്വാസത്തിൽ പോലും ജാതിയുണ്ടെന്ന നിലയാണിവിടെ. നമ്മുടെ സാമൂഹ്യജീവിതം ഒന്നല്ല പലതാണ്. വിശാലമായ വൃത്തത്തിനകത്ത് അനവധി വൃത്തങ്ങളുണ്ട്. എത്ര ജാതിയുണ്ട് അത്ര സമുദായങ്ങളുണ്ട്. ഇതെല്ലാം ഒരേയൊരു മതത്തിന്റെ അന്തരീക്ഷത്താൽ വലയം ചെയ്തിരിക്കുകയാണെന്ന മാത്രം." ഒരു സാമൂഹ്യ ശാസ്ത്രജ്ഞന്റെ ഉൾക്കാഴ്ചയോടെയാണ് ഗോവിന്ദൻ ഇന്ത്യയിലെയും വിശേഷാൽ, കേരളത്തിലെയും ശ്രേണീ ബദ്ധമായ ജാതിവ്യവസ്ഥയുടെ ക്രൂരതയെ അഭിസംബോധന ചെയ്യുന്നത്. 2018 ൽ പോലും കേരളവും ഇന്ത്യയും ജാതിപ്പിശാചിന്റെ പേരിൽ നഗ്നമായ ഹിംസകൾ തെരുവിലും പൊതുവിടങ്ങളിലും സാധാരണ ഇന്ത്യക്കാരന്റെ മനസ്സിലും അരങ്ങേറുന്നത്. നാം അനുഭവിച്ചുകൊണ്ടിരിക്കുകയാണ്. ശബരിമല സ്ത്രീ പ്രവേശനത്തിലും 'നവോത്ഥാന മതിലെ'ന്ന ഇടതുപക്ഷത്തിന്റെ ചരിത്രപരമായ കോമാളിത്തരത്തിലും യാഥാസ്ഥിതിക പക്ഷത്തിന്റെ വൈതാളികരായ ഭാരതീയജനതാപാർട്ടി- രാഷ്ട്രീയസ്വയം സേവകരുടെ മസിൽപവറിലും കോൺഗ്രസ്സുകാരുടെ അപഹാസ്യങ്ങളിലും കേരളീയ സമൂഹം ജാതിയുടെ വൃത്തത്തിനുള്ളിൽ സങ്കുചിതമാക്കപ്പെട്ടിരിക്കുകയാണെന്ന ഉറപ്പിക്കുന്നു.

ഉത്തരേന്ത്യയിലും കർണാടകത്തിലും തമിഴ്നാട്ടിലും മദ്ധ്യേന്ത്യയിലുമെല്ലാം ദളിതുകൾ ദിനം പ്രതി ആക്രമിക്കപ്പെടുന്നു. അംബേദ്കറുടെ നേതൃത്വത്തിലുണ്ടാക്കിയ ശക്തമായ ഇന്ത്യൻ ഭരണഘടനയ്ക്കു പോലും ജാതിയെ നിലയ്ക്ക് നിർത്താനായിട്ടില്ല. ജാതിയെ വോട്ടിനായി ഉപയോഗിക്കാത്ത ഒരു രാഷ്ട്രീയ പാർട്ടിയും ഇന്നില്ല. "ഇന്ത്യയിൽ നിലനിന്ന വർണ്ണാശ്രമമാണ് നാസിസത്തിനു പോലും താത്ത്വിക പശ്ചാത്തലം നൽകിയതെന്ന അഭിപ്രായക്കാരുമുണ്ട്. ആര്യസംജ്ഞയും സ്വസ്തികയും മാത്രമല്ല, ജനനത്തെ അടിസ്ഥാനപ്പെടുത്തി ജനങ്ങൾ ഉയർന്നവരും താഴ്ന്നമാണെന്ന സങ്കല്പവും സ്വീകരിച്ചത് ഇന്ത്യയിൽ നിന്നാണത്രെ."

നാസിസത്തിന്റെ ജനനത്തിലൂന്നിയുള്ള സങ്കല്പമാണ് ആർ.എസ്.എസ്സിന്റെ സവാർക്കറും ഗോൾവാൾക്കറുമെല്ലാം സ്വീകരിച്ചത്. അങ്ങിനെയാണ് 'പിതൃഭൂമി'യും 'പുണ്യഭൂമി'യും രൂപപ്പെടുന്നത്. മുസ്ലീമിന്റെയും ക്രിസ്ത്യാനിയുടെയും 'പുണ്യഭൂമി' മെക്കയിലും വത്തിക്കാനിലുമായതിനാൽ അവർ രണ്ടാംതരം പൗരന്മാരാണെന്നും ഹിന്ദുവിന് കീഴ്പ്പെട്ട് ജീവിക്കണമെന്നുമാണ് ആർ.എസ്.എസ്. ഭംഗ്യന്തരേണ പറയുന്നത്. മുസ്ലീമിന്റെ എല്ലാ അടയാളങ്ങളും <u>തുത്തു</u>കളയാനാണവർ ഗ്യാൻ വ്യാപി മുസ്ലിംപള്ളിയെ നോട്ടമിടുന്നത്.

ഗോവിന്ദന്റെ ക്രാന്തദർശിത്വം വെളിവാക്കുന്ന ഒരു വാചകം

"മഹാത്മാ ഗാന്ധി" ജീവചരിത്രക്കുറിപ്പിലുണ്ട്. "മഹാത്മാഗാന്ധി" വലിയൊരു പഞ്ഞിക്കച്ചവടക്കാരനും നെയ്ത്തുകാരനും മറ്റും ആണെന്നായിരിക്കും വരും തലമുറയിലൂടെ ഗാന്ധി അവതരിപ്പിക്കപ്പെടുകയെന്ന് ഗോവിന്ദൻ കണ്ടുവെയ്ക്കുന്നുണ്ട്. ഈ വാചകത്തെ അതിവർത്തിച്ചാണ് (എം.ഗോവിന്ദൻ : ഉപന്യാസങ്ങൾ) ഞാൻ കലാകൗമുദിയിൽ (1998 ബലിദാൻ ഡി.സി. ബുക്സ് 2007) കഥയെഴുതിയത്. ആർ.എസ്.എസ്സ് പ്രധാനമന്ത്രിയാവുന്നതും പഴയൊരു വൃദ്ധഗാന്ധിയൻ തലച്ചോറിന്റെ പ്രകമ്പനങ്ങളിലൂടെ സാക്ഷാൽ ഗാന്ധിയെ സ്പർശിക്കുന്നതും അതറിഞ്ഞ സത്യാന്വേഷണ മന്ത്രാലയത്തിലെ ഉദ്യോഗസ്ഥർ വൃദ്ധനെ മനോരോഗാസ്പത്രിയിലാക്കുന്നതുമാണ് കഥ.

ഗോവിന്ദന്റെ 'സ്രഷ്ടാവും സൃഷ്ടിയും' എന്ന ലേഖനത്തിൽ 'മഹാത്മാഗാന്ധി-ഒരു ശ്രദ്ധനുണ്ട' (എം.ഗോവിന്ദൻ: പുറം 42)യിൽ : 'കുറച്ചു കൊല്ലങ്ങൾക്കു ശേഷം ഗോഡ്സെയുടെ കക്ഷിക്കാർ അധികാരം പിടിച്ചെടുത്തെന്ന് വെയ്ക്കുക. ഗോഡ്സെ ഗാന്ധിയെ ഭൗതികമായിട്ടേ നശിപ്പിച്ചിട്ടുള്ളൂ. ഗാന്ധി ചരിത്രത്തിൽ ജീവിക്കുന്നു. അദ്ദേഹത്തിന്റെ ആത്മകഥയിലും ഇതര ഗ്രന്ഥങ്ങളിലും മനുഷ്യഹൃദയങ്ങളിലും മായാതെ, മങ്ങാതെ. ഈ മഹാത്മാവിനെ എങ്ങനെയാണ് ഗോഡ്സെ കക്ഷി കൊല്ലുക? വർത്തമാനകാലത്തെ നിയന്ത്രിക്കലിലൂടെ ഭൂതകാലത്തെയും നിയന്ത്രിച്ചുകൊണ്ട്."

ജനാധിപത്യം

"ജനാധിപത്യത്തിന്റെ മൗലിക ഘടകം വ്യക്തിയാണ്, വ്യക്തിയായ മനുഷ്യൻ. അവന്റെ നന്മതിന്മകളെ ആശ്രയിച്ചിരിക്കും അവസാന വിശകലനത്തിൽ ജനാധിപത്യത്തിന്റെ ജയാപജയങ്ങൾ. വ്യക്തികൾ സാധാരണ പൗരന്മാരാകാം, ബുദ്ധിജീവികളാകാം സാഹിത്യകാരന്മാരോ ആകാം, രാഷ്ട്രീയ പ്രവർത്തകനാകാം, സാമൂഹ്യസേവകനാകാം, നേതാവാകാം. പക്ഷേ, ഈ പ്രവർത്തനങ്ങളെയും പദവികളെയുമെല്ലാം സംയോജിപ്പിക്കുന്ന ഒന്നുണ്ട് മനുഷ്യാവസ്ഥ. അതിന്റെ അസ്തിവാരത്തിലേ മനുഷ്യചിന്തയുണ്ടാകുള്ളൂ." ഒറ്റവാക്കിൽ സാമൂഹ്യശാസ്ത്രത്തിനല്ല പ്രസക്തി. ജീവശാസ്ത്രത്തിനാണ്. അതിന്റെ അഗാധതലത്തിലേക്കിറങ്ങി വേര് കണ്ടെത്തുക.

പരിണാമത്തിനാധാരമായ മൂലകന്ദമാണ് മനുഷ്യൻ. അതാണ് സജീവ സങ്കല്പം. മനുഷ്യന്റെ 'ഇമേജ്.' ജനാധിപത്യത്തിന്റെ ഇമേജും അതുതന്നെയാണ്. "മനുഷ്യനു ബാഹ്യപരിതസ്ഥിതികളല്ല ഉള്ളൂ. ആന്തരിക ജീവിതവുമുണ്ട്."

ഗോവിന്ദൻ അഞ്ചരപതിറ്റാണ്ടു മുമ്പ് നിരീക്ഷിച്ച അടിസ്ഥാന ദർശനം ജനാധിപത്യത്തിന്റെ അതിജീവനം അന്വേഷിക്കേണ്ടത് ജീവശാസ്ത്രത്തിലാണെന്നത് എന്നെ അതിശയിപ്പിക്കുന്നുണ്ട്. കാരണം, യുവൻ നോഹ് ഹരാരിയുടെ "Sapiens- A Brief History of Humankind" (2011) മനുഷ്യപരിണാമത്തിലെത്തിച്ച ഘടകങ്ങളെ സൂക്ഷ്മമായി വിശകലനം ചെയ്ത് എത്തിച്ചേരുന്നത് ഗോവിന്ദന്റെ ജീവശാസ്ത്ര നിരീക്ഷണത്തിലാണ്. കാലങ്ങളിലൂടെ ജീവശാസ്ത്രത്തിന്റെ പടവുകളിലൂടെ പരിണമിച്ചെത്തിയതാണ് മനുഷ്യൻ എന്ന ജീവി. ഹരാരി ഇങ്ങിനെയാണ് തന്റെ പുസ്തകം ഉപസംഹരിക്കുന്നത്. ചരിത്രത്തിന്റെ അടുത്ത ഘട്ടത്തിൽ സാങ്കേതികവും സംഘടനാപരവുമായ മാറ്റത്തിൽ മാത്രമല്ല ഒതുങ്ങി നിൽക്കുക. മനുഷ്യന്റെ അന്തർബോധത്തിലും (പ്രജ്ഞ) (Consciousness) വ്യക്തിത്വത്തിലും (Identity) അടിസ്ഥാനപരമായ മാറ്റമുണ്ടാകും. ഈ അടിസ്ഥാന മാറ്റം 'മനുഷ്യനെ'ത്തന്നെ ചോദ്യം ചെയ്യും. എത്രകാലം കൂടി ഈ 'മനുഷ്യൻ' നിലനിൽക്കും?

മനുഷ്യചരിത്രത്തിന്റെ തിരശ്ശീല വീണെന്നിരിക്കട്ടെ. മനുഷ്യജാതിയിലെ അവസാനത്തെ തലമുറകളിലെ ഒരംഗമെന്ന നിലയ്ക്ക് ഒരവസാന ചോദ്യം നാം ഉന്നയിക്കേണ്ടതുണ്ട്? എന്തായിത്തീരാനാണ് നാം ആഗ്രഹിക്കുന്നത്? ഈ ചോദ്യം ചിലപ്പോൾ Human Enhancement ചോദ്യമായി അറിയപ്പെടുന്നുണ്ട്. എന്നാലീ ചോദ്യം രാഷ്ട്രീയക്കാരും ചിന്തകരും പണ്ഡിതന്മാരും സാധാരണക്കാരും നടത്തിക്കൊണ്ടിരിക്കുന്ന ചർച്ചകളെ ചെറുതാക്കുന്നു. ഹോമോ സാപ്പിയൻസിനൊപ്പം ഇന്നുള്ള മതങ്ങൾ, ദർശനങ്ങൾ, രാഷ്ട്രങ്ങൾ, വർഗ്ഗങ്ങൾ എന്നിവയെപ്പറ്റി ഇന്നു നാം നടത്തിക്കൊണ്ടിരിക്കുന്ന ചർച്ചകളും അപ്രത്യക്ഷമാകും. നമ്മുടെ പിന്തുടർച്ചക്കാർ പ്രജ്ഞയുടെ വളരെ വ്യത്യസ്തമായ ഒരു തലത്തിലാണ് പ്രവർത്തിക്കുന്നതെങ്കിൽ അവർക്ക് ക്രിസ്ത്യാനിറ്റിയോ ഇസ്ലാമോ താല്പര്യമുള്ളതായിരിക്കില്ല. സാമൂഹ്യഘടന കമ്യൂണിസ്റ്റാണെന്നതോ മുതലാളിത്തമെന്നതോ ആണോ പെണ്ണോയെന്നതോ.

"നമ്മൾ എന്തായിരിക്കാനാണഗ്രഹിക്കുന്നത്" എന്നതല്ല "നമ്മൾ എന്താഗ്രഹിക്കാനാണ് ആഗ്രഹിക്കുന്നത്?" ഇതാണ് യഥാർത്ഥ ചോദ്യമെന്ന് ഹരാരി അടിവരയിടുന്നു. ഗോവിന്ദനിലും ഇതേകാലം അവ്യക്തമായി തുടിക്കുന്നുണ്ട്. പിന്നെയെന്തുകൊണ്ട്, "മനുഷ്യനാണ് എല്ലാറ്റിന്റെയും മാനദണ്ഡം; മനുഷ്യനായിത്തീരുകയാണ് ഏറ്റവും വലിയ വിപ്ലവം." എന്നെഴുതി തന്റെ ചിന്തയെ മനുഷ്യകേന്ദ്രീകൃതമാക്കി ഗോവിന്ദൻ ലഘൂകരിച്ചുവെന്ന് ഞാൻ ചോദിച്ചിട്ടുണ്ട്. ഇന്ന് മനുഷ്യകേന്ദ്രീകൃതമായ (Anthro Pocentric) ചർച്ചയ്ക്ക് പ്രസക്തിയില്ല. ക്രാന്തദർശിയായ ഗോവിന്ദനിൽ മനുഷ്യനായിത്തീരുകയാണ് ഏറ്റവും വലിയ വിപ്ലവമെന്നത് എങ്ങനെ വന്നുചേർന്നു. മനുഷ്യനെത്തന്നെ transcend (അധഃകരിക്കുന്ന) ഒരു പ്രജ്ഞാവിപ്ലവമാണ് മനുഷ്യനിൽ ഇന്ന് സംഭവിക്കേണ്ടത്. ~

ഒരുപക്ഷേ എം.എൻ.റോയിയിൽ തന്റെ ഒരംശമുണ്ടെന്ന്

പറയാനിഷ്ടപ്പെടുന്ന (പുറം : 812: എം.ഗോവിന്ദന്റെ ഉപന്യാസങ്ങൾ: 1986) ഗോവിന്ദനിലാണ് ഈ പരിമിതിയെന്ന് എനിക്ക് തോന്നുന്നു. ഗോവിന്ദൻ എഴുതുന്നു: "മനുഷ്യരാശിയുടെ മുഴുവനും സ്വാതന്ത്ര്യമാണ് ഹ്യൂമനിസത്തിന്റെ കാതൽ, ധാർമ്മികവും ജനാധിപത്യപരവുമായ ഒരു പുതിയ വിലയിരുത്തലാണ് റോയിയുടെ ഹ്യൂമനിസ്റ്റ് മാനിഫെസ്റ്റോ." (പുറം: 807) ഇന്നാണെങ്കിൽ ഗോവിന്ദൻ ഇതിനെ മാറ്റിയെഴുതുമായിരുന്നില്ലേ? ജീവരാശിയുടെ മുഴുവനും സ്വാതന്ത്ര്യമാണ് കാതൽ എന്ന്. അങ്ങിനെയൊരു ഗോവിന്ദൻ തീർച്ചയായും ഹെർമൻ ഹെസ്സെയുടെ ഗോവിന്ദനെപ്പോലെയല്ല, ഗോവിന്ദനിലെ റോയിസ്റ്റിനെപ്പോലെയല്ല, സംസാരിക്കുക; ഒഴുകുന്ന പുഴയിൽ തോണി തുഴയുന്ന വാസുദേവന്റെ നിശബ്ദതയിലുമല്ല. ഗോവിന്ദന്റെ ചങ്ങാതി സിദ്ധാർത്ഥനായിട്ടാണ് സംസാരിക്കുക: ഗോവിന്ദൻ ബുദ്ധനിൽ അഭയം തേടിയപ്പോൾ സിദ്ധാർത്ഥൻ ബുദ്ധനിൽ നിന്നും മോചനം നേടി തന്റെ യാത്ര തുടർന്നു: 'ഒരാൾ അന്വേഷിച്ചുകൊണ്ടിരിക്കുമ്പോൾ, താനന്വേഷിച്ചുകൊണ്ടിരിക്കുന്നത് മാത്രം അയാൾ വളരെ എളുപ്പത്തിൽ കാണുന്നു. മറ്റൊന്നും ആവാഹിക്കാൻ കഴിയാതെ. കാരണം, അയാൾ താനന്വേഷിക്കുന്നതിനെപ്പറ്റി മാത്രം ചിന്തിച്ചുകൊണ്ടാണിരിക്കുന്നത്. എന്തുകൊണ്ടെന്നാൽ, അയാൾക്കൊരു ലക്ഷ്യമുണ്ട്; കാരണം, അയാൾക്കാലക്ഷ്യം ഒഴിയാബാധയാണ്. അന്വേഷിക്കുകയെന്നതിന്നർത്ഥം. ഒരു ലക്ഷ്യമുണ്ടാകുകയെന്നതാണ്; എന്നാൽ കണ്ടെത്തുകയെന്നതിനർത്ഥം. സ്വതന്ത്രമായിരിക്കുക, സ്വീകാര്യക്ഷമമായിരിക്കുക എന്നതാണ്; ലക്ഷ്യമില്ലാതിരിക്കുന്നത്..." (പുറം: 112: സിദ്ധാർത്ഥ: ഹെർമൻ ഹെസ്സെ: 2006)

ഗോവിന്ദനിലെ ഗോവിന്ദനെയല്ല ഞാനിഷ്ടപ്പെടുന്നത്. ഗോവിന്ദനിലെ സിദ്ധാർത്ഥനെയാണ്. നമ്മുടെ സത്യാനന്തര കാലവും.

(27/12/18)

ബുദ്ധപാതയും ഒഴുകുന്ന വെള്ള മേഘങ്ങളും

മൊഴിമാറ്റിയ 'പഴയപാത വെളുത്ത മേഘങ്ങൾ - ഗൗതമ ബുദ്ധന്റെ ജീവിത കഥ' എന്ന മഹത് ഗ്രന്ഥത്തിന്റെ അഞ്ഞൂറ്റി അറുപത്തിനാല് പുറങ്ങളുടെ പ്രൂഫ് വായിച്ച് തീർത്ത ത്ഇന്നലെ (13/7/19) രാവിലെ എട്ടരയ്ക്കാണ്. പതിവുപോലെ ഇന്ന് പുലർച്ചെ നടക്കാനിറങ്ങി. മഴ പൊടിഞ്ഞ് വീഴുന്നുണ്ട്. നടത്തം മതിയാക്കി തിരിച്ചുപോയാലോയെന്ന് തോന്നി. പക്ഷേ, കാലുകൾ മുന്നോട്ട് നീങ്ങി. റോഡ് കോൾ പാടത്തേക്കിറങ്ങി. പാടത്തിന്റെ നടുക്കെത്തി. വിജനം. ആകാശച്ചെരുവുകളിൽ കറുത്തിരുണ്ട മേഘങ്ങൾ. ദുഃഖം ഇറ്റിറ്റുവീഴുന്നതുപോലെ മഴയുണ്ട്. കഴിഞ്ഞ പുലർച്ചകളിലൊന്നിലും ഭൂമി ഇത്ര ഇരുണ്ടതായി കണ്ടിട്ടില്ല. പെട്ടെന്ന് കറുത്ത മേഘങ്ങൾക്ക് താഴെയായി വെളുത്ത മേഘങ്ങൾ സാവകാശം ഒഴുകുന്നത് കണ്ടു. പ്രകാശം ചൊരിയുന്ന ബുദ്ധന്മാരായി. പഴയ പാതയിൽ ബുദ്ധൻ നടന്ന് ധ്യാനം ചെയ്യുന്നു....

ആ നേരനുഭവമാണ് സത്യമെന്നറിയിച്ച് പച്ചച്ച പുൽനാമ്പുകൾ ഇളകുന്നു. അവ ആനന്ദത്താൽ മന്ദം മന്ദം നൃത്തം വെയ്ക്കുകയാണ്. മനുഷ്യനെറിഞ്ഞ വയറുപൊട്ടിയ പ്ലാസ്റ്റിക് മാലിന്യങ്ങളെ കൂസാതെ വയൽ ജലത്തിൽ ഒരു ചെറിയ ആമ്പൽ മൊട്ട് എന്നെ നോക്കി പുഞ്ചിരിക്കുന്നു. തലയ്ക്ക് മുകളിലെ വൈദ്യുതി കമ്പിയിൽ ഒരു ചെറുപക്ഷി ചെറുവാലിളക്കി സന്തോഷമറിയിക്കുന്നു. വെള്ളം മൂടാത്ത വയൽ വരമ്പുകളിൽ കൊക്കുകൾ ധ്യാനിക്കുന്നു. അല്പം ദൂരെ നിന്ന് ഒരു മയിൽ കൂജനം ചെയ്യുന്നു. തവളകൾ ആനന്ദത്താൽ പാടുന്നു. ചീവീടുകൾ ശ്രുതി മുറുക്കുന്നു.

ഭൂമിയിൽ ദുഃഖവും ദുരിതവും വേദനയും മാത്രമല്ല ആനന്ദത്തിന്റെ വിസ്മയങ്ങളുമുണ്ട്. ദുഃഖവും ദുരിതവും എന്തുകൊണ്ടെന്നറിയാനായാൽ നമ്മുടെ കണ്ണുകൾ അത്ഭുതങ്ങളാകും. കാതുകൾ സംഗീതമാകും.

ഹൃദയം കാരുണ്യമാകും. ഈ അനുഭവത്തിലേയ്ക്ക് നമ്മെ കൊണ്ടുപോകുന്നതാണ് തിച്ച് നാത് ഹാന്റെ 'പഴയപാത വെളുത്ത മേഘങ്ങൾ'. 'ഈ' നിമിഷത്തിന്റെ ഏകാഗ്രതയിൽ ജാഗ്രത പുലർത്താനായാൽ നമുക്കിതനുഭവിക്കാം. ഒരു മതഗ്രന്ഥത്തിന്റെയും ദൈവത്തിന്റെയും ആവശ്യമില്ല. ഒരു പച്ചിലയിൽ, ഒഴുകുന്ന വെളുത്ത മേഘത്തിൽ, ഒരു സൂര്യരശ്മിയിൽ, ഒരു പൂവിൽ, ഒരു ജലത്തുള്ളിയിൽ, ഒരു മൺതരിയിൽ അതുണ്ട്. അതുള്ളതുകൊണ്ടാണ് ഈ നാമുള്ളത്.... എല്ലാം പരസ്പരാശ്രിതമാണ്. ഇതത്രെ സഹോദയം. ഭൂമിയിലെ ചേതനവും അചേതനവുമായ സകലതിന്റെയും ഉള്ളുണർവ്.

പന്ത്രണ്ടുവയസ്സുകാരനും ഇരുപത്തിയൊന്നുകാരിയും എൺപതുകാരിയും ജാഗ്രതയിൽ 'പഴയ പാത വെളുത്ത മേഘങ്ങൾ' വായിച്ചാൽ നവ്യമായ ഒരനുഭവത്തിലെത്താം. അത്ര ലളിതമാണ് തിച്ച് നാത്ഹാന്റെ ബുദ്ധകഥ. ഗൗതമ ബുദ്ധന്റെ ജീവിതസന്ദർഭങ്ങളിലൂടെ 'ബോധോദയം' ഓരോ വായനക്കാരിയിലും ഉണരുകയാണ്. ഒരു പൂവിടരുന്നതുപോലെ. അക്ഷരങ്ങളിലൂടെ ബോധോദയത്തിന്റെ വിത്തുകൾ നമ്മിൽ വിതയ്ക്കുന്ന മഹാനായ കലാകാരൻ കൂടിയാണ് തിച്ച്നാത്ഹാൻ.

നിയമപാലകരും നിയമനിർമ്മാതാക്കളും അധികാരികളും പ്രണയികളും എഴുത്തുകാരും, കവികളും, സംഗീതജ്ഞരും, ഗായകരും, ശില്പികളും മാതാപിതാക്കളും മക്കളും സഹോദരങ്ങളും മന:ശാസ്ത്രജ്ഞരും, സാന്ത്വന പ്രവർത്തകരും, ഭിഷഗ്വരന്മാരും, സാമ്പത്തിക ശാസ്ത്രജ്ഞരും ലൈംഗികത്തൊഴിലാളിയും കൊലപാതകിയും കൊള്ളക്കാരനും ഈ മഹത്ഗ്രന്ഥത്തിലൂടെ കടന്നുപോകുമ്പോൾ തങ്ങളെത്തന്നെ കണ്ടുമുട്ടുന്നു. തങ്ങളുടെ യുദ്ധങ്ങൾ, വൈരങ്ങൾ, ഭേദങ്ങൾ, ദു:ഖങ്ങൾ, ആർത്തികൾ, അസൂയകൾ, കോപങ്ങൾ.... എന്നിവയ്ക്ക് നേർക്കുനേർ നില്ക്കുന്നു. അവ എന്തെന്നറിയുന്നു. ഒപ്പം തന്നെ ഭൂമിയിലെ സന്തോഷങ്ങൾ, സൗഹൃദങ്ങൾ സ്നേഹങ്ങൾ, ശാന്തി,സ്വാസ്ഥ്യം, കരുണ ഈ ഗ്രന്ഥം വായിച്ചുകഴിയുന്നതോടെ നാമറിയുന്നു, സിദ്ധാന്തവും ദർശനവും ധർമ്മവും നേരനുഭവത്തോളം വരില്ല. മറുകരയിലെത്തിയാൽ ആരെങ്കിലും പുഴ മുറിച്ച് കടക്കാനുപയോഗിച്ച തോണി തലയിലേറ്റി നടക്കുമോ? ചന്ദ്രനെ ചൂണ്ടിക്കാട്ടുവാൻ ഉപയോഗിച്ച വിരൽ ചന്ദ്രനാണെന്ന് പറഞ്ഞുനടക്കുമോ? നേരനുഭവത്തിലൂടെ സത്യമറിയുന്നവന് ബുദ്ധധർമ്മങ്ങൾ വേണ്ട. ബുദ്ധനെപ്പോലും കത്തുന്ന തീയിലേയ്ക്ക് വലിച്ചെറിയാം.

കരുണയുടെ കണ്ണുകളുള്ള ഒരു മഹാമന:ശാസ്ത്രജ്ഞനായി ബുദ്ധൻ ഈ ഗ്രന്ഥത്തിലുടനീളം സന്നിഹിതനാണ്. നമ്മുടെ മനസ്സിന്റെ നാമിന്നുവരെ കാണാത്ത ഓരോ മൂലയിലേയ്ക്കും വെളിച്ചം തെളിയിച്ച് 'ഏകാഗ്രത'യിലൂടെ ആർക്കും ബുദ്ധത്തത്തിലെത്താമെന്ന് നമ്മോട് മൗനഭാഷയിൽ പറയുന്നു, ഈ ഗ്രന്ഥം. 1992 ലാണ്

തിച്ച്നാത്ഹാന്റെ 'പഴയപാത വെളുത്ത മേഘങ്ങൾ' ഇംഗ്ളീഷിൽ ഇറങ്ങുന്നത്. ഗ്രന്ഥത്തിന്റെ അനുബന്ധ കുറിപ്പിൽ തിച്ച്നാത്ഹാൻ എഴുതുന്നുണ്ട്. അദ്ദേഹം ഈ ഗ്രന്ഥത്തിലുപയോഗപ്പെടുത്തിയിട്ടുള്ളത് മഹായാനപാഠങ്ങളല്ല (Texts) മഹായാനവുമായി ബന്ധപ്പെട്ട സിദ്ധാന്തങ്ങളെല്ലാം നേരത്തെയുള്ള പാലി നികായങ്ങളിലും (Nikayas) ചൈനീസ് അഗാമസുകളിലും (Agamas) ഉണ്ട്. ഇത്തരം സൂക്തങ്ങൾ ആഴത്തിൽ (Sutras) പഠിച്ചുകൊണ്ടാണ് അദ്ദേഹം ഈ പുസ്തക രചന നടത്തിയിട്ടുള്ളത്. കാരണം അവയാണ് ബുദ്ധന്റെ ബോധനങ്ങളുമായി ഏറ്റവും അടുത്ത് നിൽക്കുന്നത് (നികായം, അഗാമസ് എന്നിവയ്ക്ക് സൂക്തം- സുത്തം - എന്ന് ഏകദേശം അർത്ഥം പറയാം)

ആയിരത്തിതൊള്ളായിരത്തി തൊണ്ണൂറ്റിയെട്ട് ജനുവരി മാസത്തിലാണ് 'പഴയ പാതയിലൂടെ' വെളുത്ത മേഘങ്ങൾ എന്നിലെത്തുന്നത്. വളരെ ആകസ്മികമായി. എൺപതുകളുടെ അവസാനത്തിൽ തിച്ച്നാത്ഹാനെ ഞാൻ നേരിട്ട് കാണുന്നുണ്ട്. താംബരത്തെ മദ്രാസ് ക്രിസ്ത്യൻ കോളേജിൽ വെച്ച് നടന്ന ഒരാഴ്ച നീണ്ട ഗാന്ധിയൻ സെമിനാറിൽ. അദ്ദേഹത്തിന്റെ പുഞ്ചിരിയുടെ പ്രകാശമായിരിക്കാം, ഏതാണ്ട് പത്ത് വർഷങ്ങൾക്ക് ശേഷം ഈ പുസ്തകത്തിലെത്താൻ കാരണമായത്. സെമിനാർ ദിവസങ്ങളിൽ ഞാനദ്ദേഹത്തെ സെമിനാർ ഹാളിലും ഭക്ഷണശാലയിലും ഇടനാഴിയിലും പൂന്തോട്ടത്തിലും കണ്ടു. അന്തർമുഖത്തത്തിന്റെ അജ്ഞതയിൽ ഞാനദ്ദേഹത്തിൽ നിന്ന് ഒഴിഞ്ഞുമാറി. അന്നത്തെ എന്റെ അജ്ഞതയിൽ ഞാൻ പലപ്പോഴും ഉള്ളുരുകിയിട്ടുണ്ട്. ആ ബുദ്ധതേജസ്സിനുമുമ്പിൽ ശരീരുവും മനസ്സും സമർപ്പിച്ച് പ്രണമിക്കേണ്ടതായിരുന്നു. എന്നാൽ, 1983ലെ വസന്തത്തിൽ അദ്ദേഹം റോച്ച്സ്റ്റർ സെൻ ധർമ്മശാലയിൽ ചെയ്ത പ്രഭാഷണത്തിന്റെ ഒരു കോപ്പി കിട്ടിയത് എന്നോടൊപ്പം കൊണ്ടുവന്നു. 'അഹിംസ - സചേതനമായ ഉള്ളുണർവ്വ്' എന്ന് മൊഴിമാറ്റി 1992 ഏപ്രിൽ ലക്കം 'പൂർണോദയ സാംസ്കാരിക' ത്രൈമാസികത്തിൽ പ്രസിദ്ധീകരിച്ചു. ഈയടുത്ത ദിവസങ്ങളിലാണ് വീണ്ടും അത് വായിച്ചത്.അതിന്റെ കുറച്ച് പാരഗ്രാഫുകൾ ഇവിടെ പകർത്തിയെഴുതട്ടെ:

നിങ്ങൾക്കുവേണ്ടി ഒരു കവിത: 'എന്നെ എന്റെ ശരിയായ പേരുകൾ കൊണ്ട് വിളിക്കുക'. ഈ കവിത ഞങ്ങൾ മൂന്നുപേരെക്കുറിച്ചാണ്. ബോട്ടിൽ തായ്ലണ്ട് കടലിടുക്ക് കടക്കുന്ന അഭയാർത്ഥിയായ ഒരു പന്ത്രണ്ടുകാരി. ഒരു കടൽ കൊള്ളക്കാരനാൽ ക്രൂരമായി അപമാനിക്കപ്പെട്ടു. അവൾ കടലിൽ ചാടി.. മറ്റേ ആൾ, തായ്ലണ്ടിലെ ഒരു പ്രാകൃത ഗ്രാമത്തിൽ പിറന്ന കടൽകൊള്ളക്കാരൻ. മൂന്നാമൻ ഞാൻ. എനിക്കാണെങ്കിൽ ഒട്ടേറെ പ്രശ്നങ്ങളുണ്ടായിരുന്നു. കാരണം ഞാൻ കോപാന്ധനായിരുന്നു. പക്ഷേ, എനിക്ക് കടൽ കൊള്ളക്കാരനെതിരെ പക്ഷം പിടിക്കാൻ കഴിഞ്ഞില്ല.

അങ്ങിനെയായിരുന്നെങ്കിൽ കാര്യങ്ങൾ എളുപ്പമായിരുന്നേനെ, പക്ഷേ, എനിക്കതായില്ല. കാരണം, അയാളുടെ ഗ്രാമത്തിലാണ് ജനിച്ചിരുന്നതെങ്കിൽ, അതെ സാമൂഹ്യ സാമ്പത്തികാന്തരീക്ഷത്തിലാണ് വളർന്നിരുന്നതെങ്കിൽ, ഞാനും ആ കടൽ കൊള്ളക്കാരനായിരുന്നേനേ. അതുകൊണ്ട് പക്ഷം പിടിക്കുക എളുപ്പമായിരുന്നില്ല. ആ നീറ്റലിൽ നിന്ന് ഞാനൊരു കവിതയെഴുതി: 'എന്നെ എന്റെ ശരിയായ പേർ വിളിക്കുക'.

കാരണം എനിക്ക് അനേകം പേരുകളുണ്ട്. നിങ്ങൾ എന്നെ എന്റെ പേരുകൾ വിളിക്കുമ്പോൾ ഞാൻ വിളി കേൾക്കണം.

ഞാൻ നാളെ വേർപിരിയുമെന്ന് പറയരുത്. എന്തുകൊണ്ടെന്നാൽ ഞാനിന്നും എത്തിക്കൊണ്ടിരിക്കുന്നു. എന്നെ നോക്കൂ: ഞാനോരോ നിമിഷത്തിലും എത്തുന്നു; വസന്തശാഖിയിൽ ഒരു മൊട്ടായിരിക്കുവാൻ, ഇപ്പോൾ തളിർച്ചിറകുകളുള്ള, തന്റെ ഏറ്റവും നല്ലപുതുപ്പാട്ട് പാടാൻ പഠിക്കുന്ന, ഒരു ചെറിയ പക്ഷിയായിരിക്കുവാൻ.

പൂവിൻ ഹൃത്തിലെ ശലഭപോതമായിരിക്കുവാൻ
കല്ലിനുള്ളിൽ ഒളിഞ്ഞിരിക്കുന്ന രത്നമായിരിക്കുവാൻ,
ഞാനിപ്പോഴുമെത്തുന്നു; ചിരിക്കാനും, കരയാനുമായി,
പേടിക്കാനും, ആശിക്കാനുമായി,; എന്റെ ഹൃദയ താളം
ജീവിച്ചിരിക്കുന്നതിന്റെയെല്ലാം ജനനവും മരണവുമാണ്
പുഴയുടെ ഉപരിതലത്തിൽ പരിണമിച്ചുകൊണ്ടിരിക്കുന്ന
ചിത്രശലഭം ഞാനാണ്, നിശബ്ദമായി ഇഴഞ്ഞുചെന്ന്
തവളയെപ്പിടിച്ചു തിന്നുന്ന പുൽപ്പാമ്പും ഞാനാണ്.

ഉഗാണ്ടയിലെ എല്ലും തോലുമായ കുട്ടി ഞാനാണ്, എന്റെ കാലുകൾ
ചുള്ളിക്കമ്പുകൾ പോലെ മെലിഞ്ഞതാണ്.
ഉഗാണ്ടയ്ക്ക് മാരകായുധങ്ങൾ വിൽക്കുന്ന ആയുധക്കച്ചവടക്കാരനും ഞാനാണ്.
അഭയാർത്ഥി വള്ളത്തിൽ വെച്ച് കടൽ കൊള്ളക്കാരനാൽ അപമാനിക്കപ്പെട്ട്
കടലിൽ ചാടിയ പന്ത്രണ്ടുവയസ്സുകാരി ഞാനാണ്.
ആ കടൽ കൊള്ളക്കാരനും ഞാനാണ്. എന്റെ ഹൃദയത്തിനിപ്പോഴും
കാണാനും സ്നേഹിക്കാനുമായിട്ടില്ല.
നിക്ഷിപ്തമായ അധികാരമേറ്റ പോളിറ്റ് ബ്യൂറോ അംഗമാണ് ഞാൻ.
ലേബർ ക്യാമ്പിൽ കിടന്ന് മെല്ലെ മരിച്ചുകൊണ്ടിരിക്കുന്ന, എന്റെ ജനതയ്ക്ക് രക്തത്തിന്റെ കടം വീട്ടുന്ന മനുഷ്യനും ഞാനാണ്. എന്റെ ആനന്ദം വസന്തംപോലെയാണ്; ജീവിതത്തിന്റെ എല്ലാ

വീഥികളിലും അത് പൂക്കളായി പുഷ്പിക്കുന്നു.

എന്റെ വേദന കണ്ണീർ പുഴയാണ്; അത് നാല് കടലുകളും നിറയ്ക്കുന്നു.

ദയവായി എന്റെ പേരുകൾ കൊണ്ട് എന്നെ വിളിക്കുക; എന്തെന്നാൽ

എന്റെ എല്ലാ കരച്ചിലുകളും ചിരികളും എനിയ്ക്കൊരേ സമയം കേൾക്കാം; എന്തെന്നാൽ എന്റെ തമാശയും വേദനയും ഒന്നാണെന്ന് എനിക്ക് തിരിച്ചറിയാനാവും.

ദയവായി എന്റെ പേരുകൾ കൊണ്ട് എന്നെ വിളിക്കുക; എന്തെന്നാൽ എനിക്കുണർന്നിരിക്കാം; എന്റെ ഹൃദയവാതിൽ - കരുണ കവാടം - തുറന്നിടാം.

ഈ കവിതയുടെ ഉള്ള് എന്റെ മനസ്സിൽ ഇപ്പോഴും ആഴത്തിൽ തങ്ങി നിൽപ്പുണ്ട്. നമ്മുടെ ശത്രു എവിടെയാണ്? .... നാമിപ്പോഴും വിചാരിക്കുന്നത് മറ്റവനാണ് ശത്രുവെന്നാണ്. അതുകൊണ്ടാണ് ശത്രുവിനെ നമുക്ക് യഥാർത്ഥത്തിൽ കാണാൻ കഴിയാത്തത്.... ശത്രുവില്ലെങ്കിൽ നമുക്കൊരുത്തർക്കും അതിജീവിക്കാനാവില്ല എന്ന നിലയിലെത്തിയിരിക്കുന്നു. ഭരണകൂടങ്ങൾക്കു പിറകിൽ ജനങ്ങളെ അണി നിരത്താൻ ഒരു ശത്രു വേണം.... നാം ഭയചകിതരായിരിക്കുവാൻ അവർ ആഗ്രഹിക്കുന്നു. എങ്കിലേ അവർക്ക് പിറകിൽ നാം അണി നിരക്കൂ. ഇനി അവർക്ക് ഒരു യഥാർത്ഥ ശത്രുവില്ലെന്ന് വരട്ടെ. നമ്മെ ഇളക്കാൻ അവർ ഒരു ശത്രുവിനെ കണ്ടുപിടി,ക്കും.

ഭരണകൂടമെന്ന ശത്രു. അധികാരമെന്ന ആസക്തി നമ്മിൽ തന്നെയുള്ളതുകൊണ്ടാണ് നാം അർഹിക്കുന്ന സർക്കാർ നമുക്ക് കിട്ടുന്നത്. അത് 'ഇതായതുകൊണ്ട് മറ്റേത് അതുപോലെ യാകുന്നു....' എന്നും പരസ്പരാശ്രിതമായ കാരണത്താലാണ്. നമ്മുടെ സർക്കാരിന് നമ്മുടെ നിത്യജീവിതവുമായി ബന്ധമില്ലേ? ഈ ചോദ്യത്തിന്മേൽ ഒന്ന് ധ്യാനിക്കുവാൻ തിച്ച്നാത്ഹാൻ ആവശ്യപ്പെടുന്നു.

ഒരു മധുരനാരങ്ങ ജാഗ്രതയിൽ തിന്നുന്നതെങ്ങിനെയെന്ന് ഗോതമ ബുദ്ധൻ 'പഴയ പാത വെളുത്ത മേഘങ്ങളിൽ' ബോധോദയത്തിനുശേഷമുള്ള മദ്ധ്യാഹ്നത്തിൽ തന്റെ ചങ്ങാതികളായ കുട്ടികളോട് പറയുന്നുണ്ട്. ഒരു മധുരനാരങ്ങ തിന്നുന്നതും ഒരു കപ്പ് ചായ കുടിക്കുന്നതും ഒരു പത്രം വായിക്കാനെടുക്കുന്നതും ശൗചം ചെയ്യുന്നതും ശാന്തിയുടെ വഴികളാണ്.

'അഹിംസയ്ക്ക് മറ്റൊരു പേരുണ്ട്; ഉള്ളുണർവ്വ്'. നമ്മൾ എന്താണ്, ആരാണ്, നാമെന്ത് ചെയ്യുന്നു - ഇവയെപ്പറ്റിയെല്ലാം ഉണർവുള്ളവരായിരിക്കണം. നിങ്ങളുടെ പ്രകൃതിയിലേയ്ക്ക് കണ്ണുറപ്പിച്ച് ഉള്ളുണരുന്നതാണ് ധ്യാനം. ആന്തരികവും ബാഹ്യവുമായ എല്ലാ പ്രകൃതികളുടെയും യാഥാർത്ഥ്യം നിങ്ങൾ കാണുന്നു.

'ബുദ്ധൻ' എന്ന വാക്കിന്റെ അർത്ഥം എന്താണെന്നോ? 'ബുദ്ധ്' എന്ന ക്രിയയിൽ നിന്നാണ് ബുദ്ധൻ ഉദിക്കുന്നത്. അതിന്നർത്ഥം ഉണർന്നിരിക്കുക. ഉണർന്നിരിക്കുന്ന ആരോ അവൾ / അവൻ ബുദ്ധൻ. നിത്യജീവിതത്തിന്റെ ഓരോ വിനാഴികയിലും നാം ഉണർന്നിരിക്കുന്നുണ്ടോ?

നാം സംസാരിക്കുന്നു. വാദിക്കുന്നു: ഈ ഭൂമിയിൽ അക്രമവും ഹിംസയുമാണ്. ആർത്തിയും, കോപവും, അസൂയയും കൊണ്ട് ഭൂമി നിറഞ്ഞിരിക്കുന്നു. ഭൂമി മലിനമായിരിക്കുന്നു. നാം മുങ്ങിത്താഴാൻ പോകുന്നു. ഭൂമി മുങ്ങിത്താഴ്ന്നു കൊണ്ടിരിക്കുന്നു. എന്താണ് നാം ചെയ്യേണ്ടതെന്ന് പറയാൻ, നമ്മിൽ വിശ്വാസം പകരാൻ ഒരാൾ നമുക്ക് വേണം. നാം ഒരു രക്ഷകനെ, ദൈവത്തെ, ഒരതീത ശക്തിയെ തേടിയലയുന്നു.

എന്നാൽ നിങ്ങൾ തേടുന്ന മനുഷ്യൻ ആരാണ്? 'ആ മനുഷ്യൻ നിങ്ങൾ തന്നെയാണ്. നിങ്ങൾ നിങ്ങളാണെങ്കിൽ, നിങ്ങളിൽ ശ്രേഷ്ഠമായത് നിങ്ങളാണെങ്കിൽ നിങ്ങളാണ് ആ മനുഷ്യൻ. ശാന്തനും ശമനും നിശ്ചയദാർഢ്യമുള്ളവനുമായ അത്തരമൊരു മനുഷ്യനേ നമ്മുടെ അവസ്ഥ മാറ്റാനാകൂ. നമ്മുടെ അപകടം ഒഴിവാക്കാനാകൂ. അതിനാൽ ദയവായി നിങ്ങളായിരിക്കുക, ആ മനുഷ്യനായിരിക്കുക'

ആയതിന്റെ വഴികൾ ലളിതമായും ആഴത്തിലും ഉന്നതിയിലും, പരസ്പരാശ്രിതമായ ധർമ്മങ്ങളിലൂടെ നമ്മിലുണർത്തുകയാണ് 'പഴയ പാത വെളുത്ത മേഘങ്ങൾ'. ഈ ഗ്രന്ഥം ശ്രദ്ധയോടെ വായിക്കുന്ന ഒരു ഹൃദയവും പഴയപോലെയായിരിക്കില്ല. അവന്റെ / അവളുടെ ഓരോ കോശവും നവമായി പുഷ്പിക്കും. അങ്ങനെ ഭൂമി ഉണർന്നാൽ സഹോദയമായി.

ആയിരത്തി തൊള്ളായിരത്തി തൊണ്ണൂറ്റിയെട്ട് ഫെബ്രുവരി രണ്ടാം തിയ്യതി രാവിലെ എട്ടുമണിയ്ക്കാണ് ഈ ഗ്രന്ഥത്തിന്റെ ആദ്യ വായന പൂർത്തിയാവുന്നത്. ഞാൻ പുസ്തകത്തിന്റെ ആദ്യപുറത്തിൽ തന്നെ കുറിച്ചിട്ടു: STILL I AM A FOOL. രണ്ട് ദശകങ്ങൾക്കിപ്പുറം ഞാനിങ്ങനെ കുറിയ്ക്കുന്നു: STILL STILL STILL I AM A SILLY FOOL.

ഓരോ വായനയും ഹെറാക്ലിറ്റസ് സൂചിപ്പിച്ചതുപോലെ ഒഴുകുന്ന പുഴയിൽ മുങ്ങി നിവർന്നതിന് സമാനമാണ്. ഇങ്ങിനെയൊരു മുങ്ങി നിവരലിലാണ് രണ്ടായിരത്തി ഒന്നിൽ ഞാനിതിന്റെ മൊഴിമാറ്റത്തിന് തുടക്കമിട്ടത്. പുസ്തകം ഒന്ന് (BOOK ONE) ഇരുപത്തിയൊമ്പത് അദ്ധ്യായങ്ങൾ താമസിയാതെ മാധ്യമത്തിന്റെ 'വാരാദ്യമാധ്യമ'ത്തിൽ തുടർച്ചയായി പ്രസദ്ധീകരിച്ചു. 2009 ൽ പുസ്തകം ഒന്ന് 'പഴയ പാത വെളുത്ത മേഘങ്ങൾ' എന്ന പേരിൽ തൃശ്ശൂരിലെ കറന്റ് ബുക്സിലൂടെ പുറത്ത് വന്നു. പുസ്തകം ഒന്ന് വായിച്ചവർ തുടർന്നുള്ള രണ്ടും മൂന്നും പുസ്തകങ്ങൾ എന്നിറങ്ങുമെന്ന് അന്വേഷിച്ചുകൊണ്ടിരുന്നു.

പുസ്തകം രണ്ട് 'ഭൂമിയുടെ പാഠങ്ങ'ളായി 2014ലും, പുസ്തകം മൂന്ന് 'ഗോതമന്റെ പരിനിർവാണം' 2016ലും കറന്റ് ബുക്സ് പുറത്തിറക്കി. മൂന്ന് പുസ്തകങ്ങളും ഒരു പുസ്തകമാക്കണമെന്ന വായനക്കാരുടെ സ്നേഹപൂർണമായ ആവശ്യമാണ് ഇപ്പോൾ പ്രകാശിതമാകുന്നത്.

ഗൗതമബുദ്ധന്റെ പരിനിർവ്വാണത്തിനുശേഷം ആയിരമാണ്ടുകൾ പിന്നിടുമ്പോഴേയ്ക്കും ബുദ്ധമതം ഇന്ത്യയിൽ നിന്ന് അപ്രത്യക്ഷമാകാൻ തുടങ്ങി. ബുദ്ധമതം പൂർണ്ണമായും ഇന്ത്യയിൽ ഇല്ലാതായിക്കഴിഞ്ഞു. കംബോഡിയ, വിയറ്റ്നാം, തായ്‌ലാന്റ്, ചൈന, ജപ്പാൻ, ശ്രീലങ്ക, ബർമ്മ എന്നിവിടങ്ങളിലാണ് അത് വ്യാപിച്ചത്. ഇന്ത്യയിൽ ശേഷിച്ചിട്ടുള്ള ബുദ്ധപാഠങ്ങൾപോലും കലർപ്പുള്ളതാണ്. ബ്രാഹ്മണമതം അതങ്ങിനെയാക്കി. യഥാർത്ഥ ബുദ്ധപാഠങ്ങൾ സൂക്ഷിച്ചിരിക്കുന്നത് നേരത്തെ പറഞ്ഞ രാജ്യങ്ങളിലാണ്.

ഒരു സംഘടിതമതമെന്ന നിലയിൽ ബുദ്ധമതവും അ്രകമരാഷ്ട്രീയത്തിൽ നിന്ന് മുക്തമല്ല. എന്നാൽ എന്തുകൊണ്ട് ബുദ്ധമതവും ബുദ്ധനും ബുദ്ധദർശനവും ഇന്ത്യയിൽ നിന്ന് അപ്രത്യക്ഷമായി? ബുദ്ധനും ബുദ്ധദർശനവും നമുക്കിന്നും ബ്രാഹ്മണ മതത്തിന്റെ (വൈദിക മതത്തിന്റെ) തുടർച്ചയാണ്. ഒരു ഹിന്ദു അവതാരമായും ഹിന്ദുമതം ബുദ്ധനെ മലിനീകരിച്ചിട്ടുണ്ട്. എന്നാൽ, ചരിത്രത്തിന്റെ സൂക്ഷ്മവായനയിൽ ബുദ്ധനും ബുദ്ധദർശനവും ഇന്ത്യയിൽ നിന്ന് ആട്ടിയോടിക്കപ്പെടുകയാണുണ്ടായത്. ബുദ്ധമതത്തിനുള്ളിലെ ആന്തരിക സംഘർഷങ്ങളെ മറന്നുകൊണ്ടല്ല ഇത്രയും പറയുന്നത്. അത്തരം ആന്തരിക സംഘർഷങ്ങൾക്ക് പോലും ബുദ്ധന്റെ കാലത്ത് നിലനിന്നിരുന്ന ബ്രാഹ്മണമതത്തിൽ നിന്നുണ്ടായ ഉപജാപങ്ങളും എതിർപ്പുകളും സാക്ഷ്യം വഹിക്കുന്നുണ്ട്.

ശ്രമണധാരകളുടെ ഒരു നീരൊഴുക്കായിട്ടാണ് ഗൗതമബുദ്ധൻ ഗംഗാതടങ്ങളിൽ പ്രവേശിക്കുന്നത്. കാരുണ്യത്തിന്റെ കുളിർകാറ്റായി ബുദ്ധൻ ബ്രാഹ്മണാധികാരത്തിനും അതിന്റെ ശ്രേണീബദ്ധമായ ജാതിവ്യവസ്ഥയ്ക്കും ഉച്ചനീചത്വങ്ങൾക്കുമെതിരെ വളരെ നിശബ്ദമായ ഒരു ധാർമ്മിക വിപ്ലവത്തിന് തുടക്കം കുറിയ്ക്കുകയായിരുന്നു. തോട്ടിയും കാലിമേയ്ക്കുന്നവനും വണിക്കും രാജാവും കൊലയാളിയും ഗണികയും ബുദ്ധനിലേയ്ക്കാകർഷിക്കപ്പെട്ടു. ഭരണാധികാരികൾ ബുദ്ധമതത്തിന് അർത്ഥവും പ്രോത്സാഹനവും നൽകി. ബുദ്ധന്റെ ധാർമ്മിക വിപ്ലവം ബ്രാഹ്മണാധികാരത്തിന്റെ ക്രൂരമായ ചൂഷണ വ്യവസ്ഥയായ ജാതീയതയെ കടപുഴക്കാൻ പോന്നതാണെന്നറിയുന്നതോടെ ബുദ്ധഭിക്ഷുക്കളും ബുദ്ധവിഹാരങ്ങളും അതിക്രൂരമായ മർദ്ദന പീഡനങ്ങൾക്കും അക്രമങ്ങൾക്കും വിധേയമായി. ഇന്ത്യയിലെ ഗ്രാമങ്ങളിലും നഗരങ്ങളിലും പട്ടണങ്ങളിലും കൈകാലുകളും മൂക്കും കണ്ണും ചുണ്ടും ഉടലും ചെവിയും നാസികയും ലിംഗവും തലയുമെല്ലാം

ഭേദിക്കപ്പെട്ട് കിടക്കുന്ന ബോധിസത്വന്മാരുടെയും ബുദ്ധന്മാരുടെയും കല്ലിലും ലോഹത്തിലുമുള്ള വിഗ്രഹങ്ങൾ ഈ അക്രമപരമ്പരയുടെ നേർ സാക്ഷ്യങ്ങളാണ്. ബുദ്ധന്റെ മുതിർന്ന ശിഷ്യന്മാരിൽ ചിലർ ബ്രാഹ്മണരുടെ എതിർപ്പുകളാൽ മർദ്ദിക്കപ്പെടുന്നത് തിച്ച്നാത്ഹാന്റെ ഗ്രന്ഥത്തിലുണ്ട്. ഇന്ന് ഇന്ത്യയുടെ തെരുവുകളിൽ, വിശേഷിച്ചും ഗൗതമ ബുദ്ധൻ നടന്ന് ധ്യാനം ചെയ്ത ഉത്തരേന്ത്യൻ തെരുവുകളിൽ ദരിദ്രരായ ദളിതരും മുസ്ളീമുകളും ഹിന്ദുത്വയുടെ പ്രതിനിധികളാൽ മർദ്ദിച്ച് കൊല്ലപ്പെടുന്നത് കാണുമ്പോൾ, കണ്ണിൽ തെളിയുന്നത് ബുദ്ധന്റെ കാലത്തും പിന്നീടുള്ള നൂറ്റാണ്ടുകളിലും ബുദ്ദുക്കൾ എന്നവഹേളിക്കപ്പെട്ട് ബുദ്ധഭിക്ഷുമാരുംബുദ്ധമതാനുയായികളും തെരുവുകളിൽ ഇതേ രീതിയിൽ മർദ്ദനമേറ്റ് കൊല്ലപ്പെടുന്നതാണ്. ഗൗതമബുദ്ധൻ നിശബ്ദനായ വിപ്ലവകാരിയാണെന്ന് നേരത്തെ സൂചിപ്പിക്കാൻ കാരണം അദ്ദേഹം ഒരിക്കൽ പോലും ബ്രാഹ്മണ മതത്തെയൊ അതിന്റെ അനുയായികളെയോ മറ്റേതെങ്കിലും ആത്മീയ ധാരകളിലെ ഗുരുക്കന്മാരെയോ ശിഷ്യഗണങ്ങളെയോ എതിർക്കുകയോ പുച്ഛിക്കുകയോ തന്റേതാണ് അവരേക്കാൾ മികച്ച ദർശനമെന്ന് പറയുകയോ ഉണ്ടായിട്ടില്ല. വേദന, ദുഃഖം, ദുരിതം, ജനന മരണങ്ങൾ എന്നിവയിൽ നിന്നുള്ള വിമോചനം സാധ്യമാകുന്നതെങ്ങനെയെന്നേ അദ്ദേഹം അന്വേഷിച്ചിട്ടുള്ളൂ. ബുദ്ധൻ ആത്യന്തിക സത്യത്തെപ്പറ്റി (ultimate truth) ഒരു പ്രഖ്യാപനവും നടത്തുകയുണ്ടായിട്ടില്ല. എന്നാൽ താൻ നിരന്തരമായ ധ്യാനത്തിലൂടെ അനുഭവിച്ച വിമോചനം സത്യമാണെന്ന് തന്റെ അനുഭവത്തെ സൂക്ഷ്മമായി അപഗ്രഥിച്ചുകൊണ്ട് തെളിയിക്കുന്നുണ്ട്. അവയുടെ സ്വഭാവങ്ങൾ സ്ഥലകാലങ്ങൾക്കനുസരിച്ച് മാറുന്നതല്ല. കാരണം, വിമോചനം അതനുഭവിക്കുന്നവരിലെല്ലാം ഒരു പോലെയാണ്. തീർച്ചയായും ആ നേരനുഭവത്തിലൂടെ കടന്നുപോകുന്നതായാൽ ഒരാളിന് വേദനയിൽ നിന്നും ദുരിതത്തിൽ നിന്നും സ്വാതന്ത്ര്യം സാധിതമാകും. അങ്ങിനെ നോക്കിയാൽ അത് അതനുഭവിക്കുന്ന വ്യക്തിയുടെ നേരുമായി ആപേക്ഷികമായി ബന്ധപ്പെടുന്നതാണ്. എന്നാൽ ആ വിമോചനം അചഞ്ചലവും അനശ്വരവുമാണ് ആത്യന്തികമായി. ഈ വിമോചനത്തിലേയ്ക്ക് നയിക്കുന്ന അനുഭവത്തിന്റെ നേരിനപ്പുറമുള്ള അന്വേഷണങ്ങളെല്ലാം ബുദ്ധനെ സംബന്ധിച്ചിടത്തോളം രണ്ടാംതരവും അതുമായി യാതൊരു ബന്ധവുമില്ലാത്തതാണ്. ബുദ്ധന്റേത് നേരനുഭവത്തിൽ നിന്നുള്ള വിശ്വാസമാണ് (experiential truth) (പുറം: 19, 20 മഹാവിവേക: Motivation and Effort in Budhist Soteriology: മേയ് 2019)

തിച്ച്നാത് ഹാന്റെ അതേ വാക്കുകൾ തന്നെയാണ് ബുദ്ധഭിക്ഷു മഹാവിവേകിന്റേതും 'പഴയ പാത വെളുത്ത മേഘങ്ങ'ളിൽ ഗൗതമ

ബുദ്ധന്റെ മുഖ്യ ശിഷ്യനായ സംപൂജ്യനായ സരിപുത്രൻ മരണാസന്നനായ ഒരു ബ്രാഹ്മണ പുരോഹിതനെ വിമോചനത്തിന്റെ മറുകരയിലെത്തിക്കുന്ന സന്ദർഭമുണ്ട്. ബ്രാഹ്മണമതത്തെ എതിർക്കുന്നതിനുപകരം പുരോഹിതനെ വിമോചനത്തിലേയ്ക്ക് എത്തിക്കുകയാണ് സരിപുത്രൻ ചെയ്തത്. തന്നിൽ നിന്ന് വ്യത്യസ്തവും വിരുദ്ധവുമായ വിശ്വാസം മുറുകെ പിടിക്കുന്നവർക്കുപോലും അഹിംസയുടെ സചേതനമായ ഉള്ളുണർവിലൂടെ വിമോചനത്തിന്റെ വഴി തെളിയിച്ചതാകാം, ബ്രാഹ്മണമതത്തിന്റെ പൗരോഹിത്യത്തിന് രുചിക്കാതിരുന്നതും; എളുപ്പത്തിൽ ബുദ്ധദർശനത്തെ തമസ്കരിക്കാൻ സാധിച്ചതും.

'അധികാരചൂഡാമണി'ശിരസ്സിലേറ്റിയ ശ്രീ ശങ്കരന്റെ വരവോടെ, അദ്വൈത ദർശനത്തിന്റെ വ്യാപനത്തോടെ ബുദ്ധന്റെ തമസ്കരണം പൂർത്തിയായി. ബ്രാഹ്മണാധികാരത്തിന്റെ ജാതിവ്യവസ്ഥ ശക്തമായി. ബുദ്ധന്റെ പരിനിർവ്വാണം കഴിഞ്ഞ് 2019 ൽ എത്തിയിട്ടും ഒരു തഥാഗതൻ പോലും ഇന്ത്യയിലുണ്ടായിട്ടില്ല. അനേകം ശങ്കരാചാര്യന്മാർ, രമണമഹർഷി, രാമകൃഷ്ണ പരമഹംസർ, വിവേകാനന്ദൻ തുടങ്ങി സംപൂജ്യരായ അനേകം ഋഷിമാർ ഹൈന്ദവ ധാരയെ പിന്തുടർന്ന് അദ്വൈതത്തിന്റെ വൃക്ഷത്തണലുകളിൽ നമുക്കുണ്ടായിട്ടുണ്ട്. നമ്മുടെ ജ്ഞാനിയായ ശ്രീനാരായണ ഗുരു പോലും അദ്വൈതദർശനത്തിന്റെ പരമ്പരയിലെ ശക്തമായ സന്യാസിയാണ്. വ്യത്യസ്ത ജാതി വിഭാഗങ്ങളിൽ നിന്ന് ഇസ്ളാമുമായുള്ള കൂടിച്ചേരലുകളിലൂടെയും അനേകം സന്യാസി ശ്രേഷ്ഠർക്കും അവധൂതന്മാർക്കും ഇന്ത്യജന്മം നൽകിയിട്ടുണ്ട്. മീരാഭായ്, രവിദാസ്, കബീർ, തുക്കാറാം, ബാസവേശ്വരി തുടങ്ങി നൂറുകണക്കിന് അന്വേഷികൾ ഹൈന്ദവനവോത്ഥാനത്തിന്റെ ഭാഗമായി ഇന്ത്യയുടെ സാമൂഹ്യ - ആത്മീയ ജീവിതത്തിലൂടെ കടന്ന് പോയിട്ടുണ്ട്. ഗാന്ധിയും ഹിന്ദുയിസത്തിന്റെ നവോത്ഥാനത്തിലാണ് ഊന്നിയത്. ജൈവ - വൈഷ്ണവ - ക്രൈസ്തവ - ഇസ്ളാം ധാതുക്കളെ ഗാന്ധി ഹിന്ദുയിസത്തിന്റെ വ്യത്യസ്ത ധാരകളുമായി സമന്വയിപ്പിക്കാൻ ശ്രമിച്ചു. സത്യം നിങ്ങളിൽ തന്നെയാണെന്ന് പറയുമ്പോഴും ആത്യന്തിക സത്യത്തെപ്പറ്റിയുള്ള അന്വേഷണത്തിൽ അദ്ദേഹം വൈഷ്ണവനായ സനാതന ഹിന്ദുവാണ്. അതേസമയം ജാതിവ്യവസ്ഥ ഇല്ലാതാക്കാൻ ഹിംസാത്മകമായ സമീപനമല്ലേ വേണ്ടത്, ജാതി ഹിന്ദുവിന്റെ മന:ശാസ്ത്രപരമായ ധാർമ്മിക മാറ്റമാണ് വേണ്ടതെന്നും ഗാന്ധി തിരിച്ചറിയുന്നുണ്ട്. ഒരു തഥാഗതനിലേയ്ക്ക് ഇന്ത്യൻ സാമൂഹ്യ - രാഷ്ട്രീയ - സാംസ്കാരിക അന്തരീക്ഷം ഒരിക്കലും ഉണർന്നില്ല.

ഇനി കേരളത്തിന്റെ പരിസരത്തിലേയ്ക്ക് വന്നാൽ, നമുക്ക് കാണാനാവുന്നത് 1950 ന് ശേഷം 2000 വരെയുള്ള വർഷങ്ങളിൽ ബുദ്ധദർശനം വാക്കുകളായി അപൂർവം കവിതകളിൽ

പരാമർശിക്കപ്പെട്ടു. ധർമ്മാധികാരി കൊസാമ്പിയുടെ 'ഭഗവാൻ ബുദ്ധൻ' 1956ൽ മലയാളത്തിലേയ്ക്ക് വിവർത്തിതമായെങ്കിലും ഉജ്ജ്വലമായ ആ അപൂർവ ഗ്രന്ഥം മലയാളത്തിൽ കൂടുതൽ പരിചിതമായത് രണ്ടായിരത്തിനുശേഷമാണ്. മദ്ധ്യവർഗി മലയാളി പരിചയപ്പെട്ടത് 'ഹെർമെൻ ഹെസ്സെ'യുടെ സിദ്ധാർത്ഥയെയാണ്. അശ്വഘോഷന്റെ 'ബുദ്ധചരിതം' ബുദ്ധന്റെ 'ധർമ്മപദം' എന്നീ ഗ്രന്ഥങ്ങളും കൂടുതൽ വായിക്കപ്പെടുന്നത് രണ്ടായിരത്തിനുശേഷമാണ്. അതേസമയം 1950 വരെ ഒരു ബുദ്ധസംസ്കാരം നമ്മുടെ മണ്ണിലുണ്ടായിരുന്നു. ബുദ്ധമതാനുയായികളും ധാരാളമുണ്ടായിരുന്നു. 1950 - 2000 കാലയളവിൽ ബുദ്ധമതത്തിന്റെ തിരോധാനത്തിന് പ്രധാന കാരണങ്ങളിലൊന്ന് സംവാദങ്ങൾക്കിടമില്ലാത്ത മാർക്സിസത്തിന്റെ ആധിപത്യമാണ്. നമ്മുടെ ധാർമ്മിക പരിസരം ഇത്രമാത്രം ദൂഷിപ്പിക്കുന്നതിൽ നാം കേരളത്തിൽ പ്രയോഗിച്ചുകൊണ്ടിരിക്കുന്ന മാരക്സിസത്തിന്റെയും അതിന്റെ ചതുരംഗപ്പലകയിൽ കളിക്കുന്ന ഇതര രാഷ്ട്രീയക്കാരുടെയും പങ്ക് ചെറുതല്ല. ഇതിൽ ബുദ്ധിജീവികളുടെയും എഴുത്തുകാരുടെയും സംസ്കാരിക പ്രവർത്തകരുടെയും ചരിത്രകാരന്മാരുടെയും പങ്ക് പരിശോധിക്കേണ്ടതുണ്ട്.

ഇത്രയും പറഞ്ഞത് തിച്ച്നാത്ഹാന്റെ 'പഴയപാത വെളുത്ത മേഘങ്ങൾ' മലയാളിയുടെ ധാർമ്മിക ഭൂമിയിൽ രണ്ടായിരത്തിനുശേഷം ചെറിയതോതിലുള്ള സ്വാധീനമെങ്കിലും ചെലുത്താൻ പ്രാപ്തമായിരുന്നെന്ന് സൂചിപ്പിക്കാനാണ്. ഈ ഗ്രന്ഥത്തിന്റെ സ്വാധീനത്തിൽ ആറുനോവലുകളെങ്കിലും മലയാളത്തിലുണ്ടായിട്ടുണ്ട്. ഇതര രചനകളും സാധ്യമായിട്ടുണ്ട്. നിർഭാഗ്യവശാൽ, ബ്രാഹ്മണമതത്തിന്റെ അദ്വൈതദർശനവും ബുദ്ധദർശനവും നേരനുഭവത്തിൽ വ്യത്യസ്തമാണെന്ന സൂക്ഷ്മമായ വസ്തുത മിക്ക രചനകളിലൂടെയും കടന്നുപോകുമ്പോൾ അനുഭവപ്പെടാറില്ല. 'പഴയപാത വെളുത്ത മേഘങ്ങ്'ളുടെ മേലുള്ള നിരന്തരമായ അക്ഷര ധ്യാനം ആ വസ്തുത തിരിച്ചറിയാൻ സഹായിക്കും. ആരുടെമേലും പഴിചാരാതെ, ആരെയും കുറ്റപ്പെടുത്താതെ, ഗൗതമബുദ്ധന്റെ 'ബോധോദയം' - ദുഃഖം, വേദന, ദുരിതം എന്നിവയിൽ നിന്നുള്ള വിമോചനം - എങ്ങനെ സ്വയം സാധിതമാകുമെന്നത് തിച്ച്നാത്ഹാനിലുണ്ട്.

അംബേദ്കറുടെ രാഷ്ട്രീയ ബുദ്ധനിൽ തങ്ങളുടെ വിമോചനം അന്വേഷിക്കുന്ന ദളിത് സഹോദരങ്ങൾ തങ്ങളുടെ സങ്കുചിതമായ രാഷ്ട്രീയത്തിലൂടെ കാണാതെ പോകുന്നത് ഗൗതമബുദ്ധന്റെ പരസ്പരാശ്രിതമായ സഹോദയമാണ്. ബ്രാഹ്മണിസത്തിന്റെ ഉച്ചനീചത്വത്തിലേയ്ക്കേ അതവരെ കൊണ്ടുപോകൂയെന്ന് ആശങ്കപ്പെടാതിരിക്കാൻ വയ്യ. 'പഴയപാത വെളുത്ത മേഘങ്ങൾ' ആഴത്തിൽ വായിച്ചാൽ ഈ വസ്തുത അവർക്ക് ബോധ്യമാകും.

'പഴയപാത വെളുത്ത മേഘങ്ങൾ' കേരളീയന്റെയും കേരളത്തിന്റെയും അതിജീവനത്തിനുള്ള ഒരു വഴിയാണ്. 'OLD PATH WHITE CLOUDS' ലോകത്തിന്റെ ഇതരഭാഗങ്ങളിൽ വിമോചനത്തിന്റെ പാതയാകുന്നതുപോലെ.

ഈ മഹദ്ഗ്രന്ഥത്തിന്റെ മൊഴിമാറ്റത്തിൽ ഞാനെന്നെത്തന്നെ സമർപ്പിച്ചിട്ടുണ്ട്, സന്തോഷവും ആനന്ദവും ശാന്തിയും അനുഭവപ്പെട്ടിട്ടുണ്ട്. എന്നാൽ, അജ്ഞതയുടെ മാലിന്യം മനസ്സിൽ നിന്ന് പൂർണ്ണമായി ഒഴിഞ്ഞുപോയിട്ടില്ലാത്തതിനാൽ ആ അഭ്രതമായ ആനന്ദവും ശാന്തിയും എനിക്ക് നിലനിർത്താനായിട്ടില്ല. ഒരു പക്ഷേ, ഈ ഗ്രന്ഥത്തിന്റെ മൂന്ന് പുസ്തകങ്ങൾ വായിച്ച ചിലർക്കെങ്കിലും അത് നിലനിർത്താനായിട്ടുണ്ടെന്നാണ് എന്റെ ധാരണ. നിത്യവും താൻ വായിക്കുന്ന ബൈബിളിനൊപ്പം ഈ മൂന്ന് പുസ്തകങ്ങളും ചേർത്തുവെച്ചിട്ടുള്ള ഒരു വീട്ടമ്മയെ എനിക്ക് നേരിട്ടറിയാം.

രണ്ടുദശകങ്ങളിൽ 'പഴയ പാത വെളുത്ത മേഘങ്ങളുടെ' അനുഭവങ്ങൾ ഞാൻ നിരീക്ഷിച്ചത് തൃശ്ശൂരിലെ പെയിൻ ആന്റ് പാലിയേറ്റീവ് കെയർ ക്ലിനിക്കിലാണ്. വേദനയുണ്ട്. ദുഃഖമുണ്ട്. ദുരിതമുണ്ട്. അവ യാഥാർത്ഥ്യങ്ങളാണ്. എന്നാൽ അവയിൽ നിന്നുള്ള വിമോചനം നിരുപാധികമായ കാരുണ്യത്തിലൂടെ, കരുണയിലൂന്നിയ ചെറിയ ചെറിയ, നിസ്സാരമെന്ന് തള്ളിക്കളയാവുന്ന പ്രവൃത്തിയിലൂടെ സാധിക്കുമെന്ന് ഇവിടെ നിന്നാണ് നേർസാക്ഷിയായി പഠിച്ചത്. കക്കൂസ് കഴുകി വൃത്തിയാക്കുന്നവർ, അടുക്കളയിൽ രോഗാതുരരായ സഹോദരങ്ങൾക്കായി ഭക്ഷണം പാചകം ചെയ്യുന്നവർ. അവരുടെ പഴുത്ത് ചീഞ്ഞ് പുഴുക്കളരിക്കുന്ന വ്രണങ്ങൾ ഒരു പൂവിനെയെന്നപോലെ മൃദുമൃദുലമായി കഴുകി വൃത്തിയാക്കുന്ന നഴ്സുമാർ. അതുമായി ബന്ധപ്പെട്ട് ആത്മസമർപ്പണം ചെയ്യുന്ന ഭിഷഗ്വരന്മാർ. സന്നദ്ധസേവകർ, ഈയെല്ലാപ്രവർത്തനങ്ങൾക്കും മൂലധനം കയ്യയച്ചുനൽകുന്ന വ്യക്തികൾ ഇവരെല്ലാം പരസ്പരാശ്രിതത്തിന്റെ ധാർമ്മിക കണ്ണികളായി മാറുന്നത് വിസ്മയകരമായ കാഴ്ചയാണ്. ശാരീരികമായ വേദനയുടെ അനവധി തലങ്ങൾ എനിക്ക് കാണിച്ച് തരാറുള്ള മാതൃതുല്യയായ രാധേടത്തി, സാന്ത്വന പരിചരണത്തിന് കാരുണ്യത്തിന്റെ ദർശനരൂപം നൽകുന്ന ആത്മസുഹൃത്ത് ഡോ. ഇ. ദിവാകരൻ, സഹജമായ ക്രിസ്തീയ വിശുദ്ധിയിൽ നിന്ന് ഉറവെടുത്ത കാരുണ്യത്തിലൂടെ വേദനിക്കുന്ന സഹോദരങ്ങൾക്ക് വാക്കിലും പുഞ്ചിരിയിലും സ്നേഹസ്പർശത്തിലും പ്രവൃത്തിയിലും മൈത്രിയാകുന്ന ഡോ. സജിത എന്നിവർ കരുണയുടെ പാതയിലൂടെ അവരറിയാതെ നീങ്ങുന്നവരാണ്. നിശബ്ദരായി.

(കെ. അരവിന്ദാക്ഷൻ മൊഴിമാറ്റി തൃശ്ശൂർ കറന്റ് ബുക്സ് പ്രസിദ്ധീകരിക്കുന്ന തിച്ച്നാത്ഹാന്റെ OLD PATH WHITE CLOUDS എന്ന കൃതിയുടെ സമ്പൂർണ്ണ വാല്യത്തിന് എഴുതിയ ആമുഖത്തിൽ നിന്ന്)

ആത്മവേദനയുടെ പിടച്ചിൽ

1958-ൽ ജനിച്ച്, 1982-ൽ, ഇരുപത്തിനാലാം വയസ്സിൽ, ആത്മഹത്യചെയ്ത സുബ്രഹ്മണ്യദാസിനെപ്പറ്റി പതിനെട്ടിനും ഇരുപത്തിയഞ്ചിനുമിടയിലുള്ള എത്രമലയാളിയുവാക്കൾ കേട്ടിരിക്കും? എത്രപേർ 'സുബ്രഹ്മണ്യദാസ് ഇന്നും എന്ന പുസ്തകം വായിച്ചിട്ടുണ്ടാകും?

സുബ്രഹ്മണ്യദാസ് ഇന്നത്തെ യുവാക്കൾക്ക് തീർത്തും അപരിചിതനാവാൻ കാരണക്കാർ അമ്പത്തിയഞ്ചിനുമേലുള്ള തലമുറക്കാർ തന്നെയാണ്. സുബ്രഹ്മണ്യദാസ് എന്തിനുവേണ്ടി ജീവനൊടുക്കിയോ ആ നൈതിക-രാഷ്ട്രീയ-ധാർമ്മികമൂല്യങ്ങളെ മുന്നോട്ടുകൊണ്ടുപോവുന്നതിനോ ഇങ്ങേയറ്റം നിലനിർത്തുന്നതിനോ നമുക്കായില്ല. അധർമ്മിയുടെ അധർമ്മത്തേക്കാൾ നിന്ദ്യവും ഭീകരവും ധർമ്മിയുടെ അധർമ്മത്തോടുള്ള മൗനമാണ്

ധർമ്മിയുടെ അധർമ്മത്തോടുള്ള ക്രൂരമായ മൗനം സുബ്രഹ്മണ്യദാസ് ആയിരത്തിതൊള്ളായിരത്തി എൺപതുകളുടെ തുടക്കത്തിൽ തിരിച്ചറിഞ്ഞിട്ടുണ്ട്. 1952-ലെ സ്വതന്ത്ര ഇന്ത്യയുടെ ആദ്യത്തെ പൊതുതെരഞ്ഞെടുപ്പിൽ ആർ.എസ്.എസ്സിന്റെ ജനസംഘത്തിനുണ്ടായിരുന്നത് വെറും 3.5ശതമാനം വോട്ടാണ്. ഇന്ന് 2019-ൽ ആർ.എസ്.എസ്സിന്റെ വോട്ടുശതമാനം 37-ൽ എത്തിയിരിക്കുന്നു. ഇടതുപക്ഷത്തിന്റെ വോട്ടുശതമാനം 1952-ലെ ആറു ശതമാനത്തിനു താഴെയാണിന്ന്. ഇതെങ്ങനെ സംഭവിക്കുന്നുവെന്ന് സുബ്രഹ്മണ്യദാസ് തന്റെ എഴുത്തുകളിലൂടെ രേഖപ്പെടുത്തിയിട്ടുണ്ട്.

ആഗോള സ്വഭാവമുള്ള അധികാരവ്യവസ്ഥ അമിതമായ അധികാരകേന്ദ്രീകരണത്തിലൂടെ പ്രാദേശികമായ എല്ലാ സാംസ്കാരികധാരകളെയും ജീവിതരീതികളെയും തമസ്കരിച്ച് ഫാസിസത്തിന്റെ എല്ലാ തേറ്റകളും പ്രദർശിപ്പിക്കുന്ന ഹിന്ദുരാഷ്ട്രത്തിലേയ്ക്കു നീങ്ങുന്നത് നാം "നിസ്സഹായരായി" നോക്കിനില്ക്കുകയാണ്. ഇടതുപക്ഷമടങ്ങുന്ന പ്രതിപക്ഷത്തിന് ഇക്കാര്യത്തിൽ ഒന്നിച്ചു മുന്നോട്ടുനീങ്ങാനാവുന്നില്ല.

ഫ്യൂഡൽ വിരുദ്ധസമരങ്ങളും തൊഴിലാളികൾക്കിടയിലെ പ്രവർത്തനങ്ങളും നടത്തിക്കൊണ്ടിരുന്നപ്പോൾത്തന്നെ ഇന്നാട്ടിലെ വിപ്ലവ പ്രസ്ഥാനത്തെ ദേശീയ സാഹചര്യങ്ങൾക്കനുസൃതമായി എങ്ങനെ മുന്നോട്ടുകൊണ്ടുപോകണം എന്നതിന്റെ കാഴ്ചപ്പാട് ഇടതുപക്ഷപാർട്ടികൾക്കുണ്ടായിരുന്നില്ല എന്നു ദാസ് പറയുന്നുണ്ട്. പാർട്ടിയെ ആഗോള കോർപ്പറേറ്റ് ചൂഷണത്തിന്റെ ഭാഗമാക്കുകയാണ് കോൺഗ്രസ്സുകാരെപ്പോലെ അവരും ചെയ്യുന്നത്. ഇവർ പരാജയപ്പെട്ടിടത്താണ് 'ഭ്രൂതകാലത്തിൽ വേരുകളുള്ള' ഫാസിസ്റ്റ് സ്വഭാവമുള്ള ആർ.എസ്. എസ്സ്. പോലെ സൈനികഘടനയുള്ള സംഘടനകൾ വളർന്നുകൊഴുക്കുന്നതെന്ന് തലശ്ശേരിയിലെ ആർ.എസ്സ്.എസ്സ്.-മാർക്സിസ്റ്റ് സംഘട്ടനത്തെപ്പറ്റി(1964) എഴുതുമ്പോൾ സുബ്രഹ്മണ്യദാസ് ചൂണ്ടിക്കാട്ടുന്നുണ്ട്.

ഇന്ത്യൻ ജനാധിപത്യസ്ഥാപനങ്ങളുടെ സത്ത ചോർത്തിക്കളഞ്ഞ് അവയുടെ മറയിൽ ഒരു ഫാസിസ്റ്റ് ഹിന്ദുരാഷ്ട്രത്തിന്നായി പട്ടാളച്ചിട്ടയോടെ, ബഹുസ്വരങ്ങളെയും സംസ്കൃതികളെയും ഇല്ലതാക്കി മുന്നോട്ടുപോവുന്ന 2019-ലെ ആർ.എസ്സ്.എസ്സ്-ബി.ജെ.പി. കേന്ദ്രിത ഭരണം സുബ്രഹ്മണ്യദാസിന്റെ 'ഭയ'ങ്ങളെ സ്ഥിരീകരിക്കുന്നു. ഇത്രയും കെട്ടകാലത്ത് ഈ ഫാസിസ്റ്റ് എഞ്ചിന്നെതിരെ പ്രതിരോധിക്കാനും ജീവത്യാഗം ചെയ്യാനും മുന്നോട്ടുവന്നത് പതിനെട്ടിനും ഇരുപത്തഞ്ചിനും ഇടയിലുള്ള ഇന്ത്യയിലെ യുവാക്കളാണെന്ന സത്യം സുബ്രഹ്മണ്യദാസുമാർ ഇനിയും ജീവിച്ചിരിപ്പുണ്ടെന്നും അവരിലാണ് ജനാധിപത്യഇന്ത്യയുടെ പ്രതീക്ഷയെന്നും ഓർമ്മിപ്പിക്കുന്നു. പൗരത്വഭേദഗതി നിയമത്തിനെതിരെയും ദേശീയപൗരത്വ രജിസ്റ്ററിന്നെതിരെയും കലാലയങ്ങൾ ബഹിഷ്കരിച്ച് തെരുവിലിറങ്ങിയത് ഇന്ത്യയിലെ യുവാക്കളാണ്. പ്രതിപക്ഷ പാർട്ടികളല്ല. അവരിൽ മലയാളികളായ യുവാക്കൾ ധാരാളമുണ്ട്. 'സുബ്രഹ്മണ്യദാസ് ഇന്നും' പ്രസക്തമാണെന്നതിന്റെ കാരണം ഈ യുവതീ-യുവാക്കളുടെ ധാർമ്മികരോഷം തന്നെയാണ്. ഇന്ത്യനേരിടുന്നത് സാമ്പത്തിക-സാംസകാരിക-രാഷ്ട്രീയ പ്രതിസന്ധിക്കൊപ്പം ആത്മീയ പ്രതിസന്ധിയാണെന്നും ഈ യുവാക്കൾ തിരിച്ചറിയുന്നു; ദാസിനെപ്പോലെ.

'സുബ്രഹ്മണ്യദാസ് ഇന്നും' എന്ന പുസ്തകം എന്തുകൊണ്ട് യുവതീ-യുവാക്കൾ അറിഞ്ഞിരിക്കണമെന്ന വസ്തുത ചൂണ്ടിക്കാട്ടാനാണ് മേൽപറഞ്ഞ പശ്ചാത്തലം വിവരിച്ചത്.

'ദാസിനെക്കുറിച്ച് ' എന്നൊരു ലേഖനം സുബ്രഹ്മണ്യദാസിന്റെ അയൽക്കാരനും ജ്യേഷ്ഠസഹോദര തുല്യനുമായ ടി.എം. മനോഹരന്റേതായി ഈ പുസ്തകത്തിലുണ്ട്. ദാസിന്റെ ഉള്ളിലേയ്ക്ക് കടന്നു ചെല്ലാൻ കഴിയുന്ന വരികൾ ഈ ലേഖനത്തിലുണ്ട്. ഐ.എഫ്. എസ്. നേടി കേരള ഫോറസ്റ്റ് ഫോഴ്സിന്റെ ചീഫായി റിട്ടയർ ചെയ്ത മനോഹരൻ വൈദ്യുതി ബോർഡിന്റെ ചെയർമാനായും പ്രവർത്തിച്ചിട്ടുണ്ട്.

വ്യവസ്ഥാപിതമായ സാമൂഹ്യജീവിതത്തിൽ മനോഹരൻ എന്തായിത്തീർന്നുവോ അതിന്റെ എതിർ കോണിലായിരുന്നില്ല ദാസിന്റെ ജീവിതം. പ്രത്യക്ഷത്തിൽ അങ്ങനെ വായിക്കാമെങ്കിലും. കാരണം, മനോഹരൻ പ്രതിനിധാനം ചെയ്യുന്ന ജീവിതത്തോട് അസൂയപ്പെടാനോ അരിശപ്പെടാനോ ദാസ് ശ്രമിച്ചിട്ടില്ല. 'നിനക്കെ ന്തുപറ്റി ദാസേ, നിനക്ക് പഠിപ്പൊന്നു പൂർത്തീകരിച്ചുകൂടേ? എന്തെ ങ്കിലും ജോലിയൊക്കെയായാൽ അച്ഛനമ്മമാർക്കും ഒരു താങ്ങാവില്ലേ? ഇതൊക്കെ കഴിഞ്ഞുപോരെ രാഷ്ട്രീയം? ജോലീം വരുമാനവും ഒക്കെയായാലും നാട്ടുകാരെ സഹായിക്കാമല്ലോ? വയസ്സുകാലത്ത് അച്ഛനേം അമ്മേനേം നോക്കാതെ രാഷ്ട്രീയം പറഞ്ഞു നടന്നാൽ മതിയോ? അച്ഛനമ്മമാർക്കും എന്തു വിഷമമുണ്ടെന്ന് നിനക്കറിയില്ലേ?' ഏതു കാലത്തെയും, ഏതു ദേശത്തെയും വ്യവസ്ഥിതിയുടെ വാക്കുക ളാണ് മനോഹരന്റേത്.

'സാമൂഹ്യകർത്തവ്യബോധമുള്ള' മനോഹരന്റെ ചോദ്യരൂപേണ യുള്ള ഉപദേശങ്ങൾക്ക്, ആശങ്കകൾക്ക് സഹജമായ ശാന്തതയോടും സൗമ്യതയോടും വിനയത്തോടും കൂടി ദാസ് മറുപടി പറയുന്നു: 'എന്റെ അച്ഛനമ്മമാരും മാത്രമല്ലല്ലോ സമൂഹത്തിൽ ഉള്ളത്. നരകയാതന അനുഭവിക്കുന്ന ഒട്ടേറെ അച്ഛനമ്മമാരും സഹോദരീസഹോദരന്മാരും സമൂഹത്തിലില്ലേ? അവരുടെ കാര്യത്തിലും സാമൂഹ്യബോധമുള്ള പൗരന്മാർക്ക് ശ്രദ്ധ വേണമല്ലോ? എന്റെ രാഷ്ട്രീയ ചിന്തയൊന്നും പറഞ്ഞാൽ ചേട്ടനു മനസ്സിലാവില്ല'.

തന്റെ കാലത്തോടും പുതിയ കാലത്തോടും വരാനിരിക്കുന്ന കാലത്തോടും ദാസ് നടത്തുന്ന ഒരു സ്റ്റേറ്റ്മെന്റാണിത്. ഇത് ഉപരിതലത്തിൽ മനോഹരനോടുള്ള മറുപടിയാണ്. എന്നാൽ ആന്തരികമായി ദാസ് തന്നോട് തന്നെ ചോദിക്കുന്നതാണ്. തന്നെ ത്തന്നെ വിമർശിക്കുന്നതാണ്. എനിക്ക് ഗോപാലകൃഷ്ണനും പാർവ്വ തിയും എന്ന ഒരൊറ്റ അച്ഛനും അമ്മയും മാത്രമല്ല ഉള്ളത്. ഒട്ടേറെ അച്ഛന്മാരും അമ്മമാരും ഉണ്ട്. മാതാപിതാക്കളുടെ ഏകമകനായ എനിക്ക് അനവധി സഹോദരീസഹോദരന്മാരും ഉണ്ട്. അവരെല്ലാം നരകയാതന അനുഭവിക്കുമ്പോൾ ഞാനും അതനുഭവിക്കുന്നുണ്ട്. അപരന്റെ വേദനയെ തന്റെ വേദനയായി തിരിച്ചറിയുന്ന ആത്മീയ സംവാദമാണിത്. ഈ പുസ്തകത്തിന്റെ ശരീരവും സംവാദമാണ്.

എന്താണ് 'സാമൂഹ്യബോധം?' അതിനെ നിലവിലുള്ള സങ്കുചി തത്വത്തിന്റെ തടവറയിൽ നിന്ന് മോചിപ്പിക്കാൻ ശ്രമിക്കുകയാണ് അടുത്ത വരികളിൽ. തനിക്ക് രക്തബന്ധമില്ലാത്ത അച്ഛനമ്മമാരു ടെയും സഹോദരീസഹോദരന്മാരുടെയും കാര്യത്തിൽ ഒരു പൗരന് ശ്രദ്ധ വേണ്ടേ എന്ന് ചോദിച്ചുകൊണ്ട് ദാസ് സാമൂഹ്യബോധ ത്തെ അപനിർമ്മിക്കുന്നു. 'എന്റെ രാഷ്ട്രീയ ചിന്തയൊന്നും ചേട്ടനു പറഞ്ഞാൽ മനസ്സിലാവില്ല' എന്നത് അതിന്റെ ഭാഗമാണ്. അല്ലാതെ ഞാൻ ബുദ്ധിജീവിയാണെന്നോ ചേട്ടനേക്കാൾ കേമനാണെന്നോ

ഉള്ള ധ്വനിയല്ല. തന്റെ രാഷ്ട്രീയചിന്ത തന്നിൽപോലും ഇനിയും പൂർണമായി രൂപാന്തരം പ്രാപിക്കാത്തതാണ്. നിലവിലുള്ള വ്യവസ്ഥാപിത ചിന്തകളല്ല എന്നേ പറയാനാവൂ. ദാസ് ഇതൊരിക്കലും പൂർത്തിയാക്കുന്നില്ല. അന്വേഷിയായ ഒരു ഗോതമസിദ്ധാർത്ഥനും.

ജ്യേഷ്ഠസഹോദരതുല്യനായ മനോഹരനിൽനിന്ന് ദാസിന്റെ അച്ഛനിലേയ്ക്ക് വരിക. 'തികഞ്ഞ കർത്തവ്യബോധവും രാജ്യസ്നേഹവും നിറഞ്ഞ ഒരു സൈനിക ഉദ്യോഗസ്ഥനായിരുന്ന ദാസിന്റെ അച്ഛൻ ശ്രീ. ഗോപാലകൃഷ്ണൻ......' ലീവിനു വരുമ്പോൾ രാജ്യസ്നേഹത്തിന്റെ കഥകളും, ദേശരക്ഷയ്ക്കായി സൈനികർ ചെയ്യുന്ന അമൂല്യങ്ങളായ സേവനങ്ങളെക്കുറിച്ചും ഞങ്ങൾക്ക് പറഞ്ഞുതന്നിരുന്ന സ്നേഹസമ്പന്നൻ.... കർത്തവ്യബോധവും അദ്ധ്വാനശീലവും രാജ്യസ്നേഹവുമുള്ള ഉത്തമ പൗരന്മാരാകണമെന്ന് അദ്ദേഹം ഞങ്ങളെ ഉപദേശിക്കുമായിരുന്നു'. മനോഹരന്റെ വാക്കുകളാണിത്. ഒരു തീവ്രവാദ രാഷ്ട്രീയ പ്രസ്ഥാനവുമായി ബന്ധപ്പെട്ട് ദാസ് പ്രവർത്തിക്കുന്നുണ്ടെന്നറിഞ്ഞിട്ടും രാജ്യസ്നേഹിയായ അച്ഛൻ മകനെക്കുറിച്ച് മോശമായി സംസാരിച്ചിട്ടില്ലെന്ന് മനോഹരൻ വ്യക്തമാക്കുന്നുണ്ട്. എങ്കിലും, ഏകമകന്റെ വഴിവിട്ടുള്ള പോക്ക് അച്ഛനിൽ അസ്വസ്ഥതയുണ്ടാക്കിയിരിക്കാം.

അച്ഛൻ ഗോപാലകൃഷ്ണന്റെ കർത്തവ്യബോധവും അദ്ധ്വാനശീലവും കെ. വേണുവിലുണ്ട്. തീർത്തും മറ്റൊരു തലത്തിലാണെന്നുമാത്രം. മനോഹരൻ-അച്ഛൻ തുടങ്ങിയ വ്യവസ്ഥാപിത പുരുഷപ്രകൃതികളെ ചോദ്യംചെയ്യുകയോ അവരുമായി കലഹിക്കുകയോ ചെയ്യാത്ത ദാസ് വേണുവെന്ന പുരുഷപ്രകൃതിയെ നിരന്തരം അലോസരപ്പെടുത്തുന്നുണ്ട്; ചോദ്യംചെയ്യുന്നുണ്ട്. മനോഹരനും അച്ഛൻ ഗോപാലകൃഷ്ണനും പ്രതിനിധീകരിക്കുന്ന വ്യവസ്ഥാപിത സമൂഹത്തെ ബോധപൂർവ്വമായ ഹിംസാത്മക വിപ്ലവ പ്രവർത്തനങ്ങളിലൂടെ അട്ടിമറിച്ച് പുത്തൻ സമത്വസുന്ദരസമൂഹം സൃഷ്ടിക്കാനിറങ്ങിത്തിരിച്ച വ്യക്തിയാണ് വേണു. മാർക്സിന്റെ ദർശനങ്ങളടക്കമുള്ള നിരവധി വിജ്ഞാനശാഖകളുടെ മൂലധനം വേണുവിനുണ്ട്. വ്യവസ്ഥാപിതവും യാഥാസ്ഥിതികവുമായ പുരുഷ പ്രകൃതികളോട് കലഹിക്കുന്നതിൽ അർത്ഥമില്ലെന്നും, അതിനുപകരം സൃഷ്ടിക്കപ്പെടുന്നതിന്റെ ഘടന, ധാർമ്മികത, ആത്മീയത എന്നിവയോടാണ് കലഹിക്കേണ്ടതെന്നും ദാസിനറിയാമായിരുന്നു. അത് താൻ സ്വപ്നം കാണുന്നതാണോയെന്ന് ദാസ് ജാഗ്രതപ്പെടുന്നുണ്ട്. ഈ പുസ്തകത്തിന്റെ സംവാദം അതാണ്.

വേണുവിനുള്ള ഒരു മറുപടിക്കത്തിൽ ദാസ് എടുത്തു പറയുന്നുണ്ട്: 'പുതിയ യാഥാർത്ഥ്യങ്ങളെ നിലവിലുള്ള സിദ്ധാന്തങ്ങൾക്ക് ഉൾക്കൊള്ളാൻ അസാധ്യമായി തീരുമ്പോഴാണ് പുതിയ അന്വേഷണങ്ങൾ പ്രസക്തമാവുന്നത്. അതിലേർപ്പെടുന്ന ഏതൊരാൾക്കും രീതിയുടെ പ്രശ്നം അഭിമുഖീകരിക്കേണ്ടി വരും' (പുറം: 106). രീതി ഇവിടെ വെറും രാഷ്ട്രീയ മാർഗ്ഗമല്ല. വിശകലനരീതിയുമല്ല. അതൊക്കെയുൾക്കൊള്ളുന്ന ജീവിതരീതിയാണത്. ഒരു മനുഷ്യൻ മനുഷ്യനാകാൻ

അനുവർത്തിക്കേണ്ടത്. തന്റെ ചോരയിൽ അലിഞ്ഞുതീരേണ്ടത്. തുടർന്ന് രാഷ്ട്രീയ ദർശനത്തിന്റെയും പ്രായോഗിക രാഷ്ട്രീയത്തിന്റെയും അഞ്ച് ചോദ്യങ്ങൾകൊണ്ട് വേണുവിനെ നേരിടുന്ന ദാസ് കത്ത് അവസാനിപ്പിക്കുന്നതിങ്ങനെയാണ്: 'വിനയത്തോടെ ഒരു കാര്യം സൂചിപ്പിക്കട്ടെ. ആശയം നഷ്ടപ്പെട്ട ജാർഗണുകളേക്കാളും അകം പൊള്ളയായ ശകാരങ്ങളേക്കാളും സംവേദനക്ഷമതയുള്ള വാക്കുകൾ ഉപയോഗിക്കാൻ കമ്മ്യൂണിസ്റ്റുകാർ പരിശീലിക്കേണ്ടിയിരിക്കുന്നു' (പുറം 108). ജാർഗണും ശകാരങ്ങളുമല്ല ഒരാചാര്യസ്ഥാനീയനാവശ്യം; വിനയവും സംവേദനക്ഷമതയുമാണ്. അത് വേണുവിനെ മാത്രമല്ല, തന്നെയുമുദ്ദേശിച്ചാണ് ദാസ് പറയുന്നത്.

Condition ചെയ്യപ്പെട്ട ഒരു രീതിശാസ്ത്രമോ രാഷ്ട്രീയമോ അല്ല താനുദ്ദേശിക്കുന്നതെന്നും പുതിയൊരു മനുഷ്യനും പുതിയൊരു ലോകത്തിനും, ഇതുവരെ നമുക്കില്ലാതെപോയ തലച്ചോറും ഹൃദയവുമാണ് രൂപപ്പെടേണ്ടതെന്നുമാണ് ദാസ് സൂചിപ്പിക്കുന്നത്.

മറ്റു പുരുഷപ്രകൃതികളോടില്ലാത്ത വിമർശനവും അസഹിഷ്ണുതയും 'പരിഹാസവും' വേണുവെന്ന കേന്ദ്രീകൃത പുരുഷപ്രകൃതിയോട് ദാസ് കാണിക്കുന്നുണ്ട്, തന്റെ സംവാദങ്ങളിൽ.

ഒരു കുട്ടിയുടെ നിഷ്കളങ്കതയോടെ വേണുവിനോട് ചോദിക്കുന്നു: 'വരട്ടു തത്ത്വവാദമെന്നാൽ എന്താണ്?' (പുറം: 107) മറ്റൊരിടത്ത് 'വിപ്ലവത്തിന്റെ ദാർശനിക പ്രശ്നങ്ങളിൽ' വർഗ്ഗസമരത്തെക്കുറിച്ച് പറയുമ്പോൾ വേണു 'പള്ളി പ്രസംഗത്തിലേയ്ക്കു നീങ്ങുന്നു'വെന്ന് പരിഹസിക്കുന്നുണ്ട്. ക്രിസ്ത്യൻ സഭയും വേണു പ്രതിനിധീകരിക്കുന്ന മാർക്സിസ്റ്റ് തിരുസഭയും ഒന്നാണെന്നോ വേണു അതിന്റെ പുരോഹിതനായിത്തീരുന്നുവെന്നോ ഉള്ള കൂർത്ത നർമ്മം അതിലുണ്ട്.

താൻ കണ്ടുപരിചയിച്ചവരും (ഉദാ: അച്ഛൻ, മനോഹരൻ) കലഹിച്ചിരുന്നവരും പരിഹസിച്ചിരുന്നവരും (ഉദാ: കെ. വേണു) ആയ പുരുഷപ്രകൃതികളിൽ നിന്ന് ദാസിന്റെ അമ്മയിലേയ്ക്കു വരാം. 'നൂറുകണക്കിന് കുട്ടികളെ ആദ്യാക്ഷരങ്ങൾ പഠിപ്പിച്ച മാതൃതുല്യയായ അദ്ധ്യാപിക പാർവ്വതി ടീച്ചറാണ് ദാസിന്റെ അമ്മ'. മനോഹരൻ എഴുതുന്നു. 'ദാസിന്റെ അമ്മേടെ ഒരു കുട്ടിയായിരുന്നു ഞാനും', എന്ന് മനോഹരന്റെ സത്യവാങ്ങ് മൂലം. 'ആദ്യാക്ഷരങ്ങൾ പഠിപ്പിക്കുക മാത്രമല്ല എന്റെ സ്വഭാവ രൂപീകരണത്തിലും ടീച്ചറുടെ (ദാസിന്റെ അമ്മ) സ്വാധീനമുണ്ടായിരുന്നു. ചിത്രംവര, പാട്ട്, കൈവേല (ക്രാഫ്റ്റ്) എന്നിവയും പ്രൈമറി സ്കൂൾ അദ്ധ്യാപികയായ ദാസിന്റെ അമ്മ കുട്ടികളെ പഠിപ്പിച്ചിരുന്നു'. അമ്മയുടെ ചിത്രരചനാപാടവം ദാസിലുമുണ്ട്. പുസ്തകത്തിന്റെ അരികുകളിൽ ദാസ് കോറിവരച്ച അമൂർത്ത ചിത്ര പ്രകൃതികളിൽ അദ്ദേഹത്തിന്റെ അപൂർണമായ ഹൃദയരേഖകളുണ്ട്.

എന്തുകൊണ്ട് തന്റെ ഏക സന്താനമായ ദാസിന്റെ 'സ്വഭാവ രൂപീകരണത്തിൽ' ടീച്ചർ ശ്രദ്ധിച്ചില്ല? തെറ്റുപറ്റി? അക്കാര്യം ഐ.ഐ.ടി.

പഠനത്തിന്റെ അവധിക്കാലത്ത് നാട്ടിലെത്തുന്ന മനോഹരനോട് വ്യവസ്ഥാപിത സമൂഹം ചോദിക്കുന്നുണ്ട്. മരിച്ചുപോയ ഒരുവന്റെ വിയോഗത്തിൽ കഷ്ടംവെയ്ക്കുന്ന രീതിയിൽ. 'ടീച്ചറെ കാണാൻ പോയ താണല്ലേ? ടീച്ചറുടെ മോൻ നക്സൽ ആയീന്നാ കേൾക്കുന്നത്. എത്ര നല്ല കുട്ടിയായിരുന്നു. പഠിപ്പും കളഞ്ഞു. വീട്ടിലും വരില്ല. ടീച്ചറുടെയും (അമ്മ) ബാലേട്ടന്റെയും (അച്ഛൻ) കാര്യം കഷ്ടം തന്നെ!' മരിച്ചുപോയ ഒരു മകനെ പിണ്ഡം വെച്ച് തിരസ്കരിക്കുകയാണ് നാട്ടുകാർ.

ഒരു നല്ല കുട്ടിയുടെ സവിശേഷതകൾ എന്തൊക്കെയാണെന്ന് മനോഹരനും നാട്ടുകാർക്കും കൃത്യമായ കണക്കുകളുണ്ട്. ഒരു കാർട്ടീസിയൻ കുട്ടിലിന് പാകമാകുന്നവൻ. ഇതേപ്പറ്റി മനോഹരൻ ക്രൈസ്റ്റ് കോളേജിലെ സഹപാഠികളോട് ചോദിക്കുന്നുണ്ട്. അദ്ദേഹം പാർവ്വതി ടീച്ചറോടും ദാസിന്റെ ജ്യേഷ്ഠസഹോദരനെന്ന നിലയിൽ തിരക്കുന്നുണ്ട് ദാസിനെപ്പറ്റി. 'ഒരു തീവ്രവാദ രാഷ്ട്രീയ പ്രസ്ഥാനവുമായി ബന്ധപ്പെട്ട് പ്രവർത്തിക്കുന്നുണ്ടെന്നും വീട്ടിൽ വളരെ കുറവേ വരാറുള്ളൂവെന്നും' 'അവൻ പറയുന്നതൊന്നും ഞങ്ങൾക്ക് മുഴുവൻ മനസ്സിലാവുന്ന കാര്യങ്ങളല്ല' എന്നും ടീച്ചർ പറഞ്ഞു. 'മോൻ തന്നെ അവനോട് ഒന്നു പറഞ്ഞുനോക്കാൻ' മനോഹരനെ ഏല്പിക്കുകയും ചെയ്തു. ഭരിച്ച ഒരുത്തരവാദിത്തം ആ അമ്മ സമൂഹത്തിന് തിരിച്ചേല്പിക്കുകയാണ്, മനോഹരനിലൂടെ. വിപ്ലവകാരിയായോ അരാജകവാദിയോ അവധൂതനോ സന്യാസിയോ ആയിപ്പോകുന്ന മകനോട് ഏതൊരമ്മയ്ക്കും തോന്നുന്ന മമത—മമതയില്ലായ്മ.

ദാസിന്റെ അമ്മ പാർവതി ടീച്ചർക്ക് ഒരുപാട് മക്കളുണ്ടായിരുന്നു, അതിലൊരാളാണ് താനെന്ന് മനോഹരൻ പറയുന്നതിനെ പിൻപറ്റുകമാത്രമാണ് വാസ്തവത്തിൽ ദാസ് ചെയ്തത്. അമ്മയുടെ സമ്മതം വാങ്ങാതെയാവാം, അമ്മയുടെ ഹൃദയം പിന്തുടർന്നത്. പാർവ്വതി ടീച്ചർ എന്ന കേവലയായ അമ്മയുടേതല്ല. മനോഹരൻ പറയുന്ന നിരവധി പേരുടെ അമ്മയായ പാർവ്വതിയുടെ. അതിനെ ദാസ് അനുഭവപ്പെടുത്തുന്നത് നാം നേരത്തെ കണ്ടതാണല്ലോ. ('എന്റെ അച്ഛനും അമ്മയും മാത്രമല്ലല്ലോ സമൂഹത്തിലുള്ളത്. നരകയാതന അനുഭവിക്കുന്ന ഒട്ടേറെ അച്ഛനമ്മമാരും സഹോദരീസഹോദരന്മാരും സമൂഹത്തിലില്ലേ?')

ഇത് പുരുഷപ്രകൃതിയോടുള്ള ചോദ്യവും ഉത്തരവും അല്ല. സ്വന്തം അമ്മയോടും അമ്മമാരോടും ദാസുമാർ പല കാലങ്ങളിൽ അവരുടെ ഹൃദയത്തിൽ ഹൃദയം ചേർത്തുവെച്ച് മന്ത്രിച്ചിട്ടുള്ളതാണ്. ചരിത്രത്തിൽ അതൊന്നും രേഖപ്പെടുത്തപ്പെടണമെന്നില്ല. ഒരമ്മ വെറും അമ്മയായിരിക്കുമ്പോൾതന്നെ ഭൂമിയിലെ എല്ലാ മക്കളെയും അറിയുന്ന മാതൃത്വം കൂടിയാണ്. അല്ലെങ്കിൽ അത് മാതൃത്വമല്ല, ആണത്തമാണ്.

തീർച്ചയായും, പാർവതി ടീച്ചർ എന്ന അമ്മ ദാസിന് ശൈശവത്തിലും ബാല്യത്തിലും നാരായണഗുരുവിനെയും എഴുത്തച്ഛനെയും

പൂന്താനത്തെയും പരിചയപ്പെടുത്തിക്കൊടുത്തിട്ടുണ്ടാകണം. മാതൃത്വത്തിന്റെ ആ ആത്മീയ പരിസരമായിരിക്കണം ദാസിൽ ഗുരുവും പൂന്താനവും എഴുത്തച്ഛനും അങ്കുരിക്കാൻ കാരണമായത്.

'ദൈവമേ, കാത്തുകൊൾകങ്ങു
കൈവിടാതിങ്ങു ഞങ്ങളെ,
നാവികൻ നീ ഭവാബ്ധിക്കൊ
രാവിവൻ തോണി നിൻപദം' എന്നു തുടങ്ങി
'ആഴമേറും നിൻ മഹസ്സാ -
മാഴിയിൽ ഞങ്ങളാകവേ
ആഴണം വാഴണം നിത്യം
വാഴണം വാഴണം നിത്യം' എന്നവസാനിക്കുന്ന ഗുരുവിന്റെ 'ദൈവദശക'ത്തിലെ നാല്പത് വരികൾ അക്കാലത്തെ ഏതൊരീഴവ കുടുംബത്തിലും സന്ധ്യാപ്രാർത്ഥനയായി ഏതൊരമ്മയും മക്കൾക്ക് ചൊല്ലിക്കൊടുക്കാതിരിക്കില്ല. ഗുരുവിന്റെ 'ദൈവദശകവും ചിജ്ജഡചിന്തനവും ബ്രഹ്മവിദ്യാ പഞ്ചകവും' (വ്യാഖ്യാനമടക്കം) ഉപകാരമായി എന്ന് അത് എത്തിച്ചുകൊടുത്ത തന്റെ ആത്മമിത്രമായ ബ്രഹ്മപുത്രന് ദാസ് കത്തെഴുതുന്നുണ്ട്. കൃതികളും, വ്യാഖ്യാനവും രസകരമാണെന്നാണ് കത്തിലുള്ളത്. ഈ രസം അമ്മയിൽ നിന്ന് ദാസ് അമ്മിഞ്ഞപ്പാൽപോലെ നൊട്ടിനുണഞ്ഞിട്ടുണ്ടാകണം.

അതുപോലെത്തന്നെ പിള്ളാലത്ത് എഴുത്തച്ഛനെപ്പറ്റിയുള്ള പരാമർശവും ബാല്യത്തിലും കൗമാരത്തിൽ നിന്നും സ്വാംശീകരിച്ചതാകണം.

അച്ഛനിലും മനോഹരനിലുമെല്ലാം അതീവ ദുർബലമായിട്ടെങ്കിലുമുള്ള മേൽപ്പറഞ്ഞ ആത്മീയ തുടിപ്പുകൾ വേണുവിലെത്തുമ്പോൾ ഊഷരമായി വരണ്ടുപോകുന്നുണ്ട്. ആ വരൾച്ചയാണ് വരട്ടുവാദത്തിന്റെ തീവ്ര വെയിൽ പരിസരം. ദാസിന്റെ കലഹം ആ ഊഷരതയോടായിരുന്നു. വേണുവിനോടായിരുന്നില്ല. തന്നിൽ സഹജമായി ഊറിക്കൂടിയിരുന്ന ആത്മീയത സാമൂഹ്യയാഥാർത്ഥ്യങ്ങളുമായി പൊരുത്തപ്പെടാതായപ്പോൾ, സുബ്രഹ്മണ്യദാസ് ആത്മീയ വേദനയിൽ പിടഞ്ഞു. അയാൾ ഭാഗമായ സമൂഹത്തിന്റെയും, അയാളുടെയും പ്രതിസന്ധി അതായിരുന്നു. ദാസതിനെ ധൈര്യപൂർവ്വം സത്യസന്ധമായി 'ആത്മീയ പ്രതിസന്ധി'യെന്നുതന്നെ വിളിച്ചു. ഒരു തരം കാപട്യവും അയാളിലില്ലായിരുന്നു.

രണ്ട്

'ആത്മീയം എന്ന വാക്ക് ഞാനുപയോഗിക്കുന്നത് ബോധപൂർവ്വം തന്നെയാണ്. ആശയം, ആദർശം, പ്രത്യയശാസ്ത്രം എന്നീ പദങ്ങളാണ് സാമൂഹ്യശാസ്ത്രത്തിൽ ഇതിന് പകരം നില്ക്കേണ്ടത്. പക്ഷേ, ഒരു പ്രതിസന്ധിയിലൂടെ കടന്നുപോകുന്ന കേരളത്തിന്റെ ഇന്നത്തെ സാമൂഹ്യ വ്യവസ്ഥ ഈ പദങ്ങളുടെ സമൂർത്ത പ്രകാശനത്തെ അനുവദിക്കാത്തവിധം സംഘർഷപൂർണമാണ്.' സുബ്രഹ്മണ്യദാസ്

(1958-1982) തുടരുന്നു: 'നാമാവശേഷമായിക്കൊണ്ടിരിക്കുന്ന പഴയ സാമൂഹ്യഘടനയും പുതുതായി രൂപം കൊള്ളുന്ന മുതലാളിത്ത സ്വഭാവമുള്ള സാമൂഹ്യഘടനയും തമ്മിലുള്ള സംഘർഷമാണ് ഇന്നത്തെ ആത്മീയ പ്രതിസന്ധിയ്ക്ക് ആധാരമായിട്ടുള്ളത്'.

പതിനാറാം നൂറ്റാണ്ടോടെയാണ് ആധുനിക കേരളത്തിന്റെ ചരിത്രം ആരംഭിക്കുന്നത്. വിദേശവ്യാപാര കുത്തക കൈവശപ്പെടുത്താനായി പോർച്ചുഗീസുകാർ നടത്തിയ യുദ്ധങ്ങളാണ്, അതിന്റെ സാമൂഹ്യമായ നീറ്റലും പിടച്ചിലുമാണ്, എഴുത്തച്ഛനെയും പൂന്താനത്തെയും രൂപപ്പെടുത്തുന്നത്. ഹൃദയത്തിന്റെ മുറിവുകളിൽ നിന്നുമൊഴുകിയ ഭക്തിയിലൂടെ എഴുത്തച്ഛനും പൂന്താനവും ജനങ്ങൾക്കുമേലുള്ള വൈദേശികാധിപത്യത്തെ പ്രതിരോധിച്ചു. പുതിയൊരു മലയാളഭാഷയിലൂടെ. സാധാരണക്കാരന് മനസ്സിലാക്കാൻ കഴിയുന്ന രാമായണത്തിലൂടെ, ജ്ഞാനപ്പാനയിലൂടെ. 'നൈതികതയും രാഷ്ട്രീയവും ഒന്നായ ആ കാലഘട്ടത്തിൽ കേരളത്തിന്റെ തനതായ സംസ്കാരം അന്നത്തെ കാവ്യങ്ങളിലൂടെ ആത്മപ്രതിരോധത്തിന്റേതായ ഉദാത്ത മേഖലകളിലേയ്ക്ക് കുമ്പിയുണരുന്നു. പ്രകൃതി-പുരുഷ ബന്ധത്തിന്റെ സാഫല്യം സൃഷ്ടിക്കുന്ന ആദ്ധ്യാത്മികതയാണ് അവയുടെ അന്തസ്സത്ത'.

വൈദേശികാധിപത്യത്തിന്റെ ഫലമായി സാമൂഹ്യപ്രകൃതിക്കും മനുഷ്യപ്രകൃതിക്കും നേരിട്ട വിഭ്രംശങ്ങൾ ഇരുപതാം നൂറ്റാണ്ടിന്റെ ആരംഭത്തിൽ രണ്ട് പ്രതിഭാശാലികളിലൂടെ പ്രകടമാകുന്നതായി ദാസ് എഴുതുന്നു. 'ശ്രീനാരായണ ഗുരു ധ്യാനത്തിന്റെയും അന്തർജ്ഞാനത്തിന്റെയുമായ ആത്മനിഷ്ഠമണ്ഡലത്തിൽ വെച്ചാണ് പ്രകൃതി-പുരുഷ ബന്ധത്തിന്റെ സങ്കീർണ്ണതകൾ പരിഹരിക്കാനൊരുങ്ങിയത്'. ഗുരുവിന്റെ പ്രവർത്തനങ്ങളെ നിരാശയിലവസാനിച്ച ആത്മീയ കലാപമെന്നുവരെ പി.കെ. ബാലകൃഷ്ണൻ വിശേഷിപ്പിക്കുന്നുണ്ട്. ഗുരു പരിഹരിക്കാൻ ശ്രമിച്ച കാലത്തിന്റെ ആത്മീയ പീഡാനുഭവങ്ങൾ ആവിഷ്കൃതമാകുന്നത് കുമാരനാശാന്റെ പ്രേമദുരന്ത കാവ്യങ്ങളിലെ സ്ത്രീ കഥാപാത്രങ്ങളിലൂടെയാണ്...... 'പീഡിതമായ മനുഷ്യപ്രകൃതി അതിന്റെ മുഴുവൻ സംഘർഷങ്ങളും അനുഭവിച്ചുതീർക്കുന്നു. പ്രകൃതി-പുരുഷ ബന്ധത്തിന്റെ വികാസോന്മുഖമായ താളലയങ്ങൾ നഷ്ടപ്പെട്ട പുരുഷനാകട്ടെ ജീവിതത്തിൽ സ്വയം ഭ്രഷ്ടനാക്കപ്പെട്ടലയുന്നു. ഒരിക്കൽ മാത്രം സ്വത്വം നിഷേധിക്കപ്പെട്ട ചാത്തന്റെ അധമബോധത്തിന്റെ രൂപത്തിൽ പുരുഷൻ പ്രത്യക്ഷപ്പെടുന്നു'.

സമൂഹത്തിന്റെ ഗുണപരമായ മാറ്റത്തിന് ആത്മീയത വിധേയമാക്കാൻ കഴിയാതെ ഗുരു എപ്രകാരം 'നിരാശയിലവസാനിച്ചുവോ' അതിന്റെ മറ്റൊരു മുഖമാണ് തന്നിലെ ആത്മീയതയും സാമൂഹ്യപരിവർത്തനവും കഠിനമായി വിയോജിക്കുന്നിടത്ത് സുബ്രഹ്മണ്യദാസ് ആത്മഹത്യയിലെത്തുന്നത്. ജ്ഞാനഗുരു തന്റെ നിരാശയെ 'ഭാരതീയ ചിന്തയുടെ' അനാസക്തധാരയിലൂടെ മറികടന്നു.

സുബ്രഹ്മണ്യദാസിന് അതിനായില്ല. കാരണം, അയാൾ വായിച്ചറിഞ്ഞ മാർക്സിയൻ സിദ്ധാന്തങ്ങളോ പങ്കാളിയായ സാമൂഹ്യപ്രവർത്തനങ്ങളോ കേരളീയ സമൂഹമോ മറ്റനേകം വായനകളോ അയാൾക്ക് ആത്മീയ വെളിച്ചമായില്ല. ഇരുപത്തിനാലാമത്തെ വയസ്സിൽ 1982 ജൂലൈ പതിനാലിന് വടക്കാഞ്ചേരിക്കടുത്ത് ഓട്ടുപാറയിൽ വൈകുന്നേരം ഏഴുമണിക്ക് താൻ ഒരാഴ്ച മുമ്പ് കണ്ടുവെച്ച സ്ഥലത്ത് (too beautiful a place for suicide) അയാൾ തന്റെ സംഘർഷങ്ങളെല്ലാം തല്ക്കാലം അവസാനിപ്പിച്ച് അപ്രത്യക്ഷനാവുന്നു.

അയാളുടെ ആത്മാംശങ്ങൾ പങ്കിട്ടിരുന്ന അശോകനും (പി. കെ. അശോക് കുമാർ) ബ്രഹ്മപുത്രനും ഇപ്പോഴും ജീവിച്ചിരിപ്പുണ്ട്. ദാസ് പ്രതിനിധാനം ചെയ്ത ആത്മീയ വേദനയെ ഇവർ രണ്ടുപേരും എങ്ങിനെയാണ് അതിജീവിക്കുന്നതെന്ന് ശ്രദ്ധിക്കാൻ ശ്രമിച്ചിട്ടുണ്ട് ഞാൻ.

ദാസിന്റെ മരണത്തിന് പതിമൂന്ന് വർഷങ്ങൾക്കുശേഷം അശോകൻ കേരളത്തിലെ ആദ്യത്തെ പാലിയേറ്റീവ് കെയർ സന്നദ്ധസേവകനായി ഡോ. എം. ആർ. രാജഗോപാലിനോടും ഡോ. സുരേഷിനോടുമൊപ്പം കാരുണ്യത്തിലൂന്നുന്ന മനുഷ്യാവകാശപ്രവർത്തനത്തെ കേരളീയ സാമൂഹ്യജീവിതത്തിലെത്തിക്കുന്നതിൽ വ്യാപൃതനായി. വേദനയാൽ നരകയാതനയനുഭവിക്കുന്നവർക്ക് ആശ്വാസമായി. ബ്രഹ്മപുത്രനാകട്ടെ, ഒരു നിശ്ശബ്ദസാക്ഷിയായി കേരളത്തിന്റെ സമസ്ത സ്പന്ദനങ്ങളെയും നിരീക്ഷിക്കുന്നു. ഇവർ രണ്ടുപേരിലും ദാസ് അനുഭവിച്ചിരുന്ന ആത്മീയവേദനയുടെ നീറ്റൽ എനിക്ക് കാണാൻ കഴിഞ്ഞിട്ടുണ്ട്. ഇതേ വേദന പങ്കിടുന്നവർ സമൂഹത്തിൽ ഇവർ രണ്ടുപേർ മാത്രമല്ല. അവരും ദാസിന്റെ കാലത്തെക്കാളും ക്രൂരവും കഠിനവുമായ സാമൂഹ്യയാഥാർത്ഥ്യങ്ങളെ മുഖാമുഖം നേരിടുന്നുണ്ട്. അവരിൽ ചിലരെങ്കിലും ആത്മഹത്യയിൽ നിന്ന് തെന്നിപ്പോവുന്നത് ഏതെങ്കിലും ശുഭ പ്രതീക്ഷകൊണ്ടല്ല. പൊതുസമൂഹത്തിന്റെ ശ്രദ്ധയിൽപെടാത്ത ചെറിയ ചെറിയ പ്രവൃത്തികളിലൂടെ തങ്ങളുടെ ആത്മീയവേദനയിൽ നിന്നുള്ള ഊർജ്ജത്താൽ അന്യന്റെ മുറിവുണക്കാൻ ശ്രമിക്കുന്നതിലൂടെയാണ്. ഈ ആത്മീയവേദന കെ. വേണുവിനെപ്പോലുള്ളവർ അനുഭവിക്കുന്നുണ്ടോയെന്നറിയില്ല. സാമൂഹ്യമാറ്റത്തിനുള്ള അദ്ദേഹത്തിന്റെ യാന്ത്രികമായ പോസ്റ്റ്മാർട്ടം—സമവാക്യങ്ങൾ കാണുമ്പോൾ സംശയിച്ചുപോകുന്നതാണ്. പ്രകൃതി 'ജനാധിപത്യം സ്വാതന്ത്ര്യം' എന്ന സമസ്യയിലേയ്ക്ക് അദ്ദേഹം എപ്പോഴെങ്കിലും ആത്മീയതയുടെ ശുദ്ധവായു കടത്തിവിടുമെന്ന് പ്രത്യാശിക്കുകയാണ്.

സുബ്രഹ്മണ്യദാസ് അനുഭവിച്ച ആത്മീയ പ്രതിസന്ധിയുടെ സ്ഥൂലമായ സാമൂഹ്യപരിസരങ്ങൾ നേരത്തെ സൂചിപ്പിച്ചതുപോലെ അതിനേക്കാൾ രൂക്ഷമായി ഇന്ന് നിലനില്ക്കുന്നുവെന്നതാണ് ദാസിനെ ഒരു ക്രാന്തദർശിയാക്കുന്നത്. നിർഭാഗ്യവശാൽ, ദാസ്

അവസാനം വരെയും സ്വപ്നം കണ്ടിരുന്ന മാർക്സിസ്റ്റ് ദർശനത്തിനു പോലും പുതുകാലത്തിന്റെ ആർത്തിനിറഞ്ഞ ഹിംസയെ പ്രതിരോധിക്കാനാവുന്നില്ല.

ദാസിന്റെ കത്തുകളിലും ലേഖനങ്ങളിലും രാഷ്ട്രീയ സ്വയം സേവക് സംഘമെന്ന ഫാസിസ്റ്റ് ശക്തികളുടെ വളക്കൂറുള്ള മണ്ണായി കേരളം മാറുന്നത് ദീർഘദർശനം ചെയ്യുന്നുണ്ട്. ഏതാണ്ട് നാല്പതു കൊല്ലം മുമ്പ് ദാസ് ഡോക്യുമെന്റ് ചെയ്ത ഫാസിസത്തിന്റെ വളർച്ച ഇന്ന് കേരളത്തെ മാത്രമല്ല ഇന്ത്യയുടെ ഓരോ ജൈവകോശത്തെയും ഗ്രസിച്ചിരിക്കുന്ന മാരകവിഷമായി സംക്രമിച്ചിരിക്കുന്നു. ‘ആരോഗ്യകരമായ ഉത്പാദന ക്രമം രൂപം കൊള്ളാത്തതിനാൽ, ഈ സമൂഹത്തിൽ ബാഹ്യപ്രകൃതിക്കും മനുഷ്യപ്രകൃതിക്കും മേലുള്ള മനുഷ്യന്റെ സാംസ്കാരികവും ധൈഷണികവുമായ മേധാവിത്തം ക്രമേണ ചുരുങ്ങിക്കൊണ്ടിരിക്കുന്നു. ഇടതുപക്ഷ സ്വഭാവമുള്ള രാഷ്ട്രീയത്തിന്റെ തകർച്ചയിലേയ്ക്കാണ് ഇത് വിരൽ ചൂണ്ടുന്നത്. അതേസമയം നിലവിലുള്ള ഇടതുപക്ഷ സംഘടനകളുടെത്തന്നെ സ്വഭാവത്തെയും ഈ സാമൂഹ്യാവസ്ഥ ചീത്തയായി സ്വാധീനിക്കുന്നു. മറുവശത്ത്, സുരക്ഷിതത്ത്വത്തിനും ഉറപ്പിനും വേണ്ടിയുള്ള ജനങ്ങളുടെ ബോധപൂർവ്വമോ അബോധപൂർവ്വമോ ആയ ത്വര അവരെ വലതുപക്ഷത്തോടടുപ്പിക്കുന്നു. ഭൂതകാലത്തിൽ വേരുകളുള്ള ഫാസിസ്റ്റ് സ്വഭാവമുള്ള സംഘടനകൾക്ക് ഇത് വളരാനവസരം നൽകുന്നു’.

മേലെഴുതിയ ദാസിന്റെ വാക്കുകളിൽ അടിവരയിട്ട ‘ബാഹ്യപ്രകൃതിക്കും മനുഷ്യപ്രകൃതിക്കും മേലുള്ള മനുഷ്യന്റെ സാംസ്കാരികവും ധൈഷണികവുമായ മേധാവിത്തം’ എന്നതിനോട് എനിക്ക് യോജിക്കാനാവില്ല. കാരണം, മേധാവിത്തം എന്ന വാക്ക് ദാസ് എന്തിനെതിരെ നില്ക്കുന്നുവോ അതിനെ തിരിച്ചുകൊണ്ടുവരുന്നതാണ്. എന്റെ ബുദ്ധിസ്റ്റ്-ഗാന്ധി വായനകളും അനുഭവങ്ങളും മനുഷ്യന്റെ മേധാവിത്തത്തിനു പകരം ഭൂമിയിലെ സകല ജീവജാലങ്ങളുടെയും അചേതന വസ്തുക്കളുടെയും പരസ്പരമായ വിനിമയമാണ് മനുഷ്യനടങ്ങുന്ന എല്ലാജീവന്റെയും ഭൂമിയുടെയും അതിജീവനത്തിനാവശ്യം എന്ന് ബോധ്യപ്പെടുത്തുന്നുണ്ട്. അതേസമയം, ദാസ് തന്നെ സൂചിപ്പിക്കുന്നുണ്ട്: ‘ഇന്നത്തെ പ്രതിസന്ധിയെ അഭിമുഖീകരിക്കാൻ നമ്മെ സഹായിക്കുന്ന ഒരു പ്രത്യയശാസ്ത്രവും നമുക്കിന്നില്ല. കഴിഞ്ഞ കാലങ്ങളിൽ ഈ നാടിന്റെ സാമൂഹ്യജീവിതത്തെ മുന്നോട്ടു നയിച്ചിരുന്ന ആശയങ്ങളും ആദർശങ്ങളും പ്രത്യയശാസ്ത്രങ്ങളും ഇന്നും പ്രസക്തമാണെന്ന് നാം തെറ്റിദ്ധരിച്ചിട്ടുണ്ട്. രൂക്ഷമായ യാഥാർത്ഥ്യം ആ ധാരണകളുടെ അന്തസ്സാരശൂന്യത നമ്മെ എപ്പോഴും ബോധ്യപ്പെടുത്തിത്തന്നിട്ടുണ്ട്. ആശയങ്ങളിലൂടെയോ ആദർശങ്ങളിലൂടെയോ പ്രകാശനം കണ്ടെത്താനാകാത്ത നഗ്നമായ ആത്മീയതയുടെ വിഭ്രാന്തി നാമെല്ലാം അനുഭവിച്ചറിഞ്ഞിട്ടുണ്ട്’. ഇവിടെയും ദാസ് മാർക്സിസത്തിന്റെ പ്രയോഗത്തിലെ പരാജയങ്ങളെ ശരിവെയ്ക്കുമ്പോഴും ആ ദർശനത്തിന്റെ

സാധ്യതയെ പൂർണമായി കൈയൊഴിയുന്നില്ല.

അക്കാലത്ത് ആരും ജാഗ്രതപ്പെടാത്ത ഗാന്ധിയൻ അന്വേഷണങ്ങളിലൂടെ ദാസ് കടന്നുപോകുന്നത് എന്നെ അത്ഭുതപ്പെടുത്തുന്നു. സി.എസ്. വെങ്കിടേശ്വരനുമായുള്ള സംഭാഷണങ്ങളടക്കം ഇത് വെളിപ്പെടുത്തുന്നു. പുസ്തകത്തിന്റെ ഒമ്പതിടങ്ങളിൽ ഗാന്ധി കടന്നു വരുന്നുണ്ട്. രൂക്ഷമായ വിമർശനമായും, അന്വേഷണമായും, കണ്ടെത്തലായും. ഗാന്ധിയുടെ ആത്മകഥയടക്കമുള്ള പുസ്തകങ്ങളിലൂടെ ദാസ് അന്വേഷണം തുടരുന്നുണ്ട്. "ഗാന്ധിയൻ പ്രസ്ഥാനം ചലനാത്മകമായിരുന്നു. ഒരർത്ഥത്തിൽ അല്ലെങ്കിൽ മറ്റു ഭീകര പ്രസ്ഥാനങ്ങളെക്കാളെങ്കിലും വിപ്ലവകരവുമായിരുന്നു. വൈഷ്ണവതയിൽ കുടുങ്ങിപ്പോയി എന്നതായിരുന്നില്ല ഗാന്ധിസത്തിനു പറ്റിയ തെറ്റ്. ഗാന്ധിസം സ്വീകരിച്ച വൈഷ്ണവതയുടെ സമൂഹപരത ആവശ്യമായിരുന്നു—അത് നേടിയിടത്തോളം ധാർമ്മികതയും. വാസ്തവത്തിൽ ഇന്ത്യയിൽ ഇന്ന് ഏതെങ്കിലും വിധത്തിൽ ധാർമ്മിക ബോധം നിലനില്ക്കുന്നുണ്ടെങ്കിൽ അതിന് നാം ഗാന്ധിയൻ പ്രസ്ഥാനത്തോടു കടപ്പെട്ടിരിക്കുന്നു....." ഇത്രയും സത്യസന്ധമായും ശക്തമായും ഗാന്ധിയൻ ധാർമ്മികതയെ കണ്ടെത്തിയവർ ദാസിനുശേഷം അത്യപൂർവ്വമാണ്. ഇന്ത്യൻ ജനാധിപത്യത്തിന്റെയും ഭൂമിയുടെയും അതിജീവനത്തിന് ഇന്ന് ഉപജീവിക്കാൻ കഴിയുന്ന ധാർമ്മിക സ്രോതസ്സിനെക്കുറിച്ചാണ് ദാസ് 1981-ൽ, മരണത്തിന് മാസങ്ങൾക്ക് മുമ്പ് എഴുതുന്നത്, വെങ്കിടിക്കുള്ള കത്തിൽ. എന്നാൽ മേലെഴുതിയതിന്റെ തുടർച്ചയായി ദാസ് ആ കത്ത് അവസാനിപ്പിക്കുന്നത് ശ്രദ്ധിക്കേണ്ടതുണ്ട്. 'ഗാന്ധിസം വിസ്മരിക്കപ്പെടാൻ കാരണം അത് യുക്തിപരവും ശാസ്ത്രീയവും ആയ രീതിക്കുപകരം ധാർമ്മികതയെ മാത്രം അവലംബിച്ചതായിരിക്കും'(പുറം: 210).

ഗാന്ധിയെ ദാസ് അവസാനമായി സ്പർശിക്കുന്നത് വെങ്കിടിക്കുള്ള കത്തിൽ തന്നെയാണ്. അതിൽ 'ലോകകമ്മ്യൂണിസ്റ്റ് പ്രസ്ഥാനത്തിനകത്ത് ഇന്ന് നടക്കുന്ന തരംതാണ ആശയ സമരങ്ങളെ അതിജീവിച്ചുകൊണ്ട് മാർക്സിസത്തിനുതന്നെ പുതിയൊരു മാനം നല്കാൻ കഴിയുമെന്ന്' ദാസ് പ്രത്യാശിക്കുന്നുണ്ട്. ലൂക്കാച്ചിന്റെ വാക്കുകൾ ദാസ് വെങ്കിടിയ്ക്കായി പകർത്തിയെഴുതുന്നു:

".......the essential point of the new method: the manner and direction of the abstraction and though experiments are not determined by epistemological or methodological (and least of all logical) standpoint but by the thing itself, ie., the ontological nature of the material in question"..........

ഗാന്ധിയെ മനസ്സിലാക്കാൻ (മാർക്സിസ്റ്റുകൾക്ക്) ലൂക്കാച്ചിന്റെ ഉദ്ധരണിയല്ലേ സഹായകമെന്ന ചോദ്യം ദാസ് അതേ കത്തിന്റെ അവസാനത്തിൽ ഉന്നയിക്കുന്നുണ്ട്.

'യുക്തിപരവും ശാസ്ത്രീയവും' ആയ പടിഞ്ഞാറൻ ആധുനിക മുതലാളിത്ത നാഗരികതയുടെ രീതിശാസ്ത്രത്തെയും യുക്തിപരതയെയും നിരാകരിച്ച് അതിൽനിന്ന് തീർത്തും വ്യത്യസ്തമായ ഒരു ലോകം സൃഷ്ടിക്കാനാവുമെന്ന് പരീക്ഷണാത്മകമായിട്ടെങ്കിലും തെളിയിച്ചതാണ് നവലിബറൽ മുതലാളിത്ത കാലത്തെ ഗാന്ധിയുടെ പ്രസക്തിയെന്ന് ഞാൻ വിചാരിക്കുന്നു. ദാസിനെ അതിൽനിന്നു തടഞ്ഞത് പടിഞ്ഞാറൻ നാഗരികതയിൽ നിന്ന് രൂപപ്പെട്ട മാർക്സിയൻ ദർശനങ്ങളുടെ യുക്തിയോട്ടും രീതിയോട്ടുമുള്ള വിച്ഛേദം സാധ്യമാവാഞ്ഞതാണെന്ന് സംശയിക്കുന്നു. ഇങ്ങിനെ പറഞ്ഞുവെയ്ക്കുമ്പോഴും ഒരു വസ്തുത നിസ്സംശയമായി രേഖപ്പെടുത്തേണ്ടതുണ്ട്. എങ്ങനെ സമത്വവും സ്വാതന്ത്ര്യവും സാഹോദര്യവും നീതിയും ധാർമ്മികതയും പുലരുന്ന ഒരു സമൂഹം രൂപപ്പെടും? എങ്ങനെ നിരുപാധികമായ കാരുണ്യവും ആത്മീയതയും ഉള്ള ഒരു പുതിയ മനുഷ്യൻ, എല്ലാഭേദങ്ങൾക്കും അതീതമായി പരിണമിച്ചുണ്ടാകും? ഇതായിരുന്നു ദാസിന്റെ ആന്തരിക പ്രതിസന്ധി. സാമൂഹ്യ പ്രതിസന്ധിയും ആന്തരിക പ്രതിസന്ധിയും ഒരേ ആത്മീയ പ്രതിസന്ധിയുടെ അംശങ്ങളാണെന്ന് ഇരുപത്തിനാലുവയസ്സിനുള്ളിൽ തന്നെ അയാൾ തിരിച്ചറിഞ്ഞിരുന്നു. മനുഷ്യൻ എന്ന വാക്കിന്റെ പൊരുളന്വേഷിക്കുന്ന എല്ലാവരിലും ദാസിന്റെ ഈ പ്രതിസന്ധിയുണ്ട്. ബഹുഭൂരിപക്ഷം പേരും എഴുത്ത്, വായന, ലഹരി, തൊഴിൽ, അലസത, നിസ്സംഗത എന്നിവയിലൂടെ അതിൽനിന്നു രക്ഷപ്പെടാൻ ശ്രമിക്കുന്നു. പക്ഷേ, ഇത്തരം ഒളിച്ചോട്ടങ്ങളിലൊന്നും ദാസ് തന്നെ ഉൾപ്പെടുത്തിയില്ല.

ശ്രീനാരായണ ഗുരുവിന്റെ 'ആത്മീയ കലാപങ്ങൾ' നിരാശയിലാണവസാനിച്ചതെന്നയാൾക്കറിയാം. ആ ജ്ഞാനഗുരുവിന്റെ അവസാനനാളുകളിൽ അദ്ദേഹത്തിന്റെ ആത്മീയപുത്രന്മാരിൽ പ്രമുഖനായ കുമാരനാശാൻ പോലും ഗുരുവിനെ കൈയൊഴിഞ്ഞിരുന്നുവെന്ന സത്യം ദാസ് അന്ന് അറിഞ്ഞിരുന്നില്ല. ഗുരുവിന്റെ ആത്മീയത കുമാരനാശാൻ കാവ്യഭാഷയിലൂടെ സാക്ഷാത്കരിച്ചു എന്ന് ദാസ് എഴുതുന്നത് ശരിയാണ്. എന്നാൽ സകലവിധ ഭേദങ്ങൾക്കും അതീതമായ ഗുരുവിന്റെ സാമൂഹ്യപരതയെ കുമാരനാശാൻ ഈഴവസമുദായത്തിന്റെതിലേയ്ക്ക് സങ്കുചിതമാക്കിയില്ലേ എന്ന ചോദ്യം ഇന്ന് ഗവേഷണ രേഖകളിലൂടെ തെളിഞ്ഞിട്ടുണ്ട്. 'The counter Narratives of Power and Identity in Colonial Keralam — A reading of C.V. Raman Pillai's Historical Novels' (2004 : ജവഹർലാൽ നെഹ്റു യൂണിവേഴ്സിറ്റി ഗവേഷണ പ്രബന്ധം) ഈ ചോദ്യം ഉന്നയിക്കുന്നുണ്ട്.

ഡോ. വിനോദ് ചന്ദ്രന്റെ ഗവേഷണ പ്രബന്ധത്തിലെ വരികൾ താഴെ ചേർക്കുന്നു: 'ഗുരുവിന്റെ അംഗീകാരത്തിനുവേണ്ടി കായിക്കര കുമാരു അഥവാ ചിന്ന സ്വാമി (പിന്നീട് കുമാരനാശാൻ എന്നറിയപ്പെട്ടു) എസ്.എൻ.ഡി.പി യോഗത്തിന്റെ ബൈലോയുടെ (നിയമാവലിയുടെ) ഡ്രാഫ്റ്റ് വായിക്കുകയാണ്. താഴ്ന്ന ജാതിയിലുള്ള 'ഈഴവ'രുടെ

ക്ഷേമത്തിനുവേണ്ടി മാത്രമാണോ എസ്.എൻ.ഡി.പി. യോഗം സംഘടിപ്പിക്കപ്പെടുന്നത് എന്ന് വായനയിൽ ഇടപെട്ടുകൊണ്ട് ഗുരു ചോദിച്ചു. കമ്പനിയുടെ (SNDP) രജിസ്ട്രേഷനുവേണ്ടി സംഘടനയുടെ പ്രവൃത്തികൾ കൃത്യമായി രേഖപ്പെടുത്തേണ്ടത് കമ്പനി ആക്ടനുസരിച്ച് ആവശ്യമായതുകൊണ്ടാണ് തങ്ങളിതിന് നിർബന്ധിക്കപ്പെട്ടതെന്ന് കുമാരു വിശദീകരിച്ചു. കുമാരുവിന്റെ വിശദീകരണം ശ്രദ്ധിച്ചശേഷം കുറച്ചുനേരം നിശ്ശബ്ദനായിരുന്ന ഗുരു സാവകാശം അരുളിച്ചെയ്തു (അത്ഭുതംകൂറി): 'ഇന്നു മുതൽ കുമാരുവായിരിക്കട്ടെ നമ്മുടെ ആശാൻ (ടീച്ചർ)'. ഈ സംഭവത്തിനുശേഷമാണ്, കുമാരു കുമാരനാശാനായി അറിയപ്പെടാൻ തുടങ്ങിയതെന്ന് പറയപ്പെടുന്നു'.

ഇത്തരം അവസ്ഥയിൽ ഗുരു ജ്ഞാനത്തിന്റെ സാപേക്ഷതയിലൂടെ അതിനെ മറികടന്നിട്ടുണ്ടാകാം എന്ന് നടരാജഗുരുവിന്റെ ആത്മകഥ വായിച്ചാൽ അറിയാനാകും. ഗാന്ധിയും ഇത്തരമൊരവസ്ഥയിലൂടെ കടന്നുപോയിട്ടുണ്ട്. 1947-ൽ ഇന്ത്യാവിഭജനവും സ്വാതന്ത്ര്യവും യാഥാർത്ഥ്യമായതോടെ ഗാന്ധി തന്റെ ഏറ്റവും അടുത്ത അനുയായികളാൽ വഞ്ചിക്കപ്പെട്ട അനാഥനും തിരസ്കൃതനുമായി മാറി. ഗാന്ധിയെ ഒരർത്ഥത്തിൽ രക്ഷിച്ചത് വിനായക് നാഥുറാം ഗോഡ്സെയാണ്. അല്ലെങ്കിൽ ഗാന്ധി മരണംവരെ നിരാഹാരമനുഷ്ഠിച്ച് ആത്മാഹുതി ചെയ്യുമായിരുന്നു.

വാക്കും പ്രവൃത്തിയും, സാമൂഹ്യജീവിതവും വ്യക്തിജീവിതവും രണ്ടല്ലെന്നും എല്ലാം ഒരേ ആത്മീയപ്രതിസന്ധിയുടെ ഭാഗമാണെന്നുമറിയുന്ന എല്ലാ മനുഷ്യരുടെയും അവസ്ഥയാണത്. അതിനെ ഇങ്ങിനെ സംഗ്രഹിക്കാം: എല്ലാ പ്രവാചകരും പരാജയപ്പെട്ടവരാണ്, സ്ഥൂലമായ അർത്ഥത്തിൽ. സൂക്ഷ്മാർത്ഥത്തിൽ അവരുടെ ജീവിതങ്ങളുടെ ഊർജ്ജമാണ് ധാർമ്മികതയുടെ അതിജീവനത്തിന്നാധാരം. ദാസ് ഗാന്ധിയുടെ ധാർമ്മികതയെപ്പറ്റി സൂചിപ്പിച്ചതുപോലെ.

വാക്കും പ്രവൃത്തിയും ഒന്നായിത്തീരണമെന്നാഗ്രഹിച്ച ദാസിന്റെ ആത്മീയ പ്രതിസന്ധിയും മേല്പറഞ്ഞതായിരുന്നു. കഴിഞ്ഞ അരനൂറ്റാണ്ടിനുള്ളിൽ മൺമറഞ്ഞ ക്രാന്തദർശികളായ എം. ഗോവിന്ദന്റെയും സി.ജെ. തോമസിന്റെയും കൂട്ടത്തിൽ എന്തുകൊണ്ട് ദാസും കണ്ണിചേർക്കപ്പെടുന്നില്ല!

തന്നിലെ പ്രതിസന്ധിയെ മറികടക്കാൻ ദാസ് ഇരുപത്തിനാലു വയസ്സിനുള്ളിൽ ഒരു നീണ്ട മനുഷ്യായുസ്സിന്റെ പുസ്തകങ്ങൾ വായിച്ചു തീർത്തു. ദർശനങ്ങളിലൂടെ കടന്നുപോയി. ചലച്ചിത്രാവിഷ്കാരങ്ങൾ, ചിത്രകല, നോവലുകൾ, കവിതകൾ,.. .... സംവാദങ്ങളുടെ ഊഷ്മളത നിലനിർത്തി.

ഇതിലൂടെയെല്ലാം അയാൾ വ്യക്തമായി തിരിച്ചറിഞ്ഞത് എന്തൊക്കെയാണെന്ന് ഓടിച്ചുനോക്കാം. കേരളത്തിന്റെ സാമൂഹ്യതയിൽ നിന്ന് നവോത്ഥാനത്തിന്റെ പിൻമടക്കം, കമ്മ്യൂണിസ്റ്റ് പാർട്ടിയുടെ അതിദയനീയമായ ജീർണ്ണത, മൂല്യശോഷണം സംഭവിച്ച

സാമൂഹ്യപ്രസ്ഥാനങ്ങൾ—രാഷ്ട്രീയ പാർട്ടികൾ, അതിന്റെ ഇടങ്ങളിൽ തഴച്ചുവളരുന്ന ഫാസിസ്റ്റ് സംഘടനയായ ആർ.എസ്സ്.എസ്സ്, അതേ ഫാസിസ്റ്റ് മൂശയിലേയ്ക്ക് വളർന്ന മാർക്സിസ്റ്റ് പാർട്ടി, സി.പി.ഐ.എം. എൽ പോലുള്ള പ്രസ്ഥാനത്തിലെ ഉന്മൂലന സിദ്ധാന്തങ്ങൾ, താൻകൂടി ഭാഗഭാക്കായിപ്പോയ അതിന്റെ ഫലശൂന്യത, അതിൽ നിന്നുണ്ടായ കുറ്റബോധം, ശ്രേണീബദ്ധമായ ജാതി വ്യവസ്ഥ, ഭീകരരൂപിയായി ത്തീരുന്ന ദേശീയത, ആഗോളീകരണം... ഇവയെപ്പറ്റിയുള്ള വിശക ലനങ്ങളും വിമർശനങ്ങളും സൂചനകളും വിഹ്വലതകളും ദാസിന്റെ എഴുത്തുകളിലുണ്ട്. വാസ്തവത്തിൽ, ഞാനവയെല്ലാം ദാസിന്റെ ആത്മീയ പ്രതിസന്ധിയുടെ ഉപരിപ്ലവ ഭാവങ്ങളായേ കാണുന്നുള്ളൂ.

ഈയൊരു വേദനിപ്പിക്കുന്ന പ്രതിസന്ധിയുടെ പിടച്ചലിലാണ് ദാസ് ഒരു കുഞ്ഞിനെപ്പോലെ, നെഞ്ചത്തടിച്ചുകൊണ്ട് നിലവിളി ക്കുന്നത്: “Keralites are a lost people”. നമ്മളതിനെ വായിച്ചത് കേരളീയർ ഒരു തോറ്റ ജനതയാണെന്നോ, പരാജയപ്പെട്ട ജനത യാണെന്നോ ആണ്. നാം അത് അന്നുമുതൽ കൊണ്ടാടുകയും ചെയ്തിട്ടുണ്ട്. ദാസ് എഴുതുന്നുണ്ട്: ‘സ്വാതന്ത്ര്യബോധമില്ലായ്മയെക്കാ ളേറെ ഭീതിയാണ് ഇന്നാട്ടുകാരെ എന്നും ഭരിച്ചിരുന്നത്. യാഥാർത്ഥ ശത്രുവിനെ കാണാൻ എല്ലാവരും മടിക്കുന്നു’. ഈ രണ്ട് എഴുത്തിലൂ ടെയും എനിക്ക് മനസ്സിലാക്കാൻ കഴിഞ്ഞത്, കേരളീയർ ഒരു lost ജനതയെന്നല്ല.

തോൽക്കുന്നതിലും പരാജയപ്പെടുന്നതിലും ഒരു സംഘർഷത്തി ന്റെ, യുദ്ധത്തിന്റെ, പ്രതിരോധത്തിന്റെ വാസ്തവികതയുണ്ട്. എന്നാൽ, ആധുനികകാലത്ത് ഒരു സമൂഹമെന്ന നിലയിൽ കേരളീയർ എന്നാണ്, എവിടെയാണ് അർത്ഥവത്തായ പ്രതിരോധത്തിന് ശ്രമിച്ചിട്ടുള്ളത്? “Keralites are a lost people” എന്നത് കേരളീയർ സ്വയം കീഴടങ്ങിയ ജനതയെന്ന് വായിക്കാനാണ് ഞാനിഷ്ടപ്പെട്ടു ന്നത്. ഒരു പ്രതിരോധവുമില്ലാതെ, സംഘർഷവുമില്ലാതെ ഒരു ജനത യാഥാസ്ഥിതികത്ത്വത്തിന്റെ ജീർണ്ണതകൾക്ക്, ആർത്തികൾക്ക്, വിപ്ലവ വായാടിത്തരങ്ങൾക്ക്, അതിന്റെ വ്യാജനിർമ്മിതികൾ ക്ക്, ഹിംസകൾക്ക് കീഴ്പ്പെട്ടുകയാണ്. ആത്മാവിന്റെ ഇത്തരം കീഴ്പ്പെടലുകളാണ് ഗാന്ധിയെപ്പോലുള്ളവർ സാമ്പത്തിക, രാഷ്ട്രീയ, കീഴ്പ്പെടലുകളേക്കാൾ ഭയാനകമായി കണ്ടത്. ‘നമ്മുടെ നാട്ടിൽ സൃഷ്ടിക്കപ്പെട്ടിട്ടുള്ള cultural alienationന്റെ ഇരകളാണ് നാമെല്ലാം. ‘ലോജിക്കലായി നോക്കുമ്പോൾ ഭാവിയിൽ വലിയ പ്രതീക്ഷയൊ ന്നും എനിക്കില്ല.... ഒരുപക്ഷേ, എല്ലാനന്മകളെയും ചവിട്ടി മെതിച്ചു കൊണ്ട് ഫാസിസത്തിന്റെ/dehumanisation ന്റെ കനത്ത ബൂട്ടുകൾ മുന്നോട്ടുപോയേയ്ക്കാം... ... ‘എന്ന് വെങ്കിടിയ്ക്കുള്ള കത്തിൽ (18/7/81) ദാസ്. പക്ഷേ, ആ കത്ത് അവസാനിക്കുന്നത്.... ‘എങ്കിലും, നിന്റെ സ്നേഹം മാത്രം പ്രതീക്ഷിച്ച്’കൊണ്ടാണ്. സ്നേഹം, കരുണ, ഫാസിസ ത്തിന്റെ dehumanisationനെ അതിജീവിക്കുമെന്ന ദുർബ്ബലമെങ്കിലും,

ശക്തമായ വാക്കുകളിൽ. ഏതാണ്ട് നാല്പതു കൊല്ലങ്ങൾക്ക് ശേഷവും ദാസ് എഴുതിയ സചേതനമായ 'സ്നേഹ'ത്തിലാണ് എന്നെപ്പോലുള്ള വിഡ്ഢികൾ ഭൂമിയുടെ, മനുഷ്യന്റെ, അതിജീവനത്തിന്റെ സ്ഥലിംഗം കാണുന്നത്.

സ്വയം കീഴടങ്ങിയ ഒരു ജനതയുടെ ഉണ്മയെ, സ്വത്വബോധത്തെ, അതിനുമേൽ വീണിട്ടുള്ള എല്ലാമാലിന്യങ്ങളും അടർത്തിമാറ്റാൻ, ആത്മവിദ്യതന്നെയാണ് ദാസ് കണ്ടെത്തിയ ഏകവഴി. ദാസിന്റെ എഴുത്തുകളിൽ വ്യവസ്ഥാപിതമായ വിദ്യാഭ്യാസ സംസ്കാരത്തിന്റെ മലം അടിഞ്ഞ ആധുനിക വിദ്യാഭ്യാസത്തെപ്പറ്റി നിരവധി പരാമർശങ്ങളുണ്ട്. 'ജനതയിൽ സ്വാതന്ത്ര്യബോധം അങ്കുരിക്കാതിരിക്കത്തക്ക വിധത്തിൽ വളരെ കാപട്യം നിറഞ്ഞ ഒരു പദ്ധതിയാണ് ഈ വ്യവസ്ഥയുടേത്''.... 'സംസ്കാരത്തിന്റെ എല്ലാ മണ്ഡലങ്ങളിലും അവർ മനുഷ്യനെ brain wash ചെയ്യുകയാണ് (ഇതെത്ര ഫലവത്താണെന്നതിന് കോളേജ് വിദ്യാർത്ഥികൾ തന്നെ തെളിവാണല്ലോ. അവരാരും ഈ വ്യവസ്ഥയിൽ താളപ്പിഴ കാണുന്നില്ല (പുറം: 134)' '...വ്യവസ്ഥയുടെ നിലനില്പിന് ഏറ്റവും സഹായകമായ വിധത്തിലാണ് ഇവിടത്തെ വിദ്യാഭ്യാസ വ്യവസ്ഥയും രൂപം കൊടുത്തിരിയ്ക്കുന്നത്. നമ്മുടെ സിലബസ്സും പരീക്ഷാസമ്പ്രദായവും ക്ലാസ്സുമുറികളും ഉദ്യോഗസാധ്യതകളും ഒക്കെ ഇക്കാര്യം വെളിവാക്കുന്നു. ഒരു തരം വന്ധ്യംകരണം. ക്ലാസ്സ് മുറിയുടെ മനം പുരട്ടുന്ന അന്തരീക്ഷം തന്നെ പൊതുവെ എല്ലായിടത്തും'(പുറം: 144). 'എന്തുകൊണ്ട് ഇവിടുത്തെ വിദ്യാലയങ്ങളിൽ കലാപം പൊട്ടിപ്പുറപ്പെടുന്നില്ല? താല്ക്കാലിക ആവശ്യങ്ങൾക്കപ്പുറം ഒരു സമരവും എത്തി നോക്കുന്നില്ല?' (പുറം: 145). 'ഈ പതിനാലുകൊല്ലം ക്ലാസ്സ്മുറിയ്ക്കുള്ളിൽ കഴിച്ച നേരം മറ്റെന്തെങ്കിലും ചെയ്തിരുന്നെങ്കിൽ ഇതിനേക്കാൾ അറിവു നേടാമായിരുന്നു' (പുറം: 124). ഈ നിശിതമായ വിമർശനവും ഈ വ്യവസ്ഥ പൊതുസമൂഹത്തിലുണ്ടാക്കിയിട്ടുള്ള ആത്മീയ മലിനീകരണവും പൌലോ ഫ്രെയറും ഇവാൻ ഇല്ലിച്ചും ഗാന്ധിയുമൊക്കെ മുന്നോട്ടു വെച്ച സ്കൂൾ തിരസ്കാരത്തിന്റെ തുടർച്ച തന്നെയാണ്.

ഇത്രയും കടുത്ത വിമർശനം നടത്തി, നമ്മളൊക്കെ ചെയ്യുന്നതു പോലെ അതേ വിദ്യാഭ്യാസ വ്യവസ്ഥയുടെ ഭാഗമായി പറ്റിക്കൂടുകയല്ല ദാസ് ചെയ്തത്. 'കോളേജ് വിദ്യാഭ്യാസം ഞാൻ മുഴുവനായി ഉപേക്ഷിച്ചു. പരീക്ഷയെഴുതി ഡിഗ്രിനേടാനോ അതുവഴി എന്തെങ്കിലും ജോലിസമ്പാദിക്കാനോ ഉള്ള പരിപാടി പൂർണ്ണമായും ഉപേക്ഷിച്ചു. ഒരു കമ്മ്യൂണിസ്റ്റായി പ്രവർത്തിക്കാനാണ് അടുത്ത പരിപാടി. ഏറ്റവും ബുദ്ധിമുട്ടുപിടിച്ച പ്രശ്നമാണിത് '. ബ്രഹ്മപുത്രനുള്ള കത്തിൽ (പുറം: 173). അദ്ധ്വാനിക്കുന്നവരുടെ ഇടയിൽ ജീവിച്ച് അവരുടെ മാനസികഘടനയിലെത്താനുള്ള തന്റെ സത്യാന്വേഷണ പരീക്ഷണങ്ങളെപ്പറ്റി ദാസ് തുറന്ന് പറയുന്നു. അതല്പം കാല്പനികമായി തോന്നാം.

ഒരു തൊഴിലാളിയായി തോട്ടം മേഖലയിലും ക്വാറികളിലും

പണിയെടുക്കുന്ന ദാസ്. വാക്കും പ്രവർത്തിയും സിദ്ധാന്തവും പ്രയോഗവും തമ്മിലുള്ള ഭയാനകവും അസത്യജടിലവുമായ അന്തരം ഇല്ലാതാക്കാൻ അയാൾ ഒരു തൊഴിലാളിയായി സ്വയം പുനഃസൃഷ്ടിക്കാൻ ശ്രമിച്ചെങ്കിലും തന്റെ ആത്മീയ പ്രതിസന്ധി മറികടക്കാൻ അയാൾക്ക് കഴിഞ്ഞില്ല. ഗാന്ധി ഈ സന്ദർഭത്തിൽ വ്യവസ്ഥിതിയ്ക്കെതിരെ (ആധുനിക മുതലാളിത്ത നാഗരികതയ്ക്കെതിരെ) സത്യാഗ്രഹത്തിലേർപ്പെട്ടു. ഗാന്ധിയിലിത് പ്രതിരോധവും പുനഃസൃഷ്ടിയുമായി (ഗാന്ധിയുടെ രചനാത്മക പദ്ധതികൾ) ഒരേ സമയം മാറുന്നുണ്ട്. ഗാന്ധി ദക്ഷിണാഫ്രിക്കയിലും ഇന്ത്യയിലും നടത്തിയ സത്യാഗ്രഹ സമരങ്ങളിലെല്ലാം രചനാത്മകപ്രവർത്തനങ്ങളും ഉൾപ്പെട്ടിരുന്നു. ഫീനിക്സ് സെറ്റിൽമെന്റ് ടോൾസ്റ്റോയി ഫാം, സബർമതി ആശ്രമം, വാർധ, എന്നീ ലാബറട്ടറികളിൽ സ്ഫുടം ചെയ്തെടുത്ത ബദൽ ജീവിത മാതൃകകളാണ് ഗാന്ധിയൻ സത്യാഗ്രഹ സമരങ്ങളെ അന്യൂനമാക്കുന്നത്. അവയില്ലെങ്കിൽ ഗാന്ധിയുടെ സമരങ്ങൾ പക്ഷാഘാതം സംഭവിച്ച ശരീരം പോലെയാണ്. ഗാന്ധിയുടെ അഹിംസ സചേതനമാകുന്നത് ഇങ്ങനെയാണ്. 1946-നുശേഷം ഗാന്ധിപോലും അനാഥനായി: “Indians are a lost people”എന്നുള്ള തന്റെ പഴയ ബോധ്യം നിരന്തരം മന്ത്രിച്ചിട്ടുണ്ടാകണം.

ദാസ് സമ്മതിക്കുന്നു: ‘അവനവനോടുതന്നെ നീതിപുലർത്തണമെങ്കിൽ, ഇവിടെ ജീവിയ്ക്കുന്ന ഓരോ നിമിഷവും അത്രയേറെ വേദനിപ്പിക്കുന്നതും സ്വന്തം നിഷ്ക്രിയത്വത്തെ കുത്തിനോവിപ്പിക്കുന്നതുമാണ്. സ്വന്തം പ്രവൃത്തിയെന്തെന്ന് എനിക്ക് കണ്ടെത്താനായിട്ടില്ല....’ (9/4/1977) ‘എന്തെങ്കിലും ചെയ്യാനാവും എന്ന പ്രതീക്ഷയാണ് ജീവിപ്പിക്കുന്ന’തെന്ന് അതേ കത്തിലുണ്ട്.

‘പൊള്ളത്തരം മുഴുവൻ അറിഞ്ഞിട്ടും ഇവിടെ ജീവിക്കേണ്ടി വരുമ്പോൾ താങ്കൾ എന്താണ് ചെയ്യുക?’ ബ്രഹ്മപുത്രനോട് ദാസ് ചോദിക്കുന്നത് അയാളോടു തന്നെയാണ്..... നഗ്നമായ ആത്മീയതയുടെ വിഭ്രാന്തിയിൽ ദാസ് ഭൂമിയിൽ നിന്നും സ്വയം അപ്രത്യക്ഷനാവുന്നു. തന്റെ ആത്മീയവേദനയുടെ പിടച്ചിലിന് തല്ക്കാല വിരാമമിട്ടുകൊണ്ട്.....

പക്ഷേ, അയാളറിയുന്നില്ല അതേ ആത്മീയവേദനയുടെ പിടച്ചിലിൽ ഇന്നും, എന്നും തീ തിന്നുന്ന മനുഷ്യരുണ്ടാവും. തനിക്കു ചുറ്റും നരകയാതന അനുഭവിക്കുന്ന അമ്മമാരെയും സഹോദരങ്ങളെയും ഓർത്ത്. വേദനിക്കുന്ന മനുഷ്യവംശത്തെ ഓർത്ത്... അതിജീവനത്തിന്റെ ഭീഷണി നേരിടുന്ന ജീവനെയും ഭൂമിയെയും ഓർത്ത്...

●

www.ingramcontent.com/pod-product-compliance
Lightning Source LLC
LaVergne TN
LVHW040759051026
849519LV00007BA/2574
* 9 7 8 9 3 9 0 4 0 4 6 7 4 *